जॅकलिन गोल्ड लैंगिक विषयाला बाजारपेठेत मानाचं स्थान मिळवून देणारी स्त्री.

अ वुमन्स प्लेस

'ॲन समर्स' या दुकानांच्या साखळीमागील स्त्रीची प्रेरणादायी कथा.

जॅकलिन गोल्ड

अनुवाद
प्रशांत तळणीकर

मेहता पब्लिशिंग हाऊस

Please contact us at **Mehta Publishing House,** Pune 411030.
✆ +91 020-24476924 / 24460313 / Mob. No. 9545000513
Email : production@mehtapublishinghouse.com
Website : www.mehtapublishinghouse.com

◆ *या पुस्तकातील लेखकाची मते, घटना, वर्णने ही त्या लेखकाची असून त्याच्याशी प्रकाशक सहमत असतीलच असे नाही.*

A Woman's Courage by Jacqueline Gold

First published in 2007 by Ebury Press,
an imprint of Ebury Publishing, London
Translated into Marathi Language by Prashant Talanikar

अ वुमन्स करेज / आत्मकथन

अनुवाद : प्रशांत तळणीकर

Email : author@mehtapublishinghouse.com

मराठी अनुवादाचे व प्रकाशनाचे हक्क : मेहता पब्लिशिंग हाऊस, पुणे ३०

प्रकाशक : सुनील अनिल मेहता, मेहता पब्लिशिंग हाऊस,
१९४१ सदाशिव पेठ, माडीवाले कॉलनी, पुणे - ४११ ०३०

मुद्रक : पार्कसन्स ग्राफिक्स

मुखपृष्ठ : चंद्रमोहन कुलकर्णी

प्रथमावृत्ती : ऑक्टोबर, २००९

किंमत : ₹ २२०

P Book ISBN 9788184980868

माझी सुंदर बहीण **व्हेनेसा**,
हिला हे पुस्तक अर्पण.
माझी बहीण झाल्याबद्दल, माझी सखी झाल्याबद्दल,
आणि माझ्या गरजेच्यावेळी हजर असल्याबद्दल...
मी तुझी शतश: आभारी आहे.
खास करून तू माझ्यावर जे विनाअट प्रेम करत आलीस,
त्याबद्दल तुझे विशेष आभार.
मला तुझा खूप अभिमान वाटतो.
माझं तुझ्यावरचं प्रेम कधीच आटणार नाही.

लेखिकेची टीप

या आत्मकथनामध्ये, संबंधित लोकांच्या खाजगी जीवनावर अतिक्रमण होऊ नये यासाठी काही ठिकाणी व्यक्तींची नावे, स्थळांची नावे, घटनाक्रम आणि घटनांचे तपशील बदलले आहेत आणि त्याच कारणासाठी छायाचित्रांच्या विभागामधून त्यांची छायाचित्रेही वगळण्यात आली आहेत.

अनुक्रमणिका

एक

एक चिमुरडी- हरवलेली

मी जेव्हा मागे वळून माझ्या आयुष्याकडे पाहते, तेव्हा माझ्या असं लक्षात येतं की, लहानपणी माझा छळ झाला नसता तरच नवल होतं. माझ्या आईनं कधीही माझ्यावर धड प्रेम केलं नाही. तिनं स्वत:ला ज्या पद्धतीनं जगापासून तोडून घेतलं होतं आणि एकलकोंडेपणाची सवय लावून घेतली होती, त्यामुळे मीही आपोआपच बरोबरीच्या इतर मुलांपासून वेगळी पडले होते. माझी बहीण माझ्यापेक्षा तब्बल सात वर्षांनी लहान, त्यामुळे घरातदेखील माझ्याशी बोलायला कुणीच नव्हतं. शिवाय माझ्या आई-वडिलांनी घटस्फोट घेतलेला असल्यामुळे, माझ्या वाढत्या वयात माझा वडिलांशी फारसा संपर्कही येत नव्हता.पाउंड

अशा परिस्थितीत, माझा छळ करू पाहणाऱ्या व्यक्तीला कोण आणि कशी आडकाठी करणार? त्या माणसाला माझ्या आईनं आमच्या कुटुंबात फक्त स्थानच दिलं नव्हतं, तर त्याला जणू सगळ्या बाबतीत मुखत्यारपत्रच दिलं होतं. ती स्वत:ही त्याला विरोध करण्याच्या बाबतीत असाहाय्य ठरत होती. त्यामुळे, त्या माणसाला आमचं घर चालवायचं एवढंच काम नव्हतं; तो आमच्या घराबरोबर आम्हा सगळ्यांची आयुष्यंही चालवत होता. माझ्या वयाच्या बाराव्या वर्षापासून ते पंधराव्या वर्षापर्यंत त्यानं मला भीतीच्या छायेत ठेवलं. ती तीन वर्षं मी विसरूच शकत नाही; पण गमतीची गोष्ट अशी की, माझा छळ सुरू होण्यापूर्वीचं मला नेमकं काहीच आठवत नाही. छळ सुरू झाल्यानंतरच्या जबर मानसिक धक्क्यामुळे कदाचित माझ्या चांगल्या आठवणी पुसून गेल्या असाव्यात. मला खरंच काही लक्षात नाही.

माझे वडील- डेव्हिड गोल्ड, युद्धकाळात लंडनच्या ईस्ट एन्ड भागात,

भयानक दारिद्र्यात लहानाचे मोठे झाले. त्यांचं बालपण म्हणजे जिवंत राहण्याची धडपड, यापेक्षा अधिक काहीही नव्हतं. त्यांच्यासारखे दरिद्री लोक ज्या घरांमध्ये राहायचे, ती घरं थंडगार, ओल सुटलेली, अशी होती. त्यांच्या घरात अठरा विश्वं दारिद्र्य असल्यामुळे खाण्याचीही भ्रांतच. वडिलांचे वडील, गॉडफ्रे ऊर्फ गॉडी गोल्ड, हे ईस्ट एन्डमधल्या खरे-खोटे नाना धंदे करणाऱ्या माणसांपैकी एक होते आणि सतत संधीच्या शोधात असायचे. माझी आजी- रोझी, या अद्भुत स्त्रीशी त्यांचं लग्न झालं होतं.

माझ्या आजीनं एकटीच्या बळावर मुलांना वाढवण्यासाठी अपार कष्ट केले, कारण गॉडी एकतर घराबाहेर इतर बायकांबरोबर लफडी करण्यात दंग असायचा, नाहीतर तुरुंगात डांबलेला असायचा.

आपल्या घरासमोरच्या जागेत बसून बटनं आणि ख्रिसमससाठी शोभेच्या वस्तू विकण्यापासून तिनं आपल्या उद्योगांना सुरुवात केली. तिची मुलं शाळेतून आल्यावर आणि साप्ताहिक सुट्टीमध्ये तिला त्यात मदत करायची. काही दिवसांनी मग तिनं घराच्या समोरच्या खोलीतच आपलं दुकान थाटलं, आणि त्याला नाव दिलं 'रोझीज बुक शॉप'. वेस्ट हॅम फुटबॉल क्लबच्या समोर अप्टन पार्क इथे, ग्रीन स्ट्रीट नावाच्या रस्त्यावर हे दुकान होतं. पुढे चालून या दुकानात विविध भेटवस्तू, भेटकार्ड, गोळ्या-बिस्किटं, आणि फुटबॉलशी संबंधित छोटी-मोठी स्मरणचिन्हं व वस्तू ठेवल्या जाऊ लागल्या.

माझ्या वडिलांनी काम करायला सुरुवात केली, ती गवंडी म्हणून. त्यांना खरं तर व्यावसायिक फुटबॉल खेळाडू म्हणून आपली कारकिर्द घडवण्याची खूप इच्छा होती, पण त्यांच्या वडिलांनी त्यांना वेस्ट हॅम क्लबशी करारबद्ध व्हायला परवानगी दिली नाही; त्याऐवजी त्यांनी आपली गवंडीकामाची उमेदवारी पूर्ण करावी, असा हुकूम त्यांना दिला. परिणामी पुढची चार वर्षं, माझे वडील कष्टी मनानं विटा रचायचं काम करत राहिले आणि फुटबॉलची फक्त स्वप्नं रंगवत राहिले. नाही म्हणायला, बूट मनी (खेळाडूंना अनधिकृतरीत्या त्यांच्या बुटात घालून मिळणारे पैसे) मिळवण्याच्या नावानं त्यांनी फुटबॉलच्या मैदानावर उतरण्याची आपली हौस भागवून घेतलीच. ते वेस्ट हॅम, फुलहॅम, लेटन आणि बार्किंग अशा विविध क्लब्जतर्फे हे सामने खेळले. इंग्लिश प्रिमिअर लीगचे आघाडीचे खेळाडू ते बनू शकले नसले, तरी ते एक उत्तम खेळाडू होते, हे खरंच. लंडन यूथ संघाकडून ग्लासगो यूथ संघाविरुद्ध, क्रिस्टल पॅलेस मैदानावर खेळताना, खेळ संपायच्या दहा मिनिटं अगोदर, त्यांनी त्यांच्या संघासाठी विजयी गोल लगावला होता. माझ्या वडिलांचं फुटबॉलप्रेम कधीच कमी झालं नाही. आज, त्यांचा भाऊ राल्फ आणि आणखी एक भागीदार यांच्यासमवेत ते बर्मिंगहॅम सिटी फुटबॉल क्लबचे मालक आहेत.

वडिलांच्या गवंडीकामाची उमेदवारी संपली. एक दिवस पुस्तकं आणि मासिकं विकणारा त्यांचा भाऊ राल्फ सांगत आला की, त्याच्या माहितीतलं एक दुकान दिवाळखोरीमुळे विक्रीला निघालं आहे आणि हवं असल्यास ते दुकान आपल्याला मिळू शकतं. माझ्या वडिलांना स्वत:चं काहीतरी सुरू करण्याची ही संधी आवडली आणि त्यांनी ते दुकान ताब्यात घेऊन पुस्तकं आणि मासिकं विकायला सुरुवात केली. दिवस जात राहिले आणि हळूहळू वडील, राल्फ आणि आजोबा गॉडी यांनी स्वत:ची विविध दुकानं आणि उद्योग सुरू केले. त्यांच्या एकंदर उद्योगाला विविधांगी असं म्हणता येईल; पण खरं सांगायचं, तर ज्या कशात नफा मिळेल, त्या प्रत्येक उद्योगात त्यांनी हात घातला. आपल्या दोन मुलांच्या साथीनं गॉडीनं चांगलं बस्तान बसवलं. मुलांनी स्वत:ला त्यांचे नैसर्गिक व्यवसाय भागीदार म्हणून सिद्ध केलं होतं. पण हे फार काळ टिकणार नव्हतं. साठच्या दशकाच्या अखेरीस माझ्या वडिलांचं गॉडीबरोबर फाटलं आणि त्यांच्यामधली ही दरी पुन्हा कधीही मिटली नाही. त्या दोघांचं बिनसायचं कारण म्हणजे माझ्या वडिलांना गॉडीचे धोरणात्मक निर्णय (त्यांच्या नानाविध उद्योगांच्या बाबतीत असं काही म्हणता येत असेल, तर) मान्य नव्हते. याचा मुख्य अर्थ असा की, गॉडीला हा उद्योग आपण एकटेसुद्धा चालवू शकतो असं वाटायचं. त्यांच्या उद्योगाचं नुकतंच त्यांनी 'गोल्ड स्टार पब्लिकेशन्स' असं नामकरण केलं होतं आणि या उद्योगाची प्रत्येकी तीन अशा एकूण नऊ समभागांमध्ये विभागणी केली होती. पण गॉडीनं राल्फला फसवून अशा काही कागदपत्रांवर त्याची सही मिळवली होती, ज्यांचा अर्थ त्यानं आपले दोन समभाग गॉडीला देऊन टाकले आहेत, असा होत होता. म्हणजेच गॉडीकडे आता सगळ्यांत जास्त समभाग झाले होते. बरं तर बरं की वडिलांना आणि राल्फला कळलं की अशाप्रकारे कुणालाही आपले समभाग दुसऱ्याला हस्तांतरित करता येत नाहीत- तसं करणं बेकायदेशीर आहे; पण गॉडीची तत्त्वशून्य वर्तणूक वडिलांना उद्विग्न करून गेली आणि ते व राल्फ गॉडीपासून विभक्त झाले.

डॅडची माझी आई बेरिल हिच्याशी ओळख झाली, ती तिची बहीण हीथर आणि बहिणीचा आताचा नवरा, पण तेव्हाचा प्रियकर- टेरी ग्रीन, यांच्यामार्फत. माझ्या आई-वडिलांनी मग लग्न केलं आणि जुलै १९६०मध्ये माझा जन्म झाला. माझी बहीण व्हेनेसा हिचा जन्म माझ्यानंतर पार सात वर्षांनी झाला, त्यामुळे बराच मोठा काळ मी एकटीच होते. मला आता समजतंय की, माझ्या आई-वडिलांच्या सहजीवनामध्ये लग्नानंतर थोड्याच काळात समस्या सुरू झाल्या होत्या. मला आठवतं, त्या दोघांमध्ये माझी आईच जास्त वर्चस्व गाजवायची आणि सगळं काही आपल्याच मनासारखं करवून घ्यायची. माझी आई दिसायला खूप सुंदर होती. उंच, शिडशिडीत आणि नखरेल. पण मनातून ती कमालीची असुरक्षित होती. चार

लोकांमध्ये गेल्यावर ती बुजल्यासारखी होऊन जायची आणि तिच्या वडिलांसारखीच, स्वत:च्या सावलीलाही घाबरायची. थोडक्यात काय, तर ती म्हणजे एक प्रचंड विरोधाभासी व्यक्ती होती. आता यावरून तुमच्या लक्षात येईल की संसारामध्ये शांतता नांदावी अशी काही ती अजिबात नव्हती. उदाहरणार्थ, तुम्ही तिला माझ्या वडिलांबरोबर पाहिलंत, तर ती त्यांच्यावर हुकमत गाजवायची, पण काही कारणानं ती नाराज असेल- समजा घर बांधणाऱ्या कंत्राटदारानं एखादी गोष्ट नीट केली नसेल, तर त्याबद्दल ती माझ्या वडिलांना वाट्टेल तसं बोलेल, पण स्वत: त्या कंत्राटदाराशी मात्र अजिबात बोलणार नाही. आईला कुणाचा सामना करण्याची अजिबात इच्छा नसे. आणि तिच्या मुलांवर तिनं ज्या प्रकारची आणि ज्या पद्धतीनं बंधनं घातली होती, त्याच्या अगदी विरुद्ध ती स्वत: मात्र सगळं काही अतिरेकी प्रमाणात करायची. ती अति धूम्रपान आणि मद्यपान करत असे.

माझ्या बाबतीत काय सांगू? मी एक विचित्र मुलगी होते- लहानखुरी, धडपडण्यात उस्ताद, खाण्या-पिण्याच्या बाबतीत अत्यंत नखरे करणारी आणि त्याचबरोबर घुमी. माझ्या अगदी लहान वयात, आई मला अगदी अतिरेकी म्हणण्याइतकी जपायची. आता मागे वळून पाहता, तिचं वागणं मनोविकृत असावं असं म्हणता येईल. मी जरा बाहेरच्या दाराचा उंबरा ओलांडला, तरी ती पार धास्तावून जायची, इतकं ते सगळं अतिरेकी होतं. आमच्या घरासमोरच्या बागेत खेळायलाही मला परवानगी नव्हती, मग बाहेर रस्त्यावर जाऊन खेळण्याची बातच सोडा. काय तर म्हणे, मी एखाद्या गाडीखाली येईन किंवा मग मला कुणीतरी पळवून नेईल! कधीतरी ती मला माझ्या सवंगड्यांना आमच्या घरी चहा प्यायला बोलावण्याची परवानगी द्यायची, पण मला त्यांच्या घरी जाण्याची परवानगी मात्र फारच क्वचित मिळायची. मला त्यांच्या घरी जायला जवळजवळ मिळतच नसल्यामुळे ती मुलं वैतागून जायची आणि माझा नाद सोडून द्यायची. त्यामुळे मला मित्र-मैत्रिणी असे जणू नव्हतेच. कालांतरानं मी आईला कुणाकडे जाण्यासाठी विचारणंच सोडून दिलं. ती एवीतेवी नाहीच म्हणणार आणि मग आपल्याला आणखीच वाईट वाटणार, त्यापेक्षा ते विचारणंच नको, असं मला वाटायचं. माझ्या इच्छा मग मी गिळून टाकायची.

आई आम्हा बहिणींची खूप काळजी घ्यायची. आमचं सगळं व्यवस्थित आहे की नाही, आमचं भवितव्य कसं असायला हवं, या गोष्टींची चिंता कुठल्याही आईप्रमाणे तिलाही होती. ती मला खूप छान-छान कपडे घालायची आणि शाळेतल्या वेशभूषा स्पर्धेसाठी खूप मेहनत घेऊन मला नटवायची (मी सहसा ही स्पर्धा जिंकत असे), पण ती खूप कोरडी होती. भावनिकदृष्ट्या मला तिच्यात मायेची ऊब कधीच जाणवली नाही. तिच्यात ममता असलीच तरी ती कधी व्यक्त झाली नाही, हे

नक्की. मला तिनं कधी प्रेमानं जवळ घेतल्याचं, कुरवाळल्याचं आठवतच नाही.

पण ती आमच्यावर प्रेम करायची याबद्दल मात्र मला अजिबात शंका वाटत नाही. ते दाखवून कसं द्यायचं, हे तिला माहीत नव्हतं एवढंच काय ते.

गला शाळेच्या सहलीला जायची परवानगी कधीच मिळाली नाही आणि आमच्या सुट्टीतल्या कौटुंबिक सहली म्हणजे अक्षरश: छळ असायचा. कॉर्नवॉलच्या समुद्रकिनारी गेल्यावर आई माझ्याभोवताली १५ फुटांवर वाळूत एक रेघ मारायची आणि ती लक्ष्मणरेषा मी ओलांडू शकत नसे. इथेही, मी आसपास खेळणाऱ्या इतर मुलांमध्ये जाऊन खेळणं आईला मंजूर नव्हतं. त्या मुलांना मात्र मी आपल्याजवळ बोलावू शके. आता ही अट किती आणि कोण मुलं पाळत असतील हे मला आता आठवत नाही, पण मला नाही वाटत, कुणी हे आमंत्रण स्वीकारलं असावं. तुम्ही एक लहान मूल असाल आणि आपल्या आईच्या अगदी जवळच वाळूच्या एका गोलामध्ये हरवलेल्या चेहऱ्यानं बसलेली एक विचित्र मुलगी तुम्हांला दिसली, तर तुम्ही तिच्याशी खेळायला जाल का? तशी शक्यता खूपच कमी आहे.

आम्ही बिगिन हिल इथे राहायचो. इतर घरांपासून जरा दूर, आतल्या बाजूला, अगदी शेवटी असलेल्या आमच्या सुंदर, टुमदार घराचं नाव होतं 'पाईन क्रेस्ट' तिथं राहायला खूप छान वाटायचं.

बिगिन हिल हा भाग केंट काउंटीतला सर्वांत उंच भाग आहे आणि आमचं एकांडं घर टेकडीच्या अगदी वरच्या टोकाशी होतं. तिथून आम्हांला खोल दरीचं विहंगम दृश्य दिसायचं. एकेकाळी खालची हिरवीगार शेतं नयनरम्य अशी दिसायची. कालांतरानं बांधकाम व्यावसायिकांनी सगळी दरी घरं बांधून भरून टाकली. आता तुम्हांला तिथे फक्त घरांच्या रांगाच रांगा दिसतात. मी ज्या घरात लहानाची मोठी झाले, त्याला स्वत:ची अशी खूप वैशिष्ट्यं होती आणि एक छानशी बागही होती. बागेत चेरीची, चंदेरी बर्चची अनेक झाडं आणि गुलाबांच्या वेली होत्या. पुढे चालून माझ्या वडिलांनी त्यात एक पोहण्याचा तलावही बांधून घेतला होता.

आमचं घर तीन पातळ्यांचं होतं. मुख्य दरवाजा त्यातल्या मधल्या पातळीवर होता. त्याच पातळीवर तीन बेडरूम्स होत्या आणि तिथून मोठाल्या पायऱ्या उतरून खाली गेल्यावर जिथे त्या संपतात, तिथे स्वयंपाकघर होतं. आमच्या स्वयंपाकघरात खरकट्या डिशेसचा ढीग लागलेला कायम दिसायचा. मला वाटतं, तो ढीग जादूनं नाहीसा होईल असं माझ्या आईला वाटत असावं.

बैठकीच्या जागेत ओक वृक्षाच्या लाकडांपासून बनवलेल्या तुळया होत्या आणि तिथल्या भिंती अर्ध्यापर्यंत कोरीव लाकडानं सजवलेल्या होत्या. तिथे एक छानदार फायरप्लेस आणि सुसज्ज अशी मद्य पिण्याची जागा होती. भौतिक सुखाच्या बाबतीत आम्हांला काहीही कमी नव्हतं. माझ्या वडिलांचे कठोर परिश्रम

आणि व्यावसायिक यश, यांमुळे सुटीसाठी परदेशवारीला जाणं देखील आम्हांला परवडत होतं पण आम्ही कधीच तसे गेलो नाही, कारण माझ्या आईला विमानप्रवासाची भीती वाटायची. एकदा आम्ही अमेरिकेला जाऊन आलो खरे, पण बोटीनं, आणि त्यामुळे माझे वडील फारसे खूश नव्हते. बोटीनं अमेरिकेला आम्हांला पाच दिवस जायला आणि पाच दिवस परत यायला लागून दहा दिवस त्यातच मोडले आणि आम्हा सगळ्यांनाच बोट लागली. आईनं आम्हा सगळ्यांना त्या त्रासातून जायला भाग पाडल्याबद्दल वडिलांनी तिला कधी क्षमा केली असेल असं वाटत नाही, पण ते सद्गृहस्थ म्हणण्याइतके चांगले होते, त्यामुळे त्यांनी आईशी त्या बाबतीत वाद घालणं टाळलं.

मला वाटतं त्यांना काहीही करून घरातली शांतता टिकून राहावी, असं वाटायचं.

माझ्या आईला माझी काळजी वगैरे काही वाटत नव्हती असं आता मला खात्रीपूर्वक वाटतं. तिच्या भीती वाटण्यात काही अर्थ नव्हताच, पण त्यात फक्त माझ्या सुरक्षिततेबद्दलची काळजी होती, असंही नव्हतं. तिची भीती म्हणजे तिच्या व्यक्तिगत पातळीवरच्या भयग्रस्ततेचं प्रकटीकरण होतं. मला वाटतं सुप्तरित्या, मला काही झालं, तर तिचं कसं होईल, हीच तिची चिंता होती. तिला कसं वाटेल? बस्स! तिचा बाह्य जगाशी जणू काही संबंधच नव्हता - आणि ही गोष्ट पुढे चालून आणखीनच तीव्र होणार होती. मला तर असं जाणवतं, की तिला कधी घराबाहेर पडण्याची वेळ आली नसती, तर तिला जास्त आनंद झाला असता. कधीतरी एकदा तिनं असंच काहीसं बोलून दाखवल्याचं मला चांगलं आठवतं.

तिच्या अशा वागण्याचा माझ्यावर काय परिणाम होत होता, याचा तिनं क्षणभर थांबून विचारही केला असेल का, याबद्दल मला शंका आहे आणि स्पष्टच सांगायचं, तर तिच्या स्वत:च्या विचित्र भयगंडापलीकडे कसलाही विचार करू शकण्याची क्षमताच तिच्यात नव्हती. एकंदरच जगाला सामोरं जाण्याचे तिचे असाधारण मार्ग पाहता, तिच्या मनात काही वाईट हेतू असतील असं मला मुळीच वाटत नाही. तिला यापेक्षा वेगळ्या पद्धतीनं जगणं आणि विचार करणं म्हणजे काय, हे माहीतच नव्हतं असा मी विचार करते. त्याचबरोबर, मी ज्या काळात लहानाची मोठी झाले, त्या काळात आजच्यासारखं मुलांचं संगोपन आणि त्यांचा आत्मगौरव वाढवण्यावर भर देणं अस्तित्वातच नव्हतं. त्या काळात लोक नकारात्मक विचार आजच्यापेक्षा खूपच स्पष्टपणे बोलून दाखवत असावेत. युद्धानंतरच्या त्या पिढीतले लोक यालाच सत्याला धरून आणि प्रामाणिकपणे वागणं समजत होते आणि आपल्याला गोष्टी जशा दिसतात, तशा त्या स्पष्टपणे बोलून दाखवण्यामध्ये काहीही गैर नाही, असं त्यांना वाटत असावं, अशी मला शंका आहे.

तशातच मला शाळा म्हणजेसुद्धा एक संकटच वाटायचं आणि मी आजारपणाचं सोंग घेऊन अनेकदा बुट्टी मारायची. कदाचित असं असेल, की माझ्या आईच्या विलक्षण जपणुकीमुळे कुठेतरी मीही तिच्यासारखीच बाहेरच्या जगाला तोंड देण्यास असमर्थ बनले होते. मी आत्यंतिक लाजाळू असल्यामुळेही अर्थातच मी कुठल्याही बाबतीत काठा-काठानंच राहत असे. फार खोलवर मी शिरू शकत नव्हते. त्यामुळे इतर मुलांना मी परकी वाटायचे आणि ते मला बकरा बनवायचे.

माझे केस खूप लांब होते आणि ते वर घेऊन त्यांची घट्ट पोनीटेल बांधलेली असायची. मुलं मग ती मागून ओढायचे. केस जरा सैल बांधणं माझ्या आईला मुळीच आवडायचं नाही. माझं कपाळ अंमळ मोठं असल्यानं ते लपवण्यासाठी मी केस थोडे पुढे ओढण्याचा प्रयत्न करत असे. माझे पुढचे केस कपाळावर येतील अशी केशभूषा करायची कळकळीची विनंती मी आईला करायची. मी नववीत गेल्यावर तिनं ते करून बघण्याचं मान्य केलं. बेकेनहॅम इथल्या एका हेअरड्रेसरकडे आम्ही गेलो. माझे केस खूपच मागून सुरू होत असल्यामुळे ते असे पुढे सोडता येणार नाहीत, असं त्या स्त्रीनं आम्हांला सांगितलं, आणि मी काहीही बदल न करताच तिथून बाहेर पडले. मी तेव्हा चष्माही घालायचे आणि तो अगदीच ओंगळ होता, भरीत भर म्हणजे माझा एक डोळा जरा अधू असल्यानं त्या बाजूच्या काचेवर जाड भिंग होतं आणि त्यामुळे तर मी आणखीनच ध्यान दिसायची. आम्ही पकडा-पकडी खेळायचो, पण मला पकडायला कुणीच येत नसे.

शाळेतलं जेवण हे माझं आणखी एक दुःस्वप्न. मला हे मान्य करायला लाज वाटते, पण खाण्याच्या बाबतीत माझ्या खूप आवडी-निवडी आहेत. मला काही पथ्यपाणी होतं असं नाही, पण माझ्या ताटात काय आहे, हे मी फार काळजीपूर्वक बघते. आम्हांला खाऊ घालणारी स्त्री जबरदस्तीनं माझ्या तोंडात भाज्या कोंबायची, ज्या मी थुंकून टाकायची. दुसरी एक स्त्री, डोरोथी, खूपच छान होती आणि ती माझी खूप काळजी करायची. ती आनंददायी तर होतीच पण तिच्याबरोबर असताना मला खूप सुरक्षित वाटायचं. त्यानंतर अनेक वर्षांनी नियती आम्हा दोघींना पुन्हा एकत्र आणणार होती; मी तिच्या मुलाशी- टोनीशी लग्न केलं होतं. आज टोनीपासून मी घटस्फोट घेतलेला असला, तरी माझे आणि डोरोथीचे संबंध मात्र टिकून आहेत, आणि अन्नाशी माझं शत्रुत्वही. हॉटेलमध्ये गेल्यावर वेटरनं माझ्यापुढे काही आणून ठेवलं की माझ्या मित्रमंडळींची करमणूक होते, कारण मी त्या अन्नाकडे असं काही संशयानं पाहायला लागते, की जणू ते आता अचानक जिवंत होऊन उडी मारेल की काय, असा माझा आविर्भाव असतो म्हणे. आता मी चित्रविचित्र पदार्थ मागवणं आणि ते देणारी हॉटेलं टाळतेच.

माझ्या अशा एकाकी आयुष्यात थोडा काही दिलासा असेल, तर तो म्हणजे

माझी मावसभावंडं स्टीफनी आणि रसेल. दर बुधवारी रात्री माझ्या प्रिय हीथरमावशी आणि टेरीकाकांबरोबर ती दोघं आमच्याकडे जेवायला यायची. माझ्यासाठी आठवड्याचा तो सर्वोच्च आनंदी प्रसंग असायचा. मोठी माणसं खालच्या मजल्यावर जेवत असत तर, वरती आम्ही मात्र इतर सर्वसाधारण मुलांप्रमाणे धांगडधिंगा घालत असायचो. मी स्वत:ला खऱ्या अर्थानं व्यक्त करू शकायचे आणि मी ज्या वयाची होते, त्या वयाच्या मुलीप्रमाणे वागू शकायचे, ते फक्त अशा वेळीच. दुर्दैवाची गोष्ट म्हणजे मी जेव्हा बारा वर्षांची होते, तेव्हा माझे मावशी आणि काका तिथून दुसरीकडे राहायला गेले. ते तिथून दूर जाण्याचा काळ माझ्या आयुष्यातल्या सगळ्यांत वाईट कालखंडाशी योगायोगानं जुळून आला होता.

या काळात माझ्या वडिलांबद्दलच्या फारशा आठवणी माझ्या मनात नाहीत. ते हळुवारपणे बोलत असत, एवढंच काय ते माझ्या लक्षात आहे; आजही ते तसेच बोलतात. ते खूप काम करायचे, त्यामुळे आम्हांला ते फारसे भेटायचेच नाहीत. माझ्यावर वा व्हेनेसावर त्यांनी कधीही हात उगारला नाही. माझ्या आई-वडिलांची खूप भांडणं झालेली मला आठवत नाहीत, पण त्यांच्या नात्यामध्ये खूपच तणाव होता हे मात्र नक्की. कुठल्याही विवाहित जोडप्याच्या बाबतीत असतं, तसंच त्यांच्यातल्या बेबनावाची नेमकी कारणं सांगणं अशक्य आहे, पण बहुधा त्यांचे लैंगिक संबंध असून नसल्यासारखे असावेत. एकमेकांशी संवादच साधू न शकण्याचा हा नैसर्गिकच परिणाम म्हणावा लागेल. माझ्या वडिलांची बाहेर प्रेमप्रकरणं असावीत अशी माझ्या आईला नेहमी शंका असायची आणि त्यांच्या गाडीचा आज किती प्रवास झाला आहे, हे तपासून पाहताना मी तिला अनेकवेळा बघितलं आहे. एकदा तर मला आपल्या गाडीत कोंबून ती त्यांचा पाठलाग करत गेली होती.

माझ्या आईला घरकाम करायला अजिबात आवडत नसे आणि मला खात्री आहे, की घर नेहमी स्वच्छ आणि टापटीप असावं, एक कणही धूळ वा पसारा कुठे दिसू नये, याबाबतीत मी प्रचंड आग्रही असण्याचं ते एक कारण असावं. घराची स्वच्छता करणं, ही गोष्ट तिच्या कामाच्या यादीत बहुधा शेवटी शेवटी असावी आणि तिच्यावर सोडलं असतं, तर आमचं घर एक कचराकुंडी व्हायला वेळ लागला नसता. मग तिनं बॉबी नावाची एक मुलगी सफाईकाम करायला ठेवली. ती मुलगी चांगलीच चोरटी निघाली. बघता-बघता ती वस्तू लंपास करत असे आणि तेही राजरोसपणे. एकदा तिनं आईचा एक कोट आतल्या कपाटातून काढून घेतला आणि सरळ अंगावर चढवून निघून गेली. दुसऱ्या दिवशी ती तोच कोट घालून आली आणि नंतर रोजच तो कोट घालायला लागली. त्याबद्दल माझ्या आईनं तिला एका शब्दानंदेखील टोकलं नाही आणि तीही काही बोलली नाही. नंतर त्या दोघी चांगल्या मैत्रिणी झाल्या आणि त्यांनी मिळून बारीक-सारीक वस्तू

विकण्याचं एक दुकानही थाटलं. आईनं ज्यांच्याशी मैत्री केली अशा अगदी मोजक्याच लोकांपैकी ती एक असावी. या बॉबीला जॉन नावाचा एक मुलगा होता, ज्याला संगीतक्षेत्रात काहीतरी बनायची इच्छा होती, पण ते जमलं नाही. मग मध्य लंडनमधील एका कॉलेजात कॉम्प्युटर विभागामध्ये त्यानं नोकरी धरली. थोड्याच काळात बॉबीनं जॉन आणि त्याची बायको स्यू यांची ओळख माझ्या आई-वडिलांशी करून दिली. रात्री ते सगळे एकत्र जेवायला जमायचे आणि त्यांच्यात चांगले संबंध निर्माण झाले आहेत असं दिसत होतं. काही काळ तर जॉन माझ्या वडिलांचा अगदी जवळचा मित्र होऊन गेला होता.

लवकरच आमच्या जीवनप्रवाहानं वेडीवाकडी वळणं घ्यायला सुरुवात केली. माझ्या आईचं जॉनशी प्रेमप्रकरण सुरू झालं आहे, हे मला नेमकं केव्हा लक्षात आलं हे मला सांगता येणार नाही, पण तेव्हा मी बारा वर्षांची असावी. आई मला आणि व्हेनेसाला घ्यायला हेस इथल्या आमच्या शाळेत यायची. घरी जाताना आम्ही वाटेत जॉनच्या घरी थांबायचो. तोही बिगिन हिल भागातच राहायचा, पण मुख्य रस्त्याजवळच्या एका बंगल्यात. त्याच्या बंगल्याच्या मागे एक बाग होती आणि त्यात एक भयंकर उतार होता. ती बागच तशी धोकादायक होती. कॉंक्रीटच्या सज्जापासून एकदम दहा फूट खोल ती जायची आणि खाली विटा आणि काचांचे तुकडे, इतर भंगार सामान आणि एक भयकारी खायखुजलीचं झाड होतं. आई आम्हांला इथेच सोडून आत जायची आणि बंगल्याचं दार आतून लावून घ्यायची. घरापुढची बाग थेट हमरस्त्यावर उघडणारी आणि मागची बाग सर्वार्थानं दोन लहान मुलींच्या दृष्टीनं अत्यंत धोकादायक, घराचं दार आतून लावलेलं- यात आमच्या सुरक्षिततेचा विचार काय असणार? एरवी ती आमच्यावर सारखं लक्ष ठेवून असायची, त्याच्या अगदी विपरीत ही तऱ्हा. आई स्वत: मजा करत होती आणि त्या क्षणी तेवढंच महत्त्वाचं होतं. आम्ही त्या घरात कधीही गेलो नाही आणि आम्हांला तिथे प्रवेश नव्हता हे सूर्यप्रकाशाइतकं स्वच्छ होतं. मी गोंधळून जायची आणि मला खूप एकाकीही वाटायचं. व्हेनेसा माझ्याबरोबर असली, तरी ती माझ्यापेक्षा सात वर्षांनी लहान असल्यामुळे तिच्याशी खेळण्याचा मला लगेच कंटाळा यायचा. चिखलाचे गोळे तरी करून करून किती वेळ करणार? मला आठवतं कधी कधी मला खूप थंडीही वाजायची, पण मी त्याबद्दल आईला कधीच काही बोलले नाही.

पौगंडावस्थेतल्या अनेक मुली त्यांच्या वयापेक्षा मोठ्या दिसतात, पण माझ्या बाबतीत अगदी विरुद्ध होतं. मी होते त्यापेक्षा खूप लहान दिसायची आणि मला बाहेरच्या जगात मिसळू दिलं न गेल्यामुळे, इतर बरोबरीच्या मुला-मुलींशी माझा संबंध कमीच आल्यामुळे, सामाजिकदृष्ट्या माझी योग्य वाढ झालीच नव्हती. माझ्या

बरोबरीच्या इतर मुला मुलींशी कसं बोलायचं, याचा विचार करत असायच्या, त्या वयात कराव्या वाटणाऱ्या- नखांना काळं नेलपॉलिश, डोळ्यांच्या वर भडक निळी आयशॅडो लावणं वगैरे प्रयोग इ.- गोष्टी करायच्या; पण मी मात्र या सगळ्यांपासून खूप दूर होते, जणू एका पोकळीत राहत होते. त्यामुळेच, मला खरोखरच समजत नाही की आईचं जॉनबरोबर लफडं आहे, हे मला कसं कळलं? पण कळलं खरं.

एके दिवशी माझे वडील कामावरून परत आले तेव्हा त्यांनी जॉन आणि आईला आमच्या पोहण्याच्या तलावामध्ये नको ते करताना पाहिलं. ते बहुधा काहीही न बोलता आल्या पावली परत ऑफिसला गेले.

आपली बायको आपल्या जवळच्या मित्राबरोबर शारीरिक संबंध ठेवते हे समजल्यावर, बहुतेक पुरुषांची प्रतिक्रिया यापेक्षा उघड आणि अगदी हिंसात्मकही असणं अपेक्षित असतं- पण इथे तसं काहीही घडलं नाही.

कदाचित हे विवाहसंबंध संपवण्याची एक आयती संधी म्हणून वडिलांनी त्याकडे पाहिलं असावं.

पोहण्याच्या तलावाच्या प्रसंगानंतर झालं काय, की वडिलांनी हे सगळं स्वीकारलं असल्याचं जाणवायला लागलं. त्यानंतरही ती चौघं जेवायच्या निमित्तानं एकत्र येतच राहिली. फरक इतकाच, की आता जेवणानंतर आई जॉनबरोबर, तर डॅड जॉनची बायको स्यूबरोबर झोपायला लागले. अत्यंत हीन पातळीवरचं मध्यमवर्गीय स्वप्न असावं, असा तो भयंकर प्रकार होता. नंतर खूप वर्षांनी माझ्या वडिलांनी मला सांगितलं- माझ्या वैवाहिक जीवनात प्रेम नव्हतंच, पण मला तुम्हा दोघी मुलींना सोडून जायचं नव्हतं. जॉनच्या तरुण आणि आकर्षक बायकोबरोबर झोपण्याची संधी अचानक मला दिली गेली होती. माझ्या बायकोचा तिचं जॉनबरोबरचं प्रकरण थांबवण्याचा कुठलाही विचार नाही हे मला उमगलं होतं, मग प्राप्त परिस्थितीत हाच एक पर्याय सर्वोत्तम होता म्हणून मग मी ते सगळं स्वीकारलं.

जॉन आईबरोबर आमच्या आई-वडिलांच्या खोलीत जायचा तर स्यू आणि वडील मोकळ्या बेडरूममध्ये झोपायचे. माझ्या बाबतीत बोलायचं तर मला शक्य तितक्या चांगल्या पद्धतीनं मी या गोष्टीला सामोरी गेले होते. मला ज्या पद्धतीनं वाढवलं गेलं होतं, त्यामुळे मी तशीही अबोल होते आणि प्रश्न न विचारायचीच पक्की शिकवण मला दिली गेली होती. घरात हे जे काही चाललं होतं, ते कळण्याचं व्हेनेसाचं वय नव्हतं.

आम्ही मग जेवण झाल्यानंतर आमच्या खोलीत जाऊन खेळत बसायचो, जणू घरात काही विशेष घडतच नाहीये, अशा प्रकारे. हे सगळं असं होतं.

ही नवरा-बायकोची अदलाबदल बराच काळ चालत राहिली पण ही व्यवस्था कायम राहिली नाही, यात आश्चर्य ते काय? डॅड आणि स्यूसाठी शेवटी ही एक

निव्वळ तडजोडच होती. स्यू तरुणही होती.

त्यांचे संबंध मग फिसकटले, डॅडचं त्यांच्या वडिलांची सचिव डिनाईसशी प्रकरण सुरू झाल्यानंतर लगेचच. डॅडचं हेही प्रकरण फार काळ चालायचं नव्हतं. आता मात्र माझे वडील भयंकर दु:खी झाले होते आणि ते व आई वेगळे होणं आता अपरिहार्यच होतं. आम्हा दोघी मुलींना सोडून जाण्याचं त्यांना खूप वाईट वाटत होतं आणि हल्लीच त्यांनी आमच्याजवळ आपलं मन मोकळं करताना सांगितलं, की त्याबद्दल त्यांना कायम खूप अपराधी वाटत राहिलं. त्यांनी आम्हा दोघींना आमचा वाइटातल्या वाईट प्रकारे मानभंग करणाऱ्या माणसाच्या तावडीत सोडलं होतं, हे जेव्हा त्यांना खूप वर्षांनी कळलं, तेव्हा तर ते उन्मळूनच पडले.

आई-वडिलांच्या वेगळं होण्यानं मी मात्र उध्वस्त झाले होते. त्यामुळे माझ्या अभ्यासावर परिणाम झाला आणि मी एक वर्ष मागे पडले. आपल्या बरोबरच्या मुलांच्या मागे पडण्याचं मला अतीव दु:ख झालं, कारण मी 'ढ' नाही, हे मला माहीत होतं. खरं म्हणजे त्याच सुमारास मला सगळ्या प्रकारच्या शब्दकोड्यांमध्ये खूप रस निर्माण झाला होता आणि मी ती कोडी फक्त सोडवतच नसे, तर तयारही करत असे. मी शब्दकोडी इतकी छान तयार करत असे की, माझ्या वडिलांनी त्यांच्या शब्दकोड्यांच्या नियतकालिकांसाठी ती तयार करण्याचं काम मला दिलं आणि प्रत्येक कोड्याला ५० पेन्स (ब्रिटिश नाणी) अशी भरपूर बिदागी देऊ केली होती. डॅडनी तेव्हा 'लेटर फिट' आणि 'इझी क्रॉसवर्ड्स' अशी दोन नियतकालिकं छापायला सुरुवात केली होती. आपला भाऊ राल्फ, याच्याबरोबर पुस्तकं आणि मासिकांची दुकानं चालवण्याचा पुढचा टप्पा म्हणून त्यांनी आता प्रकाशन व्यवसायात पाऊल ठेवलं होतं. मासिकं विकताना, ती छापणं हेही प्रगतीचं एक स्वाभाविक पाऊल आहे, असं त्यांना वाटलं असावं. मी माझ्यावरची ही नवी जबाबदारी अत्यंत गंभीरपणे घेतली आणि विशेषत: दिलेल्या शब्द वा विषयावरून अनेक शब्द शोधण्याचा खेळ मी खूपच चांगला तयार करत असे. शब्दकोडी आणि इतरही कोडी मला आजही आवडतात आणि सावधान, 'स्क्रॅबल' या शब्दखेळाची मी धोकादायक आणि अत्यंत स्पर्धात्मक खेळाडू आहे बरं का!

घरातलं दु:ख आणि गोंधळसदृश परिस्थितीतून स्वत:ला बाहेर काढण्यासाठी कोडी हे माझं एक साधन होतं. मी शाळेत तास चालू असतानासुद्धा कोडी तयार करत असायची कारण मला पैसे मिळवायचे होते आणि त्या जोरावर स्वतंत्र व्हायचं होतं. माझ्यासाठी ती एक फार मोठी प्रेरणा होती. याच काळात अखेर मला शाळेत काही मैत्रिणीही मिळाल्या होत्या; मिशेले यारो, बेव्हर्ली डाल्टन आणि कारेन कार्टर. त्या वेळी बहुधा कारेनशी माझी जास्त घसट होती. कारेन मला नेहमी परिपक्व वाटायची आणि आदर्श वाटायची. दुसरं म्हणजे आम्ही दोघीही डॉनी ऑस्मंड आणि

डेव्हिड कॅसिडी यांच्यावर मरायचो! माझ्या तिघी मैत्रिणी माझ्यापेक्षा बऱ्याच मोठ्या आणि स्वत:बद्दल जाणीव असणाऱ्या, अशा होत्या. त्याउलट मला वेशभूषेतलं ओ की ठो कळत नसे आणि मी अजूनही गबाळीच होते- अंगावर लाल डाग, तुपकट चेहरा आणि अत्यंत कृश. अनेक मुलींची असते, तशी माझी वाढ हळूहळू होत होती आणि हे माझ्या आईच्या नव्या जोडीदाराच्या नजरेतून सुटलं नाही.

जॉनच्या आमच्या घरातील आगमनामुळे आमचं सगळं जीवन पार बदलून गेलं. आम्हा सगळ्यांनाच त्याची प्रचंड भीती वाटायची. तो अत्यंत रागीट होता आणि जराशा कारणानंही त्याचा जणू स्फोट व्हायचा.

तो कामावरून आल्यानंतर टेबलावर त्याच्या किल्ल्यांचा जुडगा फेकायचा. तो जुडगा किती जोरानं आवाज करतो याकडे आमचं लक्ष असायचं, कारण त्यावरून आज स्वारी कुठल्या मूडमध्ये आहे, ते आम्हांला कळायचं. जेव्हा केव्हा आईचे मित्र-मैत्रिणी वा कुणी नातेवाईक अचानक येत असत, तेव्हा जॉन सहसा आल्या-आल्या आपला व्हिस्कीचा ग्लास भरायचा आणि रागानं धुमसत त्याच्या गुहेमध्ये जाऊन बसायचा.

त्याच्याइतकं चिडकं मोठं माणूस - किंवा अगदी लहान मूलसुद्धा - मी तरी आजवर पाहिलेलं नाही. दर गुरुवारी रात्री डॅड मला आणि व्हेनेसाला भेटायला यायचे आणि आम्ही सगळे बसून काहीतरी संभाषण करायचा प्रयत्न करायचो. पण वातावरणात खूपच मोठा ताण असायचा. मग जॉन उठून त्याच्या खोलीत निघून जायचा. तो भयंकर प्यायचा आणि त्याच्या प्रभावामुळे आईसुद्धा खूप प्यायला लागली होती. तिचं जॉनवर प्रेम असेलही, किंवा निदान तिला तसं वाटत असावं, पण त्यांचं नातं हे काही निरोगी नातं नव्हतं. आम्ही जॉनला जेवढ्या घाबरायचो, तेवढीच तीही घाबरायची आणि त्यानं तिचा आत्मविश्वास पार संपवूनच टाकला होता. मला तिची खूप कीव यायची आणि तिला जीवनात जरा तरी आनंद मिळावा असं मला खूप वाटायचं.

जॉन लोकांशी जवळीक निर्माण करणाऱ्यांपैकी नव्हता आणि याला मी आणि व्हेनेसाचाही अपवाद नव्हता, पण तो आमच्या खोलीत येऊन आम्हांला गुडनाईट म्हणत गालाचं चुंबन घेऊन मात्र जायचा. मला तो आवडत नव्हता आणि त्याच्याबद्दल मला अजिबात ममत्व नव्हतं, त्यामुळे मी त्याला प्रतिसाद कधीच दिला नाही. एके रात्री चुंबन घेताना त्यानं त्याची जीभ माझ्या तोंडात घातली. प्रामाणिकपणे सांगायचं, तर मला तेव्हा या गोष्टीचा अर्थच कळत नव्हता. असं माझं चुंबन घेऊन झाल्यानंतर तो तडक आमच्या खोलीतून बाहेर पडला. आता बाल लैंगिक शोषण विकृतीबद्दल आणि अशा लोकांबद्दल वाचल्यानंतर मला कळतंय की मला त्या दृष्टीनं तयार करण्याची ही जॉनची पहिली पायरी असावी. आपण काय

करतो आहोत, हे जॉनला नेमकं माहीत होतं. मी माझ्या आई आणि बाह्य जगापासून तुटलेली आहे, हे त्याला दिसत होतं, आणि माझी आई तर त्याला वचकूनच असायची, त्यामुळे त्याला काहीही करायला रान मोकळंच होतं.

हे शोषण हळूहळू वाढतच गेलं. तो मला खूप भाव द्यायचा आणि माझ्याबद्दल चांगलं बोलून माझा उघडच दिसणारा कमकुवत आत्मविश्वास, वाढवण्याचा प्रयत्न करायचा. या दोन्ही गोष्टी मी पूर्वी कधी अनुभवल्या नव्हत्या आणि आपण असा अनुभव घ्यायचा असतो की नाही, हेही मला ठाऊक नव्हतं. जॉनला व्हेनेसाबद्दल खूप प्रेम वाटायचं, हे मला ठाऊक होतं, पण तरी त्यानं माझ्याकडे जेवढं लक्ष पुरवलं, तेवढं तिच्याकडे मात्र दिलं नाही. त्यानं फक्त एकदाच तिला स्पर्श केलेला तिला आठवतो. अर्थात, त्यानं तिचे नागडे फोटो मात्र घेतले होतेच. आता मागे वळून बघताना मला असं वाटतं की ती माझ्यापेक्षाही लहान असली, तरी माझ्यापेक्षा खूपच जास्त आक्रमक होती म्हणूनच जॉन तिच्यापासून लांब राहिला. तिचा तसा स्वभाव त्याच्या दृष्टीनं धोकादायक होता. बाल लैंगिक शोषणकर्ते आपल्या सावजाचा नीट अभ्यास करत असतात, त्याप्रमाणेच माझ्या एकंदर व्यक्तिमत्त्वाचा अभ्यास करून जॉननं अशी अटकळ बांधली असावी की मी काहीही केलं तरी त्याची कुणाजवळ वाच्यता करणार नाही.

मला कुणाजवळ तरी हे सगळं सांगायची इच्छा होती, पण मला खूप भीतीही वाटत होती. फक्त जॉनचीच नव्हे, तर माझ्या आईची देखील. माझ्या बाबतीत काय घडतं आहे, हे ज्या थोड्या लोकांजवळ व्यक्त करण्याचा प्रयत्न मी केला, त्यांपैकी एक म्हणजे माझा मावसभाऊ रसेल. मी बारा वर्षांची असताना एकदा ते लोक आमच्याकडे आले होते आणि मी रसेलला म्हटलं 'जॉन माझ्याशी सलगी करतो'; नेमकं माझ्या आईनं ते ऐकलं आणि मला खोटं बोलू नकोस, असं दटावलं.

स्पर्श आणि चुंबनांपासून सुरू झालेली माझी दुर्दैवी फरफट पुढे आणखी किळसवाण्या प्रकारांपर्यंत नेमकी केव्हा पोहोचली हे मला आठवत नाही, पण एक प्रसंग मात्र अगदी ठळकपणे समोर येतो.

मी तेव्हा तेरा वर्षांची होते. डॅडनी त्या वर्षी आम्हा चौघांची- आई, जॉन, मी आणि व्हेनेसा- कॅरिबियन समुद्रसफरीची तिकिटं स्वत:च्या पैशांनी काढून दिली. खरं तर त्यांना आमच्यासाठी हे करायची काहीही गरज नव्हती, पण कदाचित त्यांचं अपराधी मन त्यांना खात असावं. आमच्या त्या सफरीत आम्ही जी स्थळं पाहणार होतो, त्यांची यादी अगदी स्वप्नवत वाटावी, अशी होती. 'मार्टिनिक', 'सेंट व्हिन्सेंट', 'बार्बाडोस' अशी सगळी ठिकाणं त्यात होती. मी तर हरखूनच गेले होते.

जहाजावर एके दिवशी दुपारच्या जेवणाला जाताना, मला कसंतरी व्हायला लागलं, म्हणून मग असं ठरलं की मी जाऊन विश्रांती घ्यावी. काही वेळानं जेवण

अर्ध्यातच टाकून जॉन उठला आणि एकटाच माझ्या केबिनमध्ये आला. फार तपशील मला आता आठवत नाहीत, पण जॉननं माझे सगळे कपडे काढले आणि मला शॉवरखाली घेऊन आला. त्यानं मला थोड्या वेळानं शॉवरमधून बाहेर येऊ दिलं आणि तेवढ्यात आई केबिनच्या दाराशी पोहोचली. दार जॉननं आतून लावून घेतलं होतं, पण आईनं किल्लीच्या भोकातून त्याला माझ्याबरोबर आत असलेलं पाहिलं होतं. तिनं जोरजोरात दार बडवलं.

त्यानं दार उघडलं आणि आपली विजार चढवता-चढवता एक शब्दही न बोलता तो तिच्या शेजारून केबिनच्या बाहेर पडला. मला संपूर्णपणे नग्न आणि पाण्यानं निथळत असलेली पाहून आई तरातरा माझ्याजवळ आली आणि तिनं माझ्या तोंडात एक सणसणीत चपराक लगावली. या बाबतीत तिनं जॉनला काहीही विचारलं नाही, पण उर्वरित ट्रीपभर माझ्याकडे मात्र संपूर्ण दुर्लक्ष केलं.

त्या प्रसंगानंतर, काय चाललं आहे, हे मला वाटतं तिला चांगलं कळून चुकलं होतं. त्या गोष्टीचा मी जेवढा विचार करत असे, तेवढी माझ्या मनात तिनं आपल्याला नाकारल्याची आणि आपल्या दुर्दशेला आपणच जबाबदार असल्याची भावना बळावत असे. जॉन जे काही करत होता, ते योग्य किंवा सर्वसाधारण नाही हे मला माहीत होतं आणि यात माझं काय चुकलं, हा एकच प्रश्न मला छळायचा.

तो काळही असा होता, जेव्हा मुलं छळ वगैरे गोष्टींबद्दल कुणाशी बोलत नसत. आज प्रसारमाध्यमांमध्ये जितक्या उघडपणे या प्रकाराचा उल्लेख होतो, तेवढा तेव्हा होत नसायचा आणि मुलांना अशा छळकर्त्यांपासून जपायला सांगितलंही जात नसायचं. बाल लैंगिक शोषण असं काही तेव्हा वरकरणी अस्तित्वातच नव्हतं. या समस्येला कसं हाताळायचं, याची व्यावसायिक पातळीवरही फारशी जाण तेव्हा नव्हती; एका स्त्री डॉक्टरकडून मला आलेला अनुभव याची साक्षच होता. माझ्या स्वत: होऊन ओढवून घेतलेल्या बद्धकोष्ठतेवर उपचार करून घेण्यासाठी मी तिच्याकडे गेले होते. गेल्या काही वर्षांत संडासमध्ये जायला लागू नये म्हणून मी माझी मलप्रवृत्ती दाबून ठेवण्याची सवय लावून घेतली होती. एकदा तर सलग दोन आठवडे मी शौचाला गेले नव्हते. मला भयंकर वेदना होत होत्या. मानसशास्त्रज्ञ याकडे एका अगतिक लहान मुलीचा, जगात आपल्या हातात काहीतरी आहे, आपणही काहीतरी करू शकतो, हे स्वत:लाच सिद्ध करून दाखवण्याचा प्रयत्न म्हणून बघतील आणि मला वाटतं त्यात बरंच तथ्य आहे.

मला तशी डॉक्टर म्हटलं की भीती वाटायची, पण इथे मी माझ्या डॉक्टरबरोबर पहिल्यांदाच एकटी आहे, हेही मला जाणवत होतं. ती मला तपासत असताना मी एकदम बोलून गेले- माझ्या घरात माझा लैंगिक छळ होतो आहे. आता हे ऐकल्यावर तिनं मला धीर देऊन त्याबद्दल अधिक बोलतं करण्यासाठी माझा

आत्मविश्वास वाढवावा की नाही? पण ती थंडपणे म्हणाली, 'मी एखाद्या सामाजिक कार्यकर्त्याला तुझ्या घरी पाठवून देऊ का?' तिचे ते शब्द ऐकूनच मला घाम फुटला आणि मी ताबडतोब नको म्हटलं. मला अजून संकटात पडायची वा माझा छळ तीव्र करून घ्यायची अजिबात इच्छा नव्हती. त्या काळी सामाजिक कार्यकर्ते म्हणजे तुम्हांला मदत करणारे याऐवजी तुम्हांला पकडून घेऊन जाणारे, अशी काहीशी प्रतिमा होती. या घटनेनंतर आणि माझ्या मावसभावाजवळ हे बोलून दाखवण्याच्या बालिश प्रयत्नानंतर, मी कुणाशीही काहीही बोलायला गेले नाही, गप्प बसून सगळं गिळत राहिले. मी माझ्या वडिलांनाही सांगू शकले नाही. त्यांना बिचाऱ्यांना घरात काय चाललं आहे, याची तसूभरही कल्पना नव्हती. खरं सांगायचं, तर त्यांना अगदी आत्ताच ते कळलं.

जॉनचा छळ आता लैंगिकतेच्याही पुढे गेला होता. काही माणसं आपल्या गैरहजेरीतही आपली दहशत टिकवू शकतात. जॉन अशा लोकांपैकी होता. आई तर संपूर्णपणे त्याच्या पंजात होती.

ती निव्वळ त्याच्यावरच्या प्रेमामुळे त्याला शरण गेली होती, असं मी म्हणणार नाही. त्यानं तिच्यावर पूर्ण ताबा मिळवला होता आणि तिनं तिचं पुढचं सगळं आयुष्य त्याची मर्जी सांभाळण्यातच घालवलं. त्यामुळे मला आणि व्हेनेसालाही तसंच वागण्यावाचून पर्याय उरला नाही. जॉनला खूश ठेवायचं, हे आईच्या जीवनाचं एकमेव उद्दिष्ट उरलं होतं. तो तिचा जोडीदारच नव्हता, तर तिच्या बोलण्यातला मुख्य विषयही होता. ती अथकपणे त्याच्याचबद्दल बोलत असायची आणि तो नाही, तर त्याच्या कुत्र्याबद्दल, बस्स! तिला आणखी कशा म्हणजे कश्शातच रस नव्हता.

जॉन माझी नेहमी टर उडवायचा. मी एखादं वाक्य बोलले, तर तेच वाक्य पुन्हा उच्चारून तो मला वाकडं दाखवायचा. मग आईही त्याला सामील होऊन त्याच्या सुरात सूर मिसळायची. त्याचा तिच्यावर इतका प्रभाव होता की, यातूनच पुढे ती मला नेहमी हिणवायला लागली, माझा अपमान करायला लागली आणि तेही सहसा इतर चार लोकांसमोर. कुणी आमच्याकडे आल्यावर- 'जॅकलिन ना, ती अगदीच बावळट आणि गबाळी आहे,' असं ती नेहमी त्या लोकांना सांगायची, हे मला चांगलं आठवतं.

लैंगिक आणि भावनिक छळ कमी म्हणून की काय, आम्हांला कामालाही जुंपलं जायचं. निव्वळ आमचे कपडे जागेवर ठेवणं वा आमची खोली आवरणं, यासंबंधात मी बोलत नाही, तर खऱ्या आणि खूप कष्टाच्या कामांबद्दल मी बोलते आहे. आमचा गृहपाठ करून झाल्यावर टी.व्ही. पाहायची वा जरा टंगळमंगळ करायची आम्हांला मुभा नव्हती. जॉनच्या हुकुमावरून कामांची चार प्रकारांमध्ये

विभागणी झाली होती आणि अभ्यास झाल्यावर त्यांपैकी एकात आम्ही स्वत:ला गुंतवायचं असे. त्यातलं एक काम म्हणजे घरकाम, त्यातही विशेष करून घराची स्वच्छता. मी नेहमी घरातली सगळ्यात अस्वच्छ खोली निवडायची आणि ती म्हणजे स्वयंपाकघर. आईला हे कसं जमायचं, हे माहीत नाही, पण ती स्वयंपाकघर अत्यंत घाण करून ठेवायची. मला ते अक्षरश: घासायला लागायचं. आम्हा तिघींना घरात विश्रांती घ्यायची परवानगी नव्हती. आईला अनेक वर्षांपासून संधिवाताचा त्रास असला, तरी त्या नावाखाली तिची सुटका नव्हती. त्यातल्यात्यात थोडी हलकी कामं तिच्या वाट्याला यायची एवढंच काय ते. तीच गत व्हेनेसाची. तिचं वय लहान (जॉन आमच्या घरात राहायला आला तेव्हा ती फक्त पाच वर्षांची होती.) असलं तरी तिचीही कामं करण्यावाचून धडगत नव्हती. जॉनला कुठलीही कारणं चालायची नाहीत. तो आम्हांला बागेमध्ये भाज्या लावण्यासाठी खड्डे खणायला लावायचा. संध्याकाळी पार अंधार होईतो आम्ही त्या पक्क्या मातीशी झटापट करत खड्डा करण्याचा प्रयत्न करत असायचो. असं आमचं काम आठवडाभर चालायचं आणि आठवड्याच्या सुट्टीत तर सकाळी उठल्या क्षणापासून ते थेट रात्री झोपेपर्यंत कामच काम असे. आम्हांला यात कुठेही उसंत मिळत नव्हती वा खंड पडत नव्हता. आमच्या डॅडनी आम्हांला देऊन टाकलेल्या त्या सुंदर घराचीदेखील या दरम्यान पुरती वाट लागली होती. त्या काही वर्षांत जॉननं घराच्या मूळ भिंती पाडून तिथे ओंगळवाणे आऊटहाऊस आणि सज्जे बांधले आणि घराची शोभाच घालवून टाकली. एवढंच नाही, तर बागेतली सुंदर चेरी आणि बर्चची झाडं तोडून तिचीही दशा करून टाकली. काही एका विशिष्ट सौंदर्यदृष्टीनं त्यानं हे बदल केले असं म्हणावं तर त्याला सौंदर्यदृष्टीच नव्हती. निव्वळ काहीतरी करायचं म्हणूनच त्यानं ते केले होते. आमचं ते आधी सुंदर असलेलं घर आता नीरस, अव्यवस्थित, अस्वच्छ आणि एकंदरीतच अवकळा आलेलं, असं झालं होतं.

जॉनला आम्हांला द्यायला आवडणारं आणखी एक काम म्हणजे लाकडाचे ओंडके गोळा करणं. आमच्या बागेची एक बाजू एक एकरभर पसरलेल्या जंगलात उघडायची. वडिलांनी खास आईसाठी म्हणून ते खरेदी केलं होतं. जॉन त्या जंगलामध्ये जाऊन करवतीनं झाडं कापण्याचं शूर काम करायचा आणि मग कापलेल्या लाकडाचे ओंडके गोळा करून घरात नेऊन ठेवायचं काम माझ्या आणि व्हेनेसाच्या बोडख्यावर येऊन पडायचं. ते जंगल आमच्या घराच्या दिशेनं जिथे संपत होतं, तिथे एक हिरवळीचा तुकडा होता आणि त्यानंतर एक उभी चढण होती. ती चढण चढल्यावर हिरवळीचा आणखी एक तुकडा होता आणि मग आमचं घर होतं. जंगलभरातून ती लाकडं घेऊन आम्हांला ते जंगल ओलांडून यावं लागायचं, त्यानंतर पहिली हिरवळ, मग चढण, मग दुसरी

हिरवळ आणि मग घर अशी ती खडतर वाटचाल असायची. आमचं अक्षरश: कंबरडं मोडून जायचं त्या कामानं.

माझं दुसरं काम म्हणजे पोहण्याचा तलाव स्वच्छ करणं. खरं तर त्या तलावाची देखभाल करून घेणं जॉन आणि आईला परवडायचं नाही, त्यामुळे तो दुर्लक्षित राहायचा आणि खराब व्हायचा. जॉन मग अधून-मधून केव्हाही त्यातलं पाणी काढून तो रिकामा करायचा आणि मला आतमध्ये उतरून तो स्वच्छ करावा लागायचा. त्यासाठी मला ब्रश मिळायचा तो छोटाच असायचा. त्या ब्रशनं मी माझे हात रक्ताळेपर्यंत तो तलाव आतून घासायचे आणि जॉन वर उभा राहून शेवाळ्यावर पाण्याचा फवारा मारत राहायचा. शेवाळामुळे तलावाची फरशी खूप निसरडी व्हायची. एकदा अशीच मी त्यावरून घसरले आणि दणकन डोक्यावर आपटले. त्यावेळी माझ्या डोक्याला चांगलाच मार बसला होता. पण त्याबद्दल मला कुणाची सहानुभूती तर मिळाली नाहीच, उलट जॉन माझ्यावर चांगलाच वैतागला होता आणि आता ते काम अर्धवट राहिलं म्हणून नाराज झाला होता. आम्ही इतके जिवापाड कष्ट करत आहोत, याबद्दल माझ्या आईला मात्र काहीही वाटत नव्हतं. त्याकडे ती सोईस्कररीत्या काणाडोळा करत असे. आमच्या शाळेला सुटी लागली, की रोज कामावरून आल्यावर (त्याला त्याचं कामही फारसं आवडायचं नाही) जॉन आम्हांला आमच्या दिवसभराच्या कामांचा सविस्तर अहवाल मागायचा.

आमच्या यातनांना अंतच नव्हता. उन्हाळ्यात आम्ही सगळ्यांनी बागेमध्ये नागड्यानं सूर्यस्नान करण्याबद्दल तो आग्रही असायचा. त्यासाठी, बाहेरचं कुणी आलं तर कळावं म्हणून त्यानं दारावर एक कसलीशी यंत्रणाही बसवून घेतली होती. आमची नग्न शरीरं पाहणारे त्याचे डोळे आणि आमच्या अंगप्रत्यंगावरून फिरणारी त्याची बुभुक्षित नजर, मला अगदी आजही जाणवतात. कुणीतरी सतत तुमच्याकडे नजर रोखून पाहतं आहे, ही जाणीवच खूप भयंकर आहे. तीच व्यक्ती तुमचा लैंगिक छळही करणार आहे, पण नेमकं केव्हा, हे तुम्हांला माहीत नाही, ही भावना तर त्याहूनही भयंकर आहे. माझ्या बाबतीत नेमकं हेच घडत होतं आणि परिणामत: मी कायम याच भीतीच्या छायेत वावरत असायची की, आता केव्हाही तो माझ्या खोलीचं दार उघडून आत येईल की काय? तो सतत माझ्या मागावरच असायचा. मी न्हाणीघरात गेले की तो तिथेही यायचा आणि मला शॉवरखाली आंघोळ करताना बघत बसायचा. आठवड्यातून किमान एकदा तरी तो माझ्याशी काही ना काही लैंगिक चाळे करायचा आणि त्या प्रत्येक वेळी थेट संभोग सोडून इतर सगळं काही करून घ्यायचा. अनेकदा तो तिथवरही जायचा पण थांबायचा. त्यामुळे चुकून मला दिवस राहिले तर काय, अशी भीती त्याला वाटत होती की काय कोण जाणे?

आई बाहेर कुठेतरी जायची, ते क्षण माझ्या सगळ्यांत अगतिक क्षणांपैकी मानावे लागतील. माझे आजी-आजोबा आमच्या घरापासून अर्ध्या तासाच्या अंतरावर राहायचे आणि आजोबांची प्रकृती सतत बिघडत असल्यामुळे आई वारंवार तिथे जाऊन त्यांची देखभाल करायची. त्यांना कधी मध्यरात्री उठून एखादा झटका आला, तर आई व्हेनेसाला बरोबर घेऊन निघून जायची आणि मी मग एकटीच जॉनच्या तावडीत असायची. अशा वेळी आता काय होणार हे मला चांगलं ठाऊक असायचं. आई खरेदीला जायची तेव्हाही अशीच फक्त व्हेनेसालाच घेऊन जायची. मलाही बरोबर ने असं म्हणत मी तिच्या खूप हाता-पाया पडायचे, पण ती म्हणायची, 'नाही, तू इथे थांबून जॉनला खूश ठेव. त्याला तू आवडतेस.' जॉनची थेरं मला वाटतं तिला चांगली ठाऊक होती, पण त्याच्याकडून काहीतरी मिळवण्यासाठी ती माझा असा उपयोग करून घेत होती की काय, मला माहीत नाही. जॉनची भाषा अत्यंत हिंसात्मक, शिवराळ अशी होती आणि त्या दोघांची कायम भांडणं व्हायची. त्यानं तिला कधी मारलं असेल असं मला वाटत नाही, पण एकदा मी त्याला तिची नरडी धरून तिला जिन्याच्या काठावर दाबून धरलेलं पाहिलं होतं.

जॉन नाराज असलेलं आईला आवडत नसे. तो अधून-मधून रुसून बसायचा आणि त्याचा हा मूड मग कित्येक दिवसही टिकून राहायचा. ही गोष्ट माझ्या मते एका प्रौढ व्यक्तीतच काय, कुणाच्याही बाबतीत विचित्रच होती. अशा वेळी तो त्याच्या खोलीत जाऊन बसायचा आणि मग आईची खूपच घालमेल होत राहायची. जॉन आईपेक्षा नऊ वर्षांनी तरुण असल्यामुळे, तो घर आणि आपल्याला सोडून निघून जाईल की काय, अशी भीती आईला वाटायची आणि मग ती सतत त्याला खूश ठेवण्याच्या प्रयत्नात असायची. 'त्याच्यासाठी कपभर चहा कर आणि घेऊन जा त्याच्या खोलीत, त्याला तू आवडतेस,' आई मला म्हणायची. 'त्याला तू आवडतेस,' हे शब्द माझ्या अंगावर शहारे आणायचे. त्याला मी अजिबात आवडत नव्हते आणि तो माझी पर्वाही करत नव्हता. तसं असतं, तर तो माझ्याशी जसा वागायचा, तसा कधीच वागला नसता. त्याला जर कशात रस असेल, तर तो फक्त स्वत:च्या विकृत वासनेत.

जॉननं आम्हांला प्रत्यक्ष कधीही धमकावलं नव्हतं, पण त्याचा एकंदर अवतार आणि आम्ही त्याची प्रत्येक इच्छा पुरी करायचा आईचा हट्ट, यामुळे आमच्यासाठी तो एक कर्दनकाळच बनून बसला होता. त्याच्या मित्रांमध्ये तो खूप लोकप्रिय, विनोदी आणि मिळून-मिसळून वागणारा, असा होता. आमच्या घरामध्ये काय घडायचं, याचा कुणाला पत्ताही नव्हता. आमच्या घराची रचना अंमळ वेगळीच होती. घरात प्रवेश केल्यानंतर एक हॉल होता आणि त्यातूनच पुढे गेल्यावर बेडरूम्स आणि एक बाथरूम होते. हॉलमधला जिना उतरलात, की तुम्ही बैठकीची

खोली आणि स्वयंपाकघरात जाऊ शकायचात. प्रवेशद्वारासमोरच्याच हॉलमधून आणखी एक वर जाणारा जिना होता आणि त्या जिन्याच्या आधी एक लोखंडी फाटकवजा दार होतं. तो जिना संपल्यावर तिथे मी आणि व्हेनेसा, आमची झोपण्याची खोली होती. जॉननं जेव्हा आईबरोबर राहण्यासाठी आमच्या घरी आपलं बस्तान हलवलं, तेव्हा येताना तो एक साखळी आणि एक भलंमोठं कुलूप घेऊन आला होता.

रोज रात्री तो ती साखळी आणि कुलूप आमच्या जिन्यासमोरच्या लोखंडी फाटकाला लावून टाकायचा, ज्यामुळे एकदा वर गेल्यावर आम्हांला आमची खोली सोडून कुठेही जाता यायचं नाही. मला आठवतं, काही वेळा रविवारी वगैरे तर दुसऱ्या दिवशी दुपारी अगदी एक वाजेपर्यंत ते कुलूप निघायचं नाही. मला नक्की सांगता येणार नाही, पण मला वाटतं ते कुलूप लावण्याचं काम कधीकधी आईसुद्धा करायची.

घरातून पळून जाण्याचा प्रयत्नही मी केला होता. एकदा नव्हे तर दोन वेळा. पहिल्या वेळेला मी जाऊन बिगिन हिलच्या 'सेंट मार्कस चर्च'मध्ये (याच चर्चमध्ये, पुढे २००३ साली, माझ्या आईचे अंत्यसंस्कार केले गेले होते.) जाऊन लपून बसले होते आणि कित्येक तास तिथेच बसून रडत होते. बऱ्याच वेळानं मग मी तिथून उठून चालत चालत क्लेर फर्मिन नावाच्या माझ्या एका वर्गमैत्रिणीच्या घरी गेले. संध्याकाळी क्लेरच्या आईवडिलांनी माझ्या आईला फोन करून बोलावून घेतलं आणि आई मला घेऊन घरी आली. मी असं का केलं, हे मी कुणालाही सांगितलं नाही. दुसऱ्या वेळेला, मी साधारण पंधरा वर्षांची होते. त्या काळात आमच्या घरातल्या पूर्वीच्या अभ्यासिकेमध्ये माझी व्यवस्था करण्यात आली होती. जॉन त्या दिवशी माझ्या खोलीत येऊन माझं अंथरूण, माझ्या टेबलाचे खाने, माझी अंतर्वस्त्रं आणि माझे टी शर्ट, या सगळ्यांमध्ये माती टाकून गेला होता. त्याचं असं झालं होतं की जॉननं त्याच्या आणि आईच्या झोपण्याच्या खोलीत जी खिडकी होती, तिच्या वरवंडीवर निवडुंगांच्या दहा कुंड्या ठेवल्या होत्या. ती दोघं सुटीसाठी स्पेनला गेली होती, तेव्हा त्यानं त्या आणल्या होत्या. आमचा कुत्रा केली याचा धक्का लागून त्या खाली पडून फुटल्या. ती रोपं खाली पडलेली पाहून जॉनचं माथं भडकलं होतं. कारण काय तर मी ते लगेच स्वच्छ केलं नाही. पण त्याची प्रतिक्रिया म्हणून त्यानं माझ्या सगळ्या वस्तू आणि कपड्यांवर माती टाकणं, हे सर्वसाधारण माणसाचं लक्षण नक्कीच नव्हतं. ते पाहिल्यावर माझ्या मनात विचार आला की, अरे देवा, मला या घरातून बाहेर पडायलाच हवं. मी मग माझ्या खोलीच्या खिडकीत चढून बाहेर निघाले आणि त्या उतरत्या कौलांवरून तोल सांभाळत खाली उडी ठोकली. त्यानंतर तिथून मी जी चालत निघाले, ते थेट माझ्या

वडिलांचं घर क्रॉयडनला होतं, तिकडे. मध्यरात्रीची वेळ पाहता ते अंतर खूपच जास्त होतं.

मला वाटतं कुणा दुष्टाऐवजी गस्तीवरच्या पोलिसांनाच मी सापडले, हे माझं नशीबच म्हणायला हवं. मी तेव्हा ॲडिंग्टनपर्यंत पोहोचले होते. मी जेव्हा सांगितलं की मी माझ्या वडिलांकडे चालले आहे, तेव्हा त्या पोलिसांनीच मला तिथपर्यंत पोहोचवलं. मी पोहोचले तेव्हा डॅड सुट्टी घेऊन स्कीईंगला चालले होते. आणखी काही तासांनीच त्यांना निघायचं होतं त्यामुळे ते सामानच बांधत होते. मला त्यांना सगळं सांगून टाकायचं होतं, पण माझ्या तोंडून शब्दच फुटला नाही आणि मी काहीच सांगितलं नाही. त्यामुळे, आईची अति जपणूक आणि कडक शिस्त यांना वैतागूनच मी निघून आले आहे, असा कयास त्यांनी बांधला. ते मग मला गाडीतून परत घरी घेऊन आले. मी पुन्हा खिडकीतून उडी मारून माझ्या खोलीत पोहोचले आणि माझ्या डायरीत हे सगळं लिहून टाकलं. मला त्यावेळी माहीत नव्हतं, की जॉन माझी डायरी वाचतो. एके दिवशी मी घरी आले, तो माझ्या खोलीची खिडकी खिळे वगैरे ठोकून कायमची बंद केली गेली होती.

काही काळानं गंभीर म्हणावा अशा प्रकारचा लैंगिक छळ थांबला. अशीच एका शनिवारी दुपारी मी वरून खाली आले. आई नेहमीप्रमाणे व्हेनेसाला घेऊन खरेदीसाठी बाहेर गेलेली होती आणि मी वर आमच्या खोलीत होते. अशा वेळी बहुतेकवेळा आता काय होणार या भीतीनं मी अक्षरश: थरथर कापत असायची. जॉन माझ्याशी चाळे करत असताना देखील मी कधीही त्याच्याशी बोलत नसे, त्यामुळेच, त्या शनिवारी मी जे काही केलं, ते विलक्षणच होतं. मी माझ्या खोलीतून खाली आले तेव्हा जॉन बारपाशी उभा होता. 'हे सगळं थांबायलाच पाहिजे,' मी त्याला म्हणाले, 'हा आईवर अन्याय आहे,' मी एका दमात पुढचंही बोलून टाकलं, मला वाटायचं त्यापेक्षा मी जरा जास्त हुशार असावी कारण आता विचार करता मला वाटतं मी माझे शब्द फार काळजीपूर्वक निवडले होते. मला त्याला डिवचायचं नव्हतं किंवा त्याच्याशी वादही घालायचा नव्हता. मला ते संभाषण कुठल्याही अप्रिय प्रसंगाविना तिथेच संपायला हवं होतं आणि मी इतर कुणाचा तरी विचार करते आहे असं भासलं, तर त्याचा त्यादृष्टीनं उपयोग होईल, असं मला वाटलं होतं. एवढी दोन वाक्यं बोलून झाल्यावर मी ताबडतोब तिथून निघाले. स्वत:बद्दल नेहमी वाटायचं तितकंच हीन मला तेव्हाही वाटत होतंच. परत माझ्या खोलीत मी येऊन बसले तेव्हा मी खूप भ्यायलेली होते. त्या दिवसानंतर, जॉन माझं निरीक्षण करतच राहिला, पण त्यानं माझ्या अंगाला पुन्हा कधीही हात लावला नाही. माझा अत्यंत वाईट काळ संपला होता, पण अजून मी बंधमुक्त नव्हते. तो जिना चढून वर येत असलेला कळावं म्हणून मी आता त्याच्या वाटेत

काही आवाज करणाऱ्या खुणा पेरून ठेवायला सुरुवात केली. मी झोपलेली असताना तो येऊन मला बघत बसायचा आणि अजूनही तो मला शॉवरखाली आंघोळ करताना न्याहाळायचाच. तो खराखुरा आणि अक्षरश: मानसिक छळ होता, कारण पुन्हा काही घडणार नाही याची काहीही खात्री नव्हती.

मी जॉनकडे सरळ चालत जाते, त्याच्या कपाळावर बंदूक टेकवते आणि गोळी झाडते, असं स्वप्न मी अनेकवेळा मनाशी रंगवत असे. आजही जेव्हा मी तणावाखाली असते, तेव्हा मला हटकून जॉनचंच स्वप्नं पडतं, आणि ऐकायला हास्यास्पद वाटेल, पण मला नाही वाटत जॉन या नावाच्या कुणा व्यक्तीबरोबर मी कधीही घराबाहेर पडू शकेन. हे नाव माझ्या अगदी डोक्यात गेलं आहे.

दोन

बंधमुक्तता

लैंगिक छळ होणारी मुलं त्याबद्दल स्पष्टपणे बोलत का नाहीत असं जर तुम्हांला वाटत असेल, तर मी सांगते ते एवढं सोपं नाही. ह्या गोष्टी घडत असतात, त्या तुमच्या स्वतःच्या घरात, जिथे तुम्ही सगळ्यात सुरक्षित असणं अपेक्षित असतं. तुम्ही घाबरलेले असता, गोंधळलेले असता आणि बहुतांशी तुम्हांला या गोष्टीची प्रचंड लाज वाटत असते. माझं काय चुकलं? असा प्रश्न मला तेव्हा नेहमी पडायचा आणि आता मला जाणवतं, की ज्यांचा असा छळ होत असतो, अशा सगळ्याच मुलांमध्ये हीच भावना असते. यात मुख्यतः लाजेमुळेच तुम्हांला कुणालाही काहीही सांगायचं धाडस होत नाही. त्याचबरोबर, तुमचं काहीतरी बिनसलं आहे, असं तुमच्या आसपासच्या काही लोकांना जाणवत असणंही शक्य आहे पण या बाबतीत कसं बोलायचं असं वाटून म्हणा वा भीतीमुळे म्हणा, तेही बोलू शकत नसावेत. एकंदरीत काय तर कुणीच काही बोलत नाही. एखादा मूक करार असावा तसं!

चुकून ज्या काही मोजक्या वेळा मी माझ्या छळाबद्दल कुणाशी बोलायचा प्रयत्न केला, त्या प्रत्येक वेळी समोरच्या व्यक्तीनं एक तर माझ्या बोलण्यावर विश्वासच ठेवला नाही किंवा मग माझं बोलणं गंभीरपणे घेतलं नाही. नंतर, माझं लग्न झाल्यावर, मी माझा नवरा टोनी याला जॉनबद्दल सांगितलं. मी अर्थातच फार तपशील सांगत बसले नाही, पण मला काय म्हणायचं आहे, हे त्यात स्पष्ट होतं, पण ते ऐकून टोनीनं काय प्रतिक्रिया द्यावी? 'माझी खात्री आहे त्यानं हे जाणून-बुजून केलं नसावं,' असं म्हणून त्यानं तो विषय तिथेच संपवला. माझी कहाणी ऐकणाऱ्या लोकांच्या अशा प्रतिक्रियांमुळे माझ्या भावना कायम खोट्याच ठरत

गेल्या आणि त्यामुळे माझा भूतकाळ कुणाला सांगायला मला नकोसं वाटायला लागलं. जे काही घडलं त्याबद्दल आम्ही दोघी बऱ्याच मोठ्या होईपर्यंत मी माझ्या बहिणीशीही बोलले नाही आणि २००३मध्ये आई वारल्यानंतरच मी यासंबंधात व्यावसायिक मदत वा सल्ला घेतला. तोपर्यंत मी स्वत:पासून, सत्यपरिस्थितीपासून दूर राहून काहीशा तटस्थपणेच त्याचा सामना केला. नंतरच्या आयुष्यात तो सगळा काळ आठवत असताना त्यातली ती लहान मुलगी कुणी तिसरीच आहे आणि माझ्याशेजारी बसलेली आहे, असं मला वाटायचं. तग धरून राहण्याचा हा माझा स्वत:चा मार्ग होता.

मी नशीबवान आहे कारण माझ्यात स्वयंप्रेरणा खूप मजबूत आहे. एखादी समस्या समोर आली, तर स्वत:च स्वत:ची मदत करण्याची प्रचंड जिद्द माझ्यामध्ये आहे. कुणीतरी येऊन आपल्याला यातून सोडवेल, मदतीचा हात पुढे करेल, या आशेवर बसून राहण्याऐवजी आपण कुठलंही संकट पार करू शकतो या विश्वासानं मी त्या समस्येचं समाधान शोधायला लागते. त्याचबरोबर, माझी कीव करू पाहणाऱ्या लोकांपासून दूर राहण्याचा मी जिवापाड प्रयत्न करते. काही काही वेळा मी अगतिक असते यात शंकाच नाही. मित्र-मैत्रिणी आणि कुटुंबीयांचा दिलासा आणि आधार काही प्रसंगी, इतर कुणाहीप्रमाणे मलासुद्धा हवा असतो आणि दु:ख खूप मोठं असेल, तर त्यातून बाहेर पडायला मलाही वेळ लागतो. पण मी लवकरच स्वत:ला सावरते आणि माझ्याजवळ काय नाही, याचा विचार करून वाईट वाटून घेण्याऐवजी काय आहे, त्याचा विचार करायला सुरुवात करते. मला सतत आयुष्यातल्या दु:खांचं रडगाणं ऐकायला आवडत नाही. मी खूप प्रेमळ आहे आणि माझ्या प्रिय व्यक्तींसाठी माझ्याकडे भरपूर वेळ असतो. त्यांना जेव्हा काही दु:ख होतं, तेव्हा मी त्यांच्यासाठी आणि त्यांच्याबरोबर हजर असते. मात्र आयुष्यभर आपल्या दुर्दैवावर रडत आणि नशिबाला बोल लावत बसणाऱ्या आणि आपल्या जीवनातल्या प्रत्येक अप्रिय गोष्टीसाठी इतरांना जबाबदार ठरवणाऱ्या लोकांशी माझं अजिबात जमत नाही. आपली नियती आपण स्वत:च घडवत असतो असं मला ठामपणे वाटतं. आपली जी काही परिस्थिती असेल, त्यात आपण बळी ठरायचं, शाळेत आपल्यावर दादागिरी करणाऱ्या मुलांसारखं दादा व्हायचं, की आणखी काही, हे आपणच ठरवत असतो. माझ्या बाबतीत बोलायचं, तर मी हे दोन्हीही बनले नाही आणि त्याबद्दल मी खूप कृतज्ञ आहे.

माझ्या छळकर्त्या माणसाला त्याचं वर्तन चालू ठेवता येण्यामध्ये कदाचित माझ्या आईचाही हात होता, ही जाणीव दु:खाची तीव्रता वाढवणारी होती. ती संपूर्णपणे त्याच्या कह्यात असल्यामुळे तिच्या हातात काहीच नव्हतं हे मान्य, पण

मला वाटतं जॉन तिला सोडून जाईल ही तिची सगळ्यांत मोठी भीती होती आणि त्यासाठी तिनं माझा गाजरासारखा उपयोग करून घेतला. 'तू मला सोडून जाण्याचा विचारसुद्धा करू शकणार नाहीस, बघ माझ्याकडे काय आहे,' असं ती जणू त्याला म्हणत असावी अशीच ती परिस्थिती होती.

मी जॉनशी त्या दिवशी स्पष्टपणे बोलले, त्यानंतर थोड्याच काळात जॉन अखेर आईला सोडून दुसऱ्या एका स्त्रीकडे गेलाच. तो आता परत त्याच्या आईकडे राहायला गेला होता आणि त्यांचं घर आमच्या घरापासून अगदी चालत जाण्यासारखं होतं. आमचं जीवन अचानक खूप शांत आणि तणावविरहित झालं खरं, पण ते सुख फार दिवस टिकायचं नव्हतं. जॉनचं एरिक नावाचं एक मांजर होतं. आमचं घर सोडून जाताना जॉन त्यालाही बरोबर घेऊन गेला होता, पण ते मांजर वारंवार आमच्या घरी निघून यायचं. जॉनचं त्या दुसऱ्या स्त्रीबरोबरचं प्रकरण साधारण वर्षभर चाललं आणि नंतर संपुष्टात आलं. त्यानंतर एके दिवशी असाच जॉन एरिकला परत न्यायला आमच्या घरी आला आणि झालं, त्याचं आणि आईचं परत सुरू झालं. व्हेनेसा एव्हाना नऊ वर्षांची झाली होती आणि आईची जॉनशी पुन्हा जवळीक, ही आमच्या दोघींसाठी एक वाईट बातमी आहे हे आम्हा दोघींना कळून चुकलं. आई मात्र पुन्हा आश्वस्त आणि आनंदी झाली होती. निखळ सत्य सांगायचं, तर तिच्या वाट्याला जे काही येईल ते तिनं आनंदानं स्वीकारलं असतं, कारण एकटं राहणं तिला सहनच होत नव्हतं. आईची बहीण हीथर हिनं आईला परोपरीने विनवून सांगितलं की आता तिनं जॉनला परत थारा देऊ नये, पण त्यावर आई म्हणाली, तो अत्यंत हलकट आहे हे मला माहीत आहे पण मला एकटीला राहणं अशक्य आहे. आता जॉन परत आला होता तरी यावेळी मात्र मला त्याच्या लैंगिक छळाला तोंड द्यायची वेळ आली नाही, पण मला ते त्यावेळी ठाऊक नसल्यामुळे माझ्या मनातली धास्ती मात्र गेली नव्हती. त्याचं मला न्याहाळणं परत पहिल्यासारखं सुरू झालं. मी जिथे जाईन तिथे त्याचे डोळे माझ्यावर असायचे. आमचं अपार यातनामय श्रमजीवनही पुन्हा नव्यानं सुरू झालं.

आई जॉनपासून एक वर्षभर मुक्त होती, पण त्या कालावधीत आपल्या पद्धतीनं जीवन जगण्याची सुरुवात होण्याऐवजी एकाकीपणामुळे ती गलितगात्र होऊन गेली होती. कसं का असेना पण ओळखीच्या, सवयीच्या जीवनाचं प्रलोभन वाटण्याचे दुर्बल क्षण आपल्या सगळ्यांच्याच आयुष्यात येत असतात, पण निव्वळ एकाकीपण सहन होत नाही, या कारणास्तव कुणा नव्या वा पूर्वपरिचित व्यक्तीबरोबर संबंध, निदान मी तरी जुळवणार नाही. माझ्या आयुष्यात मित्र-मैत्रिणी, कुटुंबीय, कामं, नवी आव्हानं अशा इतर इतक्या गोष्टी आहेत, की कसातरी भरून काढण्यासाठी मोकळा वेळ वा तशी पोकळी माझ्या जीवनात नाहीच. मला वाटतं

हा बहुतांशी दोन पिढ्यांमधला फरक असावा. आजकाल अधिकाधिक स्त्रिया स्वत:च्या मर्जीनुसार हवं तसं जीवन जगायला लागल्या आहेत.

शेवटी ३ जुलै, १९८९ या दिवशी आई आणि जॉनचं लग्न झालं. तिनं बहुतेक माझ्या मावशीला त्याबद्दल लग्नाच्या दोन दिवस आधी सांगितलं होतं, पण प्रत्यक्ष लग्नाला मात्र फक्त दोनच पाहुण्यांना बोलावलेलं होतं. ते म्हणजे जॉनचा मित्र मॅक आणि त्याची बायको व्हेरा. मॅक जॉनचा मित्र असल्यामुळे आईला व्हेराच्या रूपानं एक मैत्रीण मिळाली होती. आता आई आणि जॉन कायदेशीररीत्या एक होते, पण मी मात्र त्याला कधीही माझे सावत्र वडील म्हणून संबोधलं नाही. मी तसं करूच शकत नाही आणि माझी तशी अजिबात इच्छाही नाही. वडील या संज्ञेमध्ये तो कुठल्याही प्रकारे बसूच शकत नाही. तो माझा छळकर्ता होता आणि छळकर्ताच राहील.

माझ्या किशोरवयात मी माझ्या वयापेक्षा खूप लहान दिसायची. त्यात माझा एकलकोंडेपणा आणि अबोल स्वभाव. मला वाटतं हे माझं खरं व्यक्तिमत्त्व नव्हतं, पण इतक्या दडपणाखाली जगावं लागत असण्याचा तो परिणाम होता. त्यामुळेच असेल कदाचित पण माझ्या समवयीन मुला-मुलींपेक्षा आपल्या आई-वडिलांच्या घरातून बाहेर पडून स्वतंत्र होण्याचं मोठ्ठं पाऊल उचलणं, मला अवघड होतं. पण असं असलं तरी, आणि माझ्या वयाच्या एखाद्या सर्वसाधारण मुलीकडे असते, तशी स्वत:ची जाणीव माझ्याकडे नसूनही माझ्या मनात महत्त्वाकांक्षा होती आणि प्रेरणा होती.

माझी वृत्ती कष्ट करण्याची होती आणि इतर कुठल्याही गोष्टीपेक्षा मला आर्थिक स्वातंत्र्य खूप महत्त्वाचं वाटत होतं. आमच्याकडे पैसे फारसे नव्हते आणि माझ्या वडिलांची आर्थिक स्थिती बऱ्यापैकी चांगली असली, तरी मी त्यांना कधीही पैसे मागितले नसते. जॉन आम्हांला सोडून गेल्यानंतरच्या वर्षभराच्या काळात आईनं अखेर मला चार भिंतींबाहेर पडण्याची परवानगी दिली होती, जेणेकरून शाळा सुटल्यावर मी एखादी अर्धवेळ नोकरी करू शकेन. बिगिन हिल इथल्या ब्युटी बॉक्स या केशकर्तनालयात मला काम मिळालं. तिथे मी येणाऱ्या स्त्रियांचे केस धुण्याचं आणि दुकानात झाडलोट करण्याचं काम करत असे. आमच्या दुकानाची गिऱ्हाइकं म्हणजे उच्चभ्रू स्त्रिया होत्या आणि मला दुकानातलं वातावरण फारसं काही आवडलं नाही. विशेषत: त्या दुकानाची मालकीण मला अजिबात आवडायची नाही. ती माझ्या वडिलांना ओळखायची, या एकमेव कारणास्तव मला तिच्या दुकानात काम मिळालं होतं, पण माझ्यासाठी ती दुधारी तलवारच होती. केशकर्तनालयातल्या नोकरीनंतर मी काही दिवस वेट्रेस म्हणूनही काम केलं. वेस्टरहॅम इथल्या 'स्पिनिंग व्हील रेस्तराँ'मध्ये मी होते. मी तिथे मेहनत खूप

करायची, पण मला काही ते काम जमलंच नाही; शेवटी त्यांनी काढून टाकण्याआधी मीच ती नोकरी सोडून दिली. त्यानंतर बिगिन हिल इथल्या फ्लाईंग क्लबमध्ये मी थोडे दिवस सँडविचेस बनवून देण्याचं काम केलं.

मी करत असलेलं काम कितीही हलकं असलं, तरी त्यावेळी माझ्यासाठी ती बाह्य जगामध्ये मिसळण्याची संधी होती. लहानपणापासून मला ती संधी कधीच मिळू दिली गेली नव्हती. नोकरी करण्यामुळे मला आर्थिक स्वातंत्र्याची चव तर मिळालीच, पण स्वत:च्या अभिव्यक्तीचीही संधी त्यातून मला मिळाली. बहुतेक लोकांना नोकरीचा संबंध स्वातंत्र्याशी जोडण्याची कल्पना पटणार नाही, पण माझ्या दृष्टीनं ते नेमकं तसंच होतं. नंतर मी रॉयल डाउल्टनच्या ब्रॉम्ले इथल्या स्वस्त वस्तू विक्री केंद्रामध्ये काम केलं. आता त्या साखळीला प्रायमार्क असं नाव आहे. तिथे मी प्रत्येक शनिवारी आणि शाळेला सुटी लागल्यावर काम करायचे. शालेय जीवन संपल्यावर मी तिथे पूर्ण वेळ कर्मचारी म्हणून रुजू झाले. मी हे काम आयुष्यभर करू शकणार नाही हे मला पक्कं ठाऊक होतं, पण ही एक सुरुवात होती. शालेय जीवनात मला कलाविषयांची खूप आवड होती, त्यामुळे एकवेळ खिडक्यांच्या सजावटीचं काम करण्याचा विचारही माझ्या मनात घोळत होता, पण पूर्ण स्वातंत्र्य आणि महत्त्वाकांक्षेच्या माझ्या स्वप्नाच्या कक्षेमध्ये ते काम फारसं बसत नव्हतं. अनेक यशस्वी लोकांबद्दल मी खूप काही वाचलं होतं आणि आपल्या आयुष्यात काहीतरी चांगलं करण्याचा पक्का निर्धार मी केला होता. अधिकाधिक शिक्षण हा काही पर्याय नव्हता, मला बुद्धी कमी होती म्हणून नव्हे- माझ्याकडे ती आहे, असा माझा विश्वास आहे- तर माझ्या घरामधलं वातावरण मला त्या दृष्टीनं खूपच अस्वस्थ करणारं होतं, म्हणून.

नोकरीच्या निमित्तानं घराबाहेर पडण्यामुळे विविध लोकांशी भेटायला, बोलायला मिळायचं, हाही एक अतिरिक्त फायदा होता. ब्युटी बॉक्समध्ये काम करत असताना ओळख झालेल्या रॅचेल नावाच्या मुलीनं माझ्या पहिल्या खऱ्याखुऱ्या प्रियकराशी माझी ओळख करून दिली. त्याचं नाव ॲडम. किशोरावस्थेतील कुणाही मुलीला आवडावा असाच होता ॲडम. ६ फूट २ इंच उंची, चंदेरी रंगाचे केस आणि निळे, पाणीदार डोळे. परिसरातल्या एका खाजगी विमानतळावर तो लेथ मशीन कामगार होता आणि मला तो वयाच्या मानानं खूप परिपक्व वाटला. खरं तर तो फक्त १७ वर्षांचाच होता. आमच्या पहिल्या भेटीच्या वेळी मी लाजून पार अर्धमेलीच झाले होते. तो मला खूप आवडला आहे वगैरे, रॅचेल त्याला सांगत होती आणि शेवटी तिनं बिगिन हिल इथल्याच एका फ्लाईंग क्लबमध्ये आमची दोघांची भेट (डेट) ठरवली. तो क्लब माझ्या वडिलांच्या मालकीचा होता. त्याला भेटायला गेले, त्या दिवशी मी निळा कॉड्रॉयचा स्कर्ट आणि लाल व निळ्या रंगांच्या पट्ट्या असलेला,

पांढरा, बंद गळ्याचा ब्लाऊज घातला होता. तो तसा खेडवळच प्रकार होता, पण त्यावेळेला मला तो योग्य वाटला होता. डिस्को करताना त्यानं मला पार थकवून टाकलं आणि आता याच्यावर आपलं प्रेम जडलं आहे, असं मला वाटायला लागलं. आता विचार केला, तर त्यावेळी त्यानं गाइयात काय पाहिलं होतं कुणास ठाऊक, असं वाटतं. माझ्यात ना आत्मविश्वास होता, ना माझं काही विशिष्ट व्यक्तिमत्त्व, आणि ऐटबाजपणा तर माझ्याकडे अजिबात नव्हता.

त्यानंतर वर्षभर आम्ही डेटिंग करत होतो. अर्थात आमच्या भेटींना डेटिंग म्हणायची तुमची तयारी असेल तर! कारण आईनं त्याला आमच्या घरी येण्याची परवानगी तर दिली, पण त्याच्याबरोबर कुठेही बाहेर जायला मात्र मला बंदी होती. एके दिवशी असाच तो आमच्या घरी आला होता आणि बोलता-बोलता आम्ही दोघेही माझ्या पलंगावर गाढ झोपी गेलो होतो. ते पाहून आईनं मात्र अकांडतांडव केलं. मला एक शब्दही बोलू न देता, मी ॲडमबरोबर लैंगिक सुख अनुभवत असल्याचा आरोप तिनं केला आणि जोरजोराने माझ्यावर ओरडायला लागली. ही तीच व्यक्ती होती, जिचा स्वत:चा जोडीदार माझा लैंगिक छळ करत असल्याची तिला बऱ्यापैकी कल्पना होती. त्यामुळेच तिनं धारण केलेला हा अवतार पाहून मी तर गोंधळूनच गेले होते; पण त्यावेळी अशा अनेक गोष्टी होत्या, ज्या मला गोंधळात पाडायच्या. कुठल्याही अल्पवयीन मुलीला माहिती असू नयेत अशा गोष्टी मला कळल्या होत्या आणि ज्या कळायलाच हव्या होत्या, त्यांच्याबाबत मी अनभिज्ञ होते.

पुढे चालून मी ॲडमबरोबर खरोखरच संभोग केला, पण तो योनी नव्हे तर गुदद्वारात. आम्हांला असाच संग करायला हवा असं ॲडमनं मला सांगितलं. माझ्या आधीची त्याची मैत्रीण पंधरा वर्षांची होती आणि अल्पवयीन मुलीबरोबर लैंगिक संबंध ठेवण्यावरून पोलिसांनी त्याला ताकीद दिलेली होती. (त्यावेळी आमच्या भेटीगाठी सुरू होऊन काही महिने उलटले होते आणि प्रत्यक्ष संभोग घडला तेव्हा मी सोळा वर्षांची झालेली होते. कायद्यानुसार हे संमतीचं वय होतं.) लैंगिक संबंधांचा आयुष्यातला पहिला अनुभव असा गुदद्वाराचा संभोग असण्याची कल्पना बहुतेक लोकांना आवडणार नाही, हे मला माहीत आहे. मला जर लैंगिक संबंध या विषयाचं थोडंफार ज्ञान असतं, तर मलादेखील या गोष्टीचा प्रचंड धक्का बसला असता. न कळत्या वयात माझा लैंगिक छळ झाला नसता, तर मी खूप घाबरून गेले असते किंवा अशा संबंधाला नकार दिला असता, पण परिस्थितीच अशी होती, की मी काय करते आहे किंवा काय नैसर्गिक, काय अनैसर्गिक हे मला माहीतच नव्हतं.

कालांतरानं ॲडमला एका अधिक वयाच्या स्त्रीच्या बाहुपाशातच जास्त

उत्तेजना जाणवायला लागली आणि त्यानं मला खड्यासारखं उचलून बाजूला टाकून दिलं. त्यावेळी आई ताबडतोब मोठेपणानं पुढे आली आणि तिनं मला धीर दिला. ती ॲडमवर भयंकर संतापली होती आणि त्यानं मला ख्रिसमसला दिलेली भेटवस्तू- ट्रॅम्पा या अत्तराची सुंदर बाटली- त्याला परत करून टाक असं तिनं मला बजावलं.

ॲडम दूर गेल्यानंतर मी खूप दुःखी झाले आहे, हे सगळ्यांना दिसत होतं. वडिलांनी मग मार्टिन थॉमस नावाच्या एका मुलाबरोबर माझी भेट ठरवली. ती ब्लाईंड डेट होती, म्हणजेच आम्ही दोघंही एकमेकांना भेटेपर्यंत आम्हांला हे माहीत नव्हतं की, आपण कुणाला भेटतो आहोत. थॉमस एका पेट्रोलपंपावर काम करायचा. बिगिन हिल फ्लाईंग क्लबमध्ये रात्रीचं जेवण आणि नृत्य असा कार्यक्रम होता. माझ्यासाठी हा प्रसंग मोठा आणि रोमांचक होता. मी एक सुंदर पांढरा ड्रेस घातला आणि मार्टिननंही माझी निराशा केली नाही. मला तो जॉन ट्रॅव्होल्टासारखा वाटायचा. त्या रात्रीनंतर आम्ही नियमितपणे भेटायला लागलो आणि अनेक वेळा मी रात्री उशीर झाला तर त्याच्याच घरी झोपायची. बिगिन हिलच्या दरीपासून त्याचं घर फारसं दूर नव्हतं. माझ्या आईला मात्र मार्टिन आवडत नव्हता आणि आमच्या एकत्र येण्याच्या आणि बरोबर फिरण्याच्या बाबतीतली आपली नाराजी तिनं स्पष्टपणे व्यक्त करून टाकली होती. एके दिवशी मी फिरत फिरत मार्टिन ज्या फ्लाईंग क्लबच्या बारमध्ये अर्धवेळ काम करायचा, तिकडे निघाले होते. अचानक एक कार माझ्या बाजूला येऊन थांबली. गाडीमध्ये आई, आईची आई, म्हणजेच माझी आजी हंट आणि व्हेनेसा होत्या. गाडी माझ्याजवळ येऊन थांबताच आई त्यातून उतरून तरातरा माझ्याकडे आली आणि तिनं माझ्यावर तोंड सोडलं. माझ्या आजीनं म्हणे माझी जीन्स उचलली तेव्हा खिशातून काही कॉण्डोम्स पडलेले तिला दिसले. आता खिशात कॉण्डोम्स सापडणं ही एका अर्थी चांगलीच गोष्ट आहे, मी पुरेशी खबरदारी घेते आहे, असा विचारसुद्धा आईच्या मनाला शिवला नाही- नव्हे, तेवढा तिला दमसुद्धा निघाला नाही. तिनं ताबडतोब मला गाठलं आणि अद्वातद्वा बोलून मोकळी झाली. तिचं बोलून झाल्यावर आली तशीच तुफान वेगानं गाडी हाकत ती तडक निघूनही गेली.

मार्टिन आणि माझे संबंध छान चालले होते आणि आमचं सगळ्याच बाबतीत खूप चांगलं जमायचं. ॲडमबरोबरच्या विचित्र शारीरिक संबंधांच्या अनुभवाच्या पार्श्वभूमीवर मी अखेर अशा सुरक्षित नात्यात होते, ज्यात मी लैंगिक सुखाचा आनंद मिळवू शकत होते आणि मी तो पुरेपूर मिळवतही होते.

मला आठवतं आम्ही पहिल्यांदा ते केलं तेव्हा आमचं तसं काही ठरलं वगैरे नव्हतं, तर ती वेळ जुळून आली, आम्हांला ते योग्य वाटलं आणि ते घडून गेलं.

आम्ही दोघं त्या दिवशी माझ्या लहान चुलत भावंडांना सांभाळत घरी बसलो होतो. मी अंमळ अस्वस्थ झाले होते, पण मार्टिन मात्र व्यवस्थित दिसत होता. तो खूपच समजूतदार होता आणि माझी अस्वस्थता पाहून त्यानं मला जवळ घेऊन कुरवाळलं, आणि मग...

माझ्या बाल लैंगिक छळाबद्दल कळल्यानंतर माझ्या जवळचे अनेक मित्र-मैत्रिणी मला विचारतात की त्यामुळे एकंदरीत लैंगिक संबंधाविषयीची माझी मनोभूमिका कशी बदलली नाही? त्यावर माझं उत्तर असं आहे, की कुठल्याही बाबतीत मी बळी ठरणं मला नामंजूर होतं, बस्स! लैंगिक छळ झाल्याचा कुठलाही परिणाम मी माझ्या आयुष्यावर होऊ देणार नव्हते. आणि ते काहीही असलं, तरी माझ्या प्रियकरांबरोबर मी करत असलेलं सेक्स आणि जॉननं माझ्याशी जे काही केलं ते, या दोन्ही गोष्टींकडे पाहण्याची माझी दृष्टीच संपूर्णपणे वेगळी होती. कदाचित असं असेल की स्वत:कडे, स्वत:च्या आयुष्याकडे तटस्थपणे पाहू शकण्याची, अगदी आपला एखादा भाग आपण मागे सोडून आलो आहोत, असं मानण्याची माझी क्षमता या मागे असेल, पण मार्टिनच्या सहवासातल्या प्रेमळ, मजेच्या आणि आनंद देणाऱ्या क्षणांना मी, जॉननं माझ्या लहानपणी माझ्यावर लादलेल्या क्रूर, छळवादी कृतींच्या पंक्तीला कधीही बसवलं नाही.

सुमारे अठरा महिन्यांच्या प्रियाराधनानंतर माझा आणि मार्टिनचा वाङ्निश्चय झाला. इथे एक सांगण्याची बाब म्हणजे, वाङ्निश्चय आणि त्याचा अर्थ, या विषयावर कुठलीही चर्चा आम्ही केली नाही.

आता हे अपरिहार्य पुढचं पाऊल, असं काहीसं ते होतं. अगदी मनापासून खरं सांगायचं, तर त्या प्रसंगाबद्दल मी बिगिन हिलच्या फ्लाईंग क्लबमध्ये एक मोठी मेजवानी देणं, या पलीकडे दुसरा कुठलाही विचार करत नव्हते. त्यावेळपर्यंत आईला यात काहीही आक्षेपार्ह वाटत नसल्याचं भासत होतं, पण डॅड मात्र मला लग्नाचा निर्णय न घेण्यासाठी परोपरीने सांगत होते. इतक्या तरुण वयात लग्न केल्यास तो आततायीपणा ठरेल आणि नंतर एखाद्या उपनगरात, चार-पाच मुलं पदरात घेऊन, माझं उर्वरित अर्थशून्य आयुष्य मी घालवत बसेन, अशी भीती त्यांना वाटत होती. अंतिमत:, त्यांना आपलं रक्त आणखी आटवण्याची गरजच उरली नाही. त्याआधीच आमचा डाव उधळला गेला.

मार्टिनची आई मद्याच्या पूर्ण आहारी गेली होती आणि तिचा नवरा तिला नेहमी मारहाण करायचा. एका रात्री एका पार्टीनंतर आम्ही दोघं मार्टिनच्या घरी चालत निघालो होतो. बोलण्या-बोलण्यातून कशावरून तरी आमचं मोठं भांडण झालं आणि मार्टिननं मला नाकावर एक जोरदार ठोसा लगावला.

तो ठोसा एवढा जोरदार होता की, रस्त्याच्या कडेला असलेल्या एका घराच्या बागेत, एका झुडपांत मी जाऊन पडले. मी तिथेच आणि त्याचक्षणी त्याच्याशी संबंध तोडून टाकला. आता मला वाटतं त्यावेळची माझी ती कृती माझ्या वाढत्या आत्मविश्वासाचं द्योतक होती. जीवनामध्ये इतर कुणाहीप्रमाणे मी स्वत:ही अनेक नाटकं केली आहेत, पण काही गोष्टी अशा आहेत, ज्या मी काहीही झालं तरी सहन करणार नाही आणि शारीरिक हिंसा, ही त्यांपैकीच एक गोष्ट आहे. ही गोष्ट कुणालाही खपवून घ्यायला लागू नये आणि उलट बाजूला तिचं समर्थनही कुणी करू नये.

एव्हाना मी अठरा वर्षांची झाले होते आणि पुरुषांशी भेटण्या-बोलण्याच्या बाबतीत अधिकाधिक धीट होत चालले होते. एका संध्याकाळी, बिगिन हिलमधल्या स्पोर्ट एअर क्लबमध्ये एक खूपच देखणा तरुण मला दिसला. त्याच्याशी ओळख करून घेण्याच्या उद्देशानं मी त्याच्याजवळ गेले. मी अजून शिकत होते आणि तो माझ्यापेक्षा मोठा होता, आकर्षक होता आणि दिसायलाही छानच होता. त्याचं नाव टोनी होतं. तो एक महत्त्वाकांक्षी तरुण होता, कष्टाळू होता आणि एकंदरीत त्याचं उत्तम चाललं होतं. 'डी बिअर्स' (हिऱ्यांची कंपनी)मध्ये तो हिरे खरेदी करण्याचं काम करत होता आणि रोचेस्टरमध्ये त्याचं स्वत:चं घरही होतं. गळाला लावण्यासाठी तो एक निश्चितच चांगला मासा होता आणि ॲडम किंवा मार्टिन या दोघांपेक्षा संपूर्णपणे वेगळा होता. आमच्या तारा लगेच जुळल्या.

...इतक्या, की आमच्या त्या पहिल्या भेटीनंतर थोड्याच काळानं त्यानं माझी त्याच्या आई-वडिलांशीसुद्धा ओळख करून दिली. आणि गंमत पाहा, टोनीची आई म्हणजे माझ्या बिगिन हिल प्राथमिक शाळेत आम्हांला खाऊ घालणारी प्रेमळ डोरोथी निघाली. तिला इतक्या वर्षांनी पुन्हा भेटणं हा एक वेगळाच अनुभव होता आणि या योगायोगामुळे आम्हा दोघींनाही आश्चर्याचा धक्काच बसला. शाळेतल्या माझ्या बावळटपणाच्या आठवणी आम्ही दोघींनी त्याक्षणी काढल्या नाहीत, हे माझं नशीबच. अर्थात आम्ही दोघी त्या विषयावर बोललो, पण ते खूप नंतर. टोनीचे वडील डेरेक यांच्याबरोबरही माझं चांगलं जमलं. ते अँग्लो-इंडियन होते आणि त्यांना पाहिलं की मला ओमर शरीफच आठवायचा. एक उमदा सद्गृहस्थ कसा असावा, याचा ते जणू एक आदर्शच होते.

ते साल होतं १९७९. रॉयल डाउल्टनमध्ये मी काम करत होते आणि त्या लोकांनी मला शिकाऊ व्यवस्थापक म्हणून बढती देऊ केली होती. पण मला त्यात रस नव्हता. त्याऐवजी माझ्या वडिलांच्या कंपनीमध्ये मला काही कामाचा अनुभव मिळवता येईल का, असं त्यांना विचारायचं मी ठरवलं. त्यांच्या कंपनीचं नाव तेव्हा

'गोल्ड स्टार पब्लिकेशन्स', असं होतं. मी विचारल्यावर डॅड 'हो' म्हणाले खरे, पण त्यांची देहबोली अशी होती की जणू त्यांना त्याबाबत संभ्रम असावा.

गोल्ड स्टार हा आमच्या कौटुंबिक उद्योगाचा प्रकाशनविषयक भाग होता. त्या उद्योगात ॲन समर्सचाही समावेश होता आणि तेव्हा ॲन समर्सची फक्त दोनच दुकानं होती. फक्त प्रौढांसाठीची मासिकं, हा गोल्ड स्टारच्या व्यवसायाचा एक भाग होता. आम्ही तो नुकताच विकून टाकला. मला तसल्या साहित्याचं कधीच वावडं नव्हतं- तुम्हांला हवं असेल, तर ते विकत घ्या अन्यथा नका घेऊ, अशा मनोभूमिकेतून मी त्याकडे पाहते. तुम्हांला ज्या गोष्टी टाळणं शक्य आहे, त्यांच्याबद्दल तक्रार करण्यात काहीही अर्थ नसतो, मग ते मासिक असो, की टी.व्ही.वरचा कार्यक्रम. पण काही लोक नेमकं तेच करत असतात. १९७०च्या दशकाची शेवटची काही वर्षं आणि ८०च्या दशकाची सुरुवातीची वर्षं, हा काळ गोल्ड स्टारच्या बाबतीत विशेष असा होता, कारण त्या काळात सरासरी दर अठरा महिन्यांनी आमच्या कार्यालयांवर पोलिसांची धाड पडत असे. तुम्ही टी.व्ही. वा सिनेमात पाहत असलेल्या अशा धाडींच्या नाट्यपूर्ण प्रसंगांसारखं रोमांचक त्यात प्रत्यक्षात काहीही नसायचं. खरं तर त्या अतिशय नीरस आणि रटाळ असायच्या. आमच्या गोदामातले कर्मचारी 'नेमेचि येतो...' अशा थंडपणे पोलिसांना आमची मासिकं ट्रकमध्ये भरायला मदत करत असत. अशा धाडी पडणारच आहेत, ही खात्री असल्यामुळे त्यामध्ये होणाऱ्या नुकसानाची किंमत आमच्या अंदाजपत्रकात व्यवस्थितपणे धरलेली असायची.

मी गोल्ड स्टारमध्ये कामाला सुरुवात केली, तेव्हा मला कोणत्याही प्रकारे विशेष वागणूक वा सवलत दिली जात नव्हती. दिवसभर कॉम्प्युटरमध्ये माहिती भरण्याचं काम मी करायची आणि त्यासाठी मला आठवड्याला ४५ पाउंड्स मिळत. ऑफिसात चहा वाटणाऱ्या बाईला मिळायचे, त्यापेक्षाही कमी पैसे होते हे. माझं तिथलं जीवन सुसह्य व्हावं, यासाठी माझ्या वडिलांनी खास काहीही प्रयत्न केले नव्हते, हे यावरून स्पष्टच होतं. त्यांना मी फारशी भेटायचीही नाही- आठवड्यातून एकदा वगैरे- आणि ते वेगळे झाल्यापासून आमच्यामध्ये जे अंतर पडलं होतं, त्यामुळे आमच्यामध्ये एक प्रकारे तणावच होता. ते माझ्या या कामाकडे दुसरं कोणी मिळेपर्यंतची एक हंगामी व्यवस्था म्हणूनच पाहत होते, हे माझ्या लक्षात आलं होतं. तिथल्या वातावरणात एकंदरीतच एक कोरडेपणा जाणवायचा आणि हे केवळ मी तिथे नवी होते म्हणूनच नव्हतं, तर तिथल्या लोकांमध्ये जवळीक वा संघभावना मुळातच नव्हती. त्यातही मी स्वत: काही पटकन लोकांमध्ये मिसळून जाण्यासारखी नव्हते.

ते कौशल्य माझ्यामध्ये तसंही कमीच होतं. पण गोल्ड स्टारमध्ये काम

करायला लागल्यानंतर, बाहेरचे लोक आमच्या सगळ्याच कंपन्यांकडे कुठल्या नजरेनं पाहतात, हे बघून मात्र माझी चांगली करमणूक झाली. व्हाईटलीफ इथल्या आमच्या मुख्य कार्यालयाबाहेर एक बसस्टॉप होता. तिथे उभे राहून लोक आमच्या इमारतीकडे अशा काही नजरेनं बघत असायचे, की जणू आता कोणत्याही क्षणी तिथे काहीतरी प्रचंड कामुक असं दृश्य त्यांना बघायला मिळणार आहे. अगदी आजही हेच घडत असतं. एखादा टेलिफोन दुरुस्तीसाठी आलेला कर्मचारी जाता-येता हळूच आजूबाजूला या आशेनं नजर टाकतो, की कुणी कमी कपड्यांतली सुंदर बाला त्याच्या बाजूनं जाईल. प्रत्यक्षात जाता-येता त्याला आमच्या उत्पादनांची खोकी किंवा आलेल्या मागण्यांच्या नोंदी करण्यात व्यस्त असलेले आमचे लोक तेवढे दिसण्याची शक्यता जास्त असते.

मी आणि टोनी, आमच्या भेटी चालल्याच होत्या. आमची ओळख झाल्यानंतर सुमारे सहा महिन्यांनी त्यानं मला आपलं सामान-सुमान घेऊन त्याच्याबरोबर त्याच्या घरीच राहण्यास सुचवलं. मी तत्परतेनं त्याला होकार दिला. एक तर माझं त्याच्यावर प्रेम होतं आणि दुसरं म्हणजे माझ्या घरात राहणं ही माझ्यासाठी एक शिक्षाच होती, त्यामुळे मी काय करायला हवं हे स्पष्टच होतं. माझा हा निर्णय मी घरी सांगितला तेव्हा आई फारशी खूश नव्हती, पण तिचा विरोध लवकरच मावळला. मी एकटी किंवा कुणा मैत्रिणींबरोबर राहायला जाते म्हटलं असतं, तर तिनं ते कदापिही मान्य केलं नसतं, पण कसं कुणास ठाऊक, त्या दोन पर्यायांपेक्षा एका पुरुषाबरोबर मी राहणं तिला जास्त योग्य वाटलं.

माझं स्वत:चं घरटं निर्माण करण्याची मला कोण उत्सुकता लागून गेली होती! रॉयल डाउल्टनची चिनी मातीची जी सगळी भांडी मी जमवली होती, ती एका चांगल्या घराची वाटच पाहत होती. टोनीच्या घरात सगळं जुन्या बाजारांतून एक-एक करत आणलेलं फर्निचर होतं. त्यात विशेष काही योजना किंवा संगती नव्हती. मला ते काही आवडलं नाही, म्हणून मग आम्ही ते सगळं उचलून रॉचेस्टरच्या जुन्या बाजारात विकायला ठेवलं. त्या फर्निचरला इतकी मागणी आली, की आम्हांला आमचा स्टॉल काही आठवड्यांपर्यंत चालू ठेवायला लागला. आम्ही मग आपापल्या आई-वडिलांच्या घरचंही जुनं फुटकळ सामान त्यात ठेवून ते विकून टाकलं. थेट विक्री करण्याचा तो माझा पहिला अनुभव, आणि मी त्यात खूपच यशस्वी ठरले.

टोनीच्या घरी राहायला आल्यावर मी संपूर्णपणे गृहिणीच्या भूमिकेत स्वत:ला झोकून दिलं. मला वाटतं मी अगदी पडदेही स्वत: शिवले होते. बायका घरातसुद्धा कशा ताठ मानेनं जगू शकतात, हे मला स्वानुभवातून कळलं. मी घर सजवायची,

जेवणात छान-छान पदार्थ करून घालायची आणि टोनीनं 'मदत करू का' असं विचारल्यावर त्याला सरळ नाही म्हणायची. अर्थात, तुम्ही पुरुषांची मदत सारखी नाकारत राहिलात तर हळूहळू तशी विचारणा कमी होत जाते. मला हे फार उशिरा कळलं. पण मी तरुण होते, अजून मी वयाची विशीही गाठलेली नव्हती आणि त्यातही आयुष्यात पहिल्यांदाच मी जगात स्वत:च्या हिमतीवर घराबाहेर पडले होते. आणि मला हे मान्य करायलाच हवं की व्यक्तिस्वातंत्र्याच्या बाबतीत बोलायचं, तर माझ्या आईचा आदर्श ठेवावा अशी काही माझी परिस्थिती नव्हती.

आता मी घर सोडल्यामुळे मला जॉनला भेटावं लागत नव्हतं, पण तो कामावर गेल्यावरच्या वेळात मी आईला भेटायला म्हणून जात असे. मी गेल्यावर तीच दार उघडत असे आणि दारात मला पाहून तिला खूप आनंद व्हायचा. त्यावेळी तिच्या चेहऱ्यावरचे निरागस भाव पाहून मला तिला मिठी मारावी वाटायची, पण मी जेव्हा खरोखर मिठी मारत असे, तेव्हा तिचे दोन्ही बाहू मात्र थंडपणे लोंबकळत असायचे. तिला प्रेम व्यक्त करताच येत नव्हतं, हेच खरं. मग आम्ही दोघी आत जाऊन बैठकीच्या खोलीत गप्पा मारत बसायचो. आई माझ्यासाठी चहा करायची. सहसा माझ्या जेवणाच्या सुट्टीतच मी तिच्याकडे जायचे आणि मी तिथे असताना बरोबर एकच्या ठोक्याला फोन वाजायचा. 'जॉन, मी माझ्या मुलीबरोबर आहे आणि ती थोड्याच वेळासाठी आलेली आहे', असं सांगून त्याला कटवण्याऐवजी ती त्याच्याशी बोलत राहायची आणि मी नुसती बसून राहायची. मला जॉन आवडत नाही हे आईला माहिती होतं, पण बहुतेक वेळा, 'तुला जॉन आवडत नाही हे मला माहीत आहे...' असं म्हणून ती मी तिथे जो तासभर असायचे, तो सगळा वेळ जॉनबद्दलच बोलत राहायची. ती जॉनबद्दल जितकं जास्त बोलेल, तितकी त्याच्याबद्दलचं माझं मत बदलण्याची शक्यता जास्त, असं तिला वाटत होतं की काय कोण जाणे! अशा वेळी मी विषय बदलण्याचा सतत प्रयत्न करायची, पण मला त्यात कधीच यश आलं नाही. तिच्या घरी जाताना तिच्याशी काय बोलायचं हाच विचार मी करत असायची.

तिनं स्वत:भोवती कोष विणून घेतलेला असल्यामुळे आणि मैत्रिणी तिला फारशा नसल्यामुळे, तिच्याशी बोलायला विषय तसे कमीच होते. क्वचित कधीतरी कुणा शेजारणीचा विषय निघायचा, तोही सहसा, तिच्यावर काही दु:खद प्रसंग ओढवला असेल तर त्याचा असायचा. जॉननं आईला मैत्रिणी जोडणं अशक्य करून ठेवलं होतं हे मला माहीत होतं, पण मध्यंतरी अगदी काही दिवसांकरताच एका फ्लाईंग क्लबमध्ये आईनं स्वागतिका म्हणून काम केलं होतं, तेव्हा व्हॅलरी आणि जस्मीन अशा दोघींशी तिची मैत्री जुळली होती हे मला ठाऊक होतं. जॉनबरोबर ती एक-दोनदा त्यांच्या घरीही गेली होती, पण त्यानं त्यांच्या मैत्रीला

फारसं प्रोत्साहन दिलं नाही. आईच्या अंत्यविधीसाठी व्हॅलरी आली होती आणि आई आजारी असल्याचं जॉननं तिला कळूसुद्धा दिलं नाही, याबद्दल तिला खूप वाईट वाटत असल्याचं तिनं मला सांगितलं. जॉन येण्याची वेळ झाली असल्यास आई हीथरमावशी, व्हेनेसा किंवा माझ्याशी फोनवरसुद्धा बोलू शकायची नाही. तो येईल आणि तिचं आपल्याकडे लक्ष नसल्याचं पाहून त्याचं बिनसेल या भीतीनं ती ताबडतोब फोन ठेवून द्यायची. नाताळात तिला भेटणं ही मात्र एक मोठीच समस्या होती, विशेषत: माझ्यासाठी, कारण एरवी मी त्याला जास्तीतजास्त वेळा टाळत असायची. व्हेनेसा आणि मी आईकडे जायचो आणि स्वाभाविकच जॉनची परतायची वेळ होण्याआधीच तिथून निसटू पाहायचो, पण आई थांबण्यासाठी माझी मनधरणी करायची. 'जॉन येईलच आता, थांब थोडा वेळ', असं ती केविलवाण्या स्वरात विनवायची. तिच्याकडे जायचं म्हटल्यावर माझ्या पोटात गोळाच उठायचा आणि टोनीबरोबर मी थाटलेल्या माझ्या स्वर्गासमान घरात परत पाऊल ठेवताच मला कोण आनंद व्हायचा!

आम्ही एकत्र राहायला सुरुवात केल्यानंतर काही महिन्यांनी टोनीची सहा महिन्यांसाठी अँटवर्प इथे बदली झाली. मी रॅचेस्टरलाच राहिले, पण महिन्यातून एकदा आठवड्याच्या सुट्टीत मी त्याला भेटायला जायची. त्याला भेटायला जाणं म्हणजे एक दिव्यच असायचं. आधी मी लंडनला जायची, तिथून फॉक्स्टोनपर्यंत रेल्वेनं, मग फेरीबोटीनं ऑस्टएन्ड, त्यानंतर घेंट इथे उतरून पुढे अँटवर्प.

हा सगळा प्रवास सहसा रात्रीच असायचा, त्यामुळे मी पार थकून जायची. त्या सहा महिन्यांमध्ये टोनी फक्त एकदाच घरी आला होता. टोनी तसा आपली मालकी दाखवणारा होता. तो नसताना मी कुठेही बाहेर जायचं नाही असं त्यानं स्पष्टच सांगून टाकलं होतं. माझ्या मनातल्या प्रेमाची नव्हाळी अजून संपलेली नसल्यामुळे मला स्वत:लाही कुठे जाण्याची इच्छा नव्हतीच. शिवाय आसपास, ज्यांच्याकडे जाऊन बसावं, बोलावं अशी माझी कुणी मैत्रीणही नव्हती. मला मिळालेल्या बालपणानं ती काळजी घेतलेली होती.

अखेर एकदाचा टोनी अँटवर्पचा कार्यकाळ संपवून परत आला आणि मग आम्ही आमच्या लग्नाची योजना आणि तयारी करायला सुरुवात केली. हे सगळं खरं आहे, याविषयी माझ्या मनात तिळमात्र शंका नव्हती. मी अशा पुरुषाबरोबर लग्न करत होते, ज्याचं माझ्यावर प्रेम तर होतंच, पण जीवनात यशस्वी ठरण्याच्या माझ्या महत्त्वाकांक्षा आणि तीव्र इच्छेलाही त्याची साथ होती.

२० ऑगस्ट, १९८० अशी लग्नाची तारीख आम्ही ठरवली. आम्हांला आमचं लग्न परीकथेतल्या राजकुमार आणि राजकुमारीच्या लग्नासारखं करायचं

होतं आणि माझे आई आणि वडील दोघंही यात माझ्या पाठीशी होते. आई लग्नासाठीच्या एकेका गोष्टीची तयारी सुरू करायची आणि वडील त्यासाठी लागेल तसे पैसे द्यायचे. प्रोनुपिटीया या प्रसिद्ध दुकानातून मी एक बऱ्यापैकी सुंदर, पारंपरिक ड्रेस घेतला. माझं फॅशन किंवा आपल्याला काय चांगलं दिसतं, याबद्दलचं दिव्य ज्ञान गृहीत धरता मी बरीच बरी निवड केली होती, अन्यथा भयंकर काहीतरी करून बसणं मला अशक्य नव्हतं!

माझी बहीण व्हेनेसा आता तेरा वर्षांची झाली होती आणि ती माझ्या तीन करवल्यांपैकी एक होती. इतर दोघी म्हणजे माझी मावसबहीण स्टीफनी आणि रॉयल डाउल्टनमध्ये माझ्याबरोबर काम केलेली माझी शाळेतली मैत्रीण स्टीव्ही. लग्न झाल्यावर वेस्टरहॅममधल्या ग्रासहॉपर रेस्तराँमध्ये सुमारे दोनशे लोकांसाठी एक स्वागतसमारंभ आम्ही केला आणि त्यानंतर एका शुभ्र रंगाच्या रोल्स रॉईसमध्ये बसून आम्ही दोघं तिथून निघून गेलो. एखाद्या कथेत असावं तसंच सगळं चाललं होतं. तो दिवसच इतका सुंदर होता की, कुठलीही गोष्ट माझ्या चेहऱ्यावरचं हसू मावळू शकत नव्हती- आमच्या मधुचंद्रापर्यंत!

टोनीची सर्वांत वाईट बाजू म्हणजे त्याला पैसा मिळवायला खूप आवडायचं, मात्र तो खर्च करणं त्याच्या अगदी जिवावर यायचं. अँटवर्पमध्ये त्यानं खूपच चांगले पैसे मिळवले होते, पण एखाद्या बड्या हॉटेलमध्ये राहू म्हटलं, तर खर्च करण्याची त्याची इच्छा नव्हती. त्यानं एक वापरलेली केबिनक्रूझर (हाऊसबोट) विकत घेतली होती आणि आमचा मधुचंद्र आम्ही त्या बोटीवर राहून देशातल्या जलवाहतूक मार्गावर साजरा करण्याचा त्याचा बेत होता. मला खरं सांगायचं तर ते ऐकून धडकीच भरली होती. त्या बोटीला खूपच डागडुजी करावी लागणार होती, म्हटल्यावर त्यानं ठरवलं की आपण त्याऐवजी फ्रान्सला जाऊया. त्यावेळी माझ्या वडिलांनी हस्तक्षेप केला आणि आम्ही मग त्यांच्या दोन इंजिनवाल्या खाजगी विमानानं पर्पिन्यॅनला गेलो. तिथे टोनीचा एक मित्र आणि त्याची प्रेयसी आम्हांला अचानक भेटले. आम्ही त्यांच्याबरोबर एका तंबूमध्ये राहणार होतो. होय, तंबूमध्ये! त्या तसल्या जागी प्रणयाला अनुकूल वातावरण तर नव्हतंच नव्हतं, त्यात पुन्हा त्या मित्राच्या प्रेयसीबरोबर माझे सारखे खटके उडत होते आणि शेवटी तर मला तिथे उष्माघात झाला. आम्ही घरी परत येऊन आपापल्या कामाला लागलो आणि मला खूप हायसं वाटलं. माझ्या कामाच्या ठिकाणी आता छान काहीतरी घडू पाहत होतं.

'ॲन समर्स'शी डॅडचा संबंध आला तो त्यांनी त्या दुकानांना पुस्तकं आणि मासिकं पुरवायला सुरुवात केली तेव्हा. किम कॅबोर्न-वॉटरफील्ड नावाच्या एका

हरहुन्नरी माणसानं ॲन समर्स सुरू केलं होतं. हा माणूस डायना डोर्स आणि अफवांवर विश्वास ठेवायचा झाला, तर प्रिन्सेस मार्गारेट बरोबरही फिरायचा. त्यानं एकदा नाव बदलून स्त्री-पुरुष संबंधावरची एक हस्तपुस्तिका लिहिली होती. जर्मनीमधल्या एका सेक्स शॉप (लैंगिक संबंधविषयक वस्तू व साहित्याचं दुकान) साखळीची यशोगाथा पाहून त्याला ॲन समर्सची कल्पना सुचली. ॲनिस गुडविन नावाच्या एका सुंदर तरुणीला त्यानं त्यासाठी नेमलं.

ती त्याची प्रेयसी होती आणि त्याच्याच सांगण्यावरून तिनं आपलं आडनाव बदलून समर्स ठेवलं होतं, यात आश्चर्य वाटायला नको. लंडनच्या वेस्ट एन्ड भागातल्या मार्बल आर्च इथल्या पहिल्या ॲन समर्स दुकानाचं व्यवस्थापन ॲनिसनं सांभाळलं. सप्टेंबर १९७०मध्ये हे दुकान सुरू झालं, तेव्हा प्रसार माध्यमांनी त्याला खूप बरी-वाईट प्रसिद्धी दिली होती आणि त्यानंतर लगेच प्रचंड लोकक्षोभ निर्माण झाला होता. परिस्थिती जवळजवळ हाताबाहेर गेली होती. मिडलँड्समध्ये मुलांच्या आया आणि धर्मगुरूंनी आपल्या भागामध्ये असं दुकान उघडण्याच्या शक्यतेविरुद्ध जोरदार निदर्शनं केली, तर ब्रिस्टॉल इथे त्याविरुद्धच्या चळवळीची सुरुवात म्हणून एक मोर्चा काढण्यात आला. ॲन समर्सची नामधारी प्रमुख या नात्यानं वक्तृत्वकुशल ॲनिसनं हे सगळं प्रकरण शैलीदारपणे हाताळलं आणि त्यामुळे प्रसिद्धिमाध्यमांमध्ये तिच्या लवकरच खूप ओळखी निर्माण झाल्या.

या दरम्यान वॉटरफील्डनं स्वत: अंधारात राहून तिलाच सगळं कामकाज सांभाळू दिलं. दुकानाचा आठवड्याचा गल्ला चार हजार पाउंड्स होता, पण वॉटरफील्डची राहणी मात्र छानछोकीची होती. याचा परिणाम म्हणजे तो कमवत होता, त्यापेक्षा जास्त खर्च करत होता. तो आपलं हेलिकॉप्टर हाईड पार्कमध्ये उतरवायचा, जवळच असलेल्या मार्बल आर्चमधल्या दुकानात जमा झालेला गल्ला खिशात टाकायचा आणि दिवसभर घोड्यांच्या रेसेस खेळायला निघून जायचा. ही गोष्ट तेव्हा बऱ्याच लोकांना कळली होती. त्यानंतर आणखी एकच ॲन समर्स दुकान तो उघडू शकला, ब्रिस्टॉलमध्ये.

पुढे मात्र सगळंच गाडं फसलं आणि ॲन समर्सला आपलं दिवाळं जाहीर करणं भाग पडलं. डॅड आणि राल्फकाकांचे वॉटरफील्डकडे काही पैसे अडकलेले होते. १९७०च्या नोव्हेंबर महिन्यात एके दिवशी, आपल्या पैशांसंबंधी काय अडचण आहे ते तरी समजून घ्यावं, या उद्देशानं ती दोघं वॉटरफील्डला भेटायला ॲन समर्सच्या मार्बल आर्च इथल्या दुकानात गेली. खरं तर त्यांचे पैसे ४५० पाउंड्स इतकेच, म्हणजे फार काही नव्हते पण दुकान चांगलं चालत असूनही त्याच्याकडे तेवढेही पैसे नव्हते. वॉटरफील्ड बोलण्यामध्ये खूप चतुर होता. ॲन समर्सच्या वस्तू विकत घेणारे बहुतेक लोक पोस्टानं माल मागवत. डॅड आणि

राल्फकाका त्याच्याकडे गेले तेव्हा पोस्ट कर्मचाऱ्यांचा संप नुकताच होऊन गेला होता, त्यामुळे आपल्या आर्थिक समस्येचं खापर खुशाल टपाल खात्याच्या माथ्यावर मारून तो मोकळा झाला आणि व्हायचं तेच झालं. डॅड आणि राल्फकाकांना त्यांचे पैसे तर नजरेस पडले नाहीतच, पण एक व्यावसायिक संधी मात्र लगेच दिसली. ॲन समर्सचं दिवाळं जाहीर झालं, तेव्हा त्यांनी ती साखळी आणि ते नाव लगेच विकत घेऊन टाकले. फक्त दहा हजार पाउंडात. हा सौदा स्वस्तात पडला याचं कारण मुख्यत: इतर इच्छुक खरेदीदारांना हा धंदा अंमळ असभ्य वाटला आणि त्यात हात घालून आपलं नाव खराब करून घेणं नकोसं वाटलं, हे होतं. बोली लावायला इतर कुणी फारसं पुढे आलंच नाही. जी जोखीम पत्करण्याची त्या इतर लोकांची हिंमत झाली नाही, ती डॅड आणि राल्फकाकांनी उचलली. आजकाल मला माझ्यातही हीच प्रेरणा जाणवते आणि मला नेहमी वाटतं गोल्ड कुटुंबाचं ब्रीदवाक्य असं काही तरी असायला हवं, 'आम्ही असे व्यवसाय करतो, ज्यात पडायची इतर लोकांची हिंमत होत नाही.'

ॲन समर्स डॅडच्या ताब्यात आल्यानंतर ॲनिसला त्यांनी काढलं नाही, पण थोड्याच काळात तिचं त्यांच्याशी वाजलं. हा व्यवसाय कसा चालवायचा, हे मला चांगलं कळतं, असा तिचा अट्टहास असायचा आणि तिनं त्या बाबतीत जे काही विविध बदल केले, ते सगळेच्या सगळे सपशेल फेल गेले. तिनं स्त्रियांची जेनेट रेगर शैलीची उंची अंतर्वस्त्रं दुकानात ठेवायला सुरुवात केली.

पण तिच्या त्यावेळेला हे लक्षात आलं नाही की, लैंगिकविषयक व्यवसाय अद्यापही पुरुषांच्या आश्रयाखाली होता आणि पुरुषांना त्यांच्या स्त्रियांसाठी लाल आणि काळ्या रंगाची बाहुली छापाची अंतर्वस्त्रंच पसंत होती. हळूहळू ॲनिसचे असे प्रयोग परवडेनासे झाले आणि एक दिवस तिला जावं लागलं. त्यानंतर कधी तरी तिच्याबद्दल कळलं की, एका अमेरिकन कोट्यधीशाची विधवा म्हणून ती राहते आहे आणि इटली, अमेरिका आणि लंडन इथे तिची स्वत:ची घरं आहेत. त्यानंतर तिच्याबद्दल काहीही खबर नाही.

माझ्या फसलेल्या मधुचंद्रानंतर मी कामावर परत आले तो मला कळलं की, माझी बदली ॲन समर्सच्या टपाली-मागणी विभागात झाली आहे. तिथे मार्लीन ग्रीन नावाची एक खूपच छान स्त्री माझ्याबरोबर होती. मला तिथलं वातावरण आवडलं. एक तर तिथे नेहमीच कामाची एक लगबग असायची आणि दुसरं म्हणजे इथले लोक इतर खात्यांमधल्या लोकांपेक्षा खूपच खेळीमेळीनं वागत.

सुरुवातीला दुकानातल्या उत्पादनांशी माझ्या कामाचा काहीही संबंध नव्हता. मासिकांच्या मागच्या पानांवरच्या खाजगी, छोट्या जाहिराती सांभाळण्याचं काम

माझ्याकडे होतं. हे काम काहीसं गमतीशीर होतं. आमच्याकडे अशा जाहिराती देणाऱ्या लोकांकडून आम्ही एक हमीपत्र लिहून घ्यायचो, जेणेकरून व्यावसायिक शरीरविक्रेत्या मुलींना त्यात शिरकाव मिळणार नाही. एक दिवस पिप्पा डी, या पार्टी प्लॅन (मल्टिलेव्हल मार्केटिंग) कंपनीचे पार्टी आयोजक ख्रिस रॉजर्स आणि ॲन गॅलिआ आमच्या दुकानात आले. त्यांच्या पार्टीदरम्यान त्यांना आमची काही उत्पादनं विकायला ठेवायची होती.

कुठल्याही बाजारात मिळतात, त्या प्रकारच्या कोणत्याही प्रसंगाला घालता येणाऱ्या सर्वसाधारण कपड्यांबरोबरच ॲन समर्सची अंतर्वस्त्रं विकायला ठेवायची, अशी त्यांची कल्पना होती. त्यांना आमची उत्पादनं ठोक भावामध्ये पुरवायचं आम्ही मान्य केलं. त्यांचा एकंदरीत उत्साह पाहून मी प्रभावित झाले होते आणि विशेषत: पार्टी प्लॅन या प्रकाराबद्दल मला खूप उत्सुकता निर्माण झाली. त्यामुळे त्यांच्या एखाद्या पार्टीला मी हजर राहू शकते का असं मी त्यांना विचारलं. ते वर्ष होतं १९८१ आणि ती पार्टी म्हणजे एका संध्याकाळपुरतं मनोरंजन न ठरता त्यापेक्षा खूप काही सिद्ध झाली.

थेम्समीड इथल्या एका छोट्याशा सदनिकेत ही पार्टी होती आणि बऱ्याच बायका तिथे एकत्र आल्या होत्या. गप्पांच्या जोडीला तिथे वाईनही होती आणि थोड्याच वेळात सगळ्याजणी त्या वातावरणात मोकळ्या होऊन स्थिरावल्या. ॲन समर्सची उत्पादनं खोक्यांमधून जशी बाहेर आली, तशी तोपर्यंत संथपणे चाललेल्या त्या पार्टीत एकदम जणू जान आली. त्या कामुक अंतर्वस्त्रांबरोबर कामजीवन आणि एकंदरीतच स्त्री-पुरुष संबंधांविषयीच्या चविष्ट कथाही इकडून तिकडे फिरायला लागल्या. वारंवार हास्याचे जोरदार फवारे उडायला लागले आणि आपला संकोच बाजूला ठेवून, मुक्तपणे त्या आनंदकल्लोळात सहभागी होणाऱ्या स्त्रियांमुळे एक विलक्षण वातावरण तिथे निर्माण झालं. ॲन समर्सच्या मालकाची मुलगी, अशी माझी ओळख करून दिली जाताच प्रश्न आणि सूचना यांचा भडिमार माझ्यावर झाला. मूलत: त्यांचं म्हणणं असं होतं, की उत्तान अंतर्वस्त्रं विकत घ्यायची त्यांना इच्छा असते, पण त्यासाठी सेक्सच्या वस्तूंच्या दुकानात जाणं मात्र त्यांना अवघड वाटतं.

त्यांच्या मते- आणि त्यांचं मत बरोबरच होतं- त्या काळात लैंगिक सुखासंबंधीचा एकूणच उद्योग स्त्रियांचा विचार करणारा नव्हता. त्या बायकांचं हेच मत पुढे चालून माझ्या व्यावसायिक रणनीतीचं सूत्र बनणार होतं.

पार्टी प्लॅन या संकल्पनेला टपरवेअर या कंपनीनं १९५०च्या दशकात, अमेरिकेत जन्म दिला होता आणि ही योजना कुठलीही वस्तू विकण्यासाठी उपयुक्त ठरते. एक म्हणजे त्यात वरकड खर्च फारच कमी असतो आणि दुसरं म्हणजे रोख

पैसे मोजणाऱ्या गिऱ्हाइकांशी तुमचा थेट संबंध येतो. मी तिथल्यातिथे निर्णय घेऊन टाकला- आपणही आपल्या स्वत:च्या पार्ट्या आयोजित करायला सुरुवात करायची. मी प्रचंड उत्साहानं भारलेल्या अवस्थेतच घरी गेले आणि टोनीला बिचाऱ्याला माझी या योजनेबद्दलची अथक बडबड ऐकून घ्यावी लागली. यात पुढे काय होऊ शकतं याबद्दल मला काहीही कल्पना नव्हती, असं मला वाटतं; फक्त ॲन समर्ससाठी ही चाल खूप चांगली ठरणार आहे एवढंच मला ठाऊक होतं, बस्स! पण मला यासंबंधी जरा अभ्यास करायला हवा आहे, हे माझ्या लक्षात आलं आणि टोनीव्यतिरिक्त इतर कुणाशीही माझा बारकाईनं अभ्यास होईपर्यंत याविषयी बोलायचं नाही, हे मी ठरवून टाकलं.

आम्ही अंतर्वस्त्रं नाही, पण कुठल्याही अनौपचारिक समारंभात घालायचे सर्वसाधारण कपडे विकायला सुरुवात केली. आम्ही ते कपडे ईस्ट एन्डच्या बाजारातून विकत घेतले होते. तिथल्या ठोक विक्रेत्यांशी, आम्हांला शंभराच्या हिशेबाऐवजी प्रत्येक प्रकारचे फक्त काहीच कपडे देण्यासाठी आम्ही खूप घासाघीस केली आणि ब्लाऊज, स्कर्ट्स, ड्रेसेस आणि जाकिटं असा साधारण शंभर पाउंडांचा माल विकत घेतला. ही आमची गुंतवणूक होती. मी आमच्या घरीच पार्ट्या आयोजित करण्यापासून सुरुवात केली आणि नंतर, त्यांच्या घरी त्या आयोजित करू देण्याची विनंती इतरांनाही करायला लागले. माझा बुजरेपणा अजूनही तसा गेलेला नसल्यामुळे, लोकांपुढे उभं राहणं आणि त्यांना काहीतरी विकणं, म्हणजे फारच होतं. पण एकदा समोर उभी राहून मी बोलायला लागले, की मग मात्र मला ते आवडायला लागलं आणि मी जितक्या वेळा बोलले, तेवढा माझा माझ्या कामातला उत्साह वाढायला लागला. आता रविवारी लंडनला जाऊन कपडे खरेदी करायचे आणि नंतरच्या आठवडाभरात ते विकायचे, असा माझा आणि टोनीचा आठवड्याचा नित्यक्रमच बनला होता. मला आता या संकल्पनेची चांगलीच समज आली होती. मी मग अंतर्वस्त्रंही विकायला सुरुवात केली आणि त्याचबरोबर काही सेक्सची खेळकर साधनंही. या दोन्ही गोष्टी तुफान लोकप्रिय ठरल्या आणि माझ्या पार्ट्यांमधलं वातावरण पार बदलून गेलं.

मात्र त्यापेक्षा जास्त निकडीच्या गोष्टींकडे लक्ष देणं मला भाग होतं. पिप्पा डीच्या स्त्रियांकडून येणाऱ्या मागण्यांमुळे आपलं प्रशासकीय काम प्रचंड प्रमाणात वाढलं आहे, अशी मार्लीनची तक्रार सुरू झाली होती. आता मला पुढे होऊन डॅडना माझी भव्य कल्पना सांगायची वेळ आली होती.

तीन

होय, स्त्रियांनाही लैंगिक सुख आवडतं!

माझे वडील म्हणजे लैंगिकताविषयक उद्योगाचा एक प्रभावी वक्तृत्व असलेला प्रवक्ता आहेत, असं मला नेहमीच वाटायचं. प्रसारमाध्यमं या उद्योगावर जी सतत आगपाखड करत आलेली आहेत, ती पाहता, ही गोष्ट उपयुक्तच आहे. एकदा एका वृत्तपत्राशी बोलताना वडील म्हणाले होते-

'तुम्हांला आमच्या दुकानांमध्ये तद्दन अश्लील असं काहीही दिसणार नाही. दुकानांच्या मागच्या भागात गुप्तपणे काही ठेवलेलं असतं, असंही नाही. जे काही आहे, ते समोर दिसेल असंच मांडलेलं असतं. अश्लीलतेच्या अलीकडे आम्ही आमची लक्ष्मणरेषा आखत असतो, पण खरी समस्या अशी आहे, की ही रेषा सारखी हलत असते आणि आज जे साहित्य लोकांना स्वीकारार्ह वाटतं, ते उद्या तसं नसू शकतं. आम्ही लैंगिकतेला नेहमीच एका निरोगी आणि सकारात्मक पद्धतीनं सादर करत आलो आहोत आणि आपलं लैंगिक जीवन अधिक चांगलं करण्यासाठी आवश्यक ती साधनं विकत घेण्याचं स्वातंत्र्य स्त्री व पुरुष दोघांनाही असायला हवं, असं आमचं मत आहे.'

खरी गोष्ट अशी आहे, की त्या काळात लैंगिकता उद्योग हा पूर्णपणे पुरुषांच्याच बाजूला झुकलेला होता. आपल्या कामजीवनाची रंगत वाढवण्यासाठी काही साधनं घेण्याची संधी स्त्रियांना मिळत नव्हती.

लैंगिक सुखाच्या बाबतीत, त्या काळी स्त्रियांकडे उपभोक्त्या म्हणून पाहिलंच जात नव्हतं. स्त्रियांनो, तुम्ही यात सहभागी होऊ शकता, पण पुढाकार मात्र घेऊ शकत नाही, असा काहीसा संदेश तेव्हा दिला जात होता.

माझ्या वडिलांना माझी पार्टी प्लॅनची कल्पना ऐकून घ्यायला लावणं, हे

माझ्यापुढे एक मोठंच आव्हान आहे, हे मला अगदी चांगलं ठाऊक होतं. एक तर आमचं वडील-मुलगी म्हणून नातं तसं खूप जवळिकीचं नव्हतं आणि त्यात ते कामाच्या ठिकाणी माझ्यापासून चार हात लांबच राहायचे. एके दिवशी, ते त्यांच्या कार्यालयात एकटे सापडतील या अपेक्षेनं मी उशिरापर्यंत थांबले. डॅड आणि कंपनीचे एक संचालक, डेव्हिड टिझ्झार्ड, एकाच ठिकाणी बसत असल्यामुळे एरवी त्यांच्या एकट्याशी बोलणं अशक्य होतं. मी थांबले, थांबले, पण डेव्हिड काही त्यांची जागा सोडून हलेनात. मग मात्र मी सरळ आत गेले आणि त्या दोघांनाही, मी आत्तापर्यंत आयोजित केलेल्या पार्ट्या, स्त्रियांच्या संभाव्य मागण्या आणि आमचा किरकोळ विक्रीचा व्यवसाय यामुळे कसा वाढेल, हे सगळं सांगितलं. माझी एकतर्फी बडबड चालू असताना डॅड मध्येच उठून उभे राहिले आणि काही क्षण माझ्याकडे विचारमग्न मुद्रेनं बघत राहिले. त्यानंतर अनेक वर्षांनी त्यांनी मला सांगितलं, की त्यांच्यासाठी तो क्षण एक अलौकिक असा क्षण होता, कारण त्यांना त्यावेळी माझा खूप अभिमान वाटला होता आणि हेही लक्षात आलं होतं की माझ्यात एका उद्योजिकेची बीजं आहेत. माझं बोलणं ऐकून झाल्यावर त्यांनी मला परत विचार करून संचालक मंडळासमोर या कल्पनेबद्दल सादरीकरण करण्यास सांगितलं.

माझ्याकडे ते सादरीकरण तयार करण्यासाठी एक आठवड्याचा अवधी होता. कुठून सुरुवात करावी याबद्दल मला यत्किंचितही कल्पना नव्हती, म्हणून मग मी सरळ टिपणं लिहायला सुरुवात केली आणि मला जे काही सांगायचं होतं, ते त्यात उतरवल्याची खात्री झाल्यावर थांबले. मग मी ते लिखाण टाइप केलं आणि टोनीसमोर बसून अनेकवेळा ते वाचण्याचा सराव केला. सादरीकरण चांगलं झालं आहे, असं टोनीनं बोलून दाखवलं. आज इतक्या वर्षांनंतर मला कळलं आहे की, मी बऱ्यापैकी वेगळा विचार करणारी आणि समस्या सोडवणारी, अशी आहे. माझ्या मैत्रिणीही मला बोलून दाखवतात की मला त्यांनी त्यांची काही समस्या सांगितली, तर मी एक नाही तर चांगले दोन-तीन पर्यायी मार्ग त्यांना सांगते.

सादरीकरणाचा दिवस उजाडला. मला प्रचंड तणाव जाणवत होता. मी संचालक मंडळाच्या खोलीत धडधडत्या छातीनं प्रवेश केला तेव्हा सगळे जण तिथे हजर होते- डॅड, राल्फकाका, जॉन गिबिन्स, डेव्हिड टिझ्झार्ड, रे उनाडकट आणि रॉन कोलमन. मी सगळ्यांसमोर एक कल्पना घेऊन आले आहे, असं वडिलांनी सगळ्यांना सांगितलं, आणि हातात दोन कागद घेऊन मी थरथरत सगळ्यांसमोर बोलायला उभी राहिले. पार्ट्यांमध्ये मला भेटलेल्या स्त्रियांबद्दल मी बोलले, आमच्या दुकानातल्याच वस्तू आपण अशा प्रकारे कशा विकू शकतो हे सविस्तर सांगितलं, त्यासाठी नवीन कॅटलॉग्ज न छापता टपाली-मागणी विभागासाठी छापण्यात

येणाऱ्या कॅटलॉग्जचाच कसा वापर करू शकतो, जेणेकरून अतिरिक्त खर्च कमीतकमी असेल, हे सांगितलं. पार्ट्या आयोजित करण्यासाठी आपण काही स्त्रियांची नेमणूक करायची आणि त्यांच्या पार्ट्यांना येणाऱ्या आमंत्रितांमधून त्यांनी आणखी काहीजणींना नेमायचं, अशा प्रकारे आपला व्यवसाय वाढत जाईल, आणि मग व्यवसायवृद्धी करण्यासाठी या साखळीत वरपासून खालपर्यंत सगळ्यांना काही एक रोख प्रेरक रक्कम मिळेल, हे मी त्यांना समजावून सांगितलं.

रॉन कोलमन यांनी माझ्याकडे एकदा पाहिलं आणि म्हणाले, 'हे बघ, तू जे काही सांगते आहेस त्याचं मला काहीही कौतुक नाही. स्त्रियांना लैंगिक सुखात काहीही रस नसतो, हे सत्य आहे.' मला ते ऐकून प्रचंड धक्का बसला. विशेषत: इतर कुणीही, अगदी डॅडनीही, त्यांच्या विधानाला आक्षेप घेतला नाही, हे पाहून तर मी सुन्नच झाले. आता असं एखादं विधान कुणी तुमच्या तोंडावर फेकलं, तर तुम्ही काय कराल? एक तर त्यामुळे निराश आणि पराभूत होऊन जायचं, नाहीतर त्याकडे चक्क दुर्लक्ष करून आपला मुद्दा सोडायचा नाही. इथे मी विक्रेती होते आणि माझ्याकडे घेण्यासारखं काहीतरी आहे, याबद्दल संचालकमंडळाला पटवायचं होतं. अशा परिस्थितीत रागावण्यामध्ये माझंच नुकसान होतं. माझे वडील तर त्या बैठकीत माझ्याशी खासकरून कठोरपणे वागले. निव्वळ आपण आपल्या मुलीला झुकतं माप देतो आहोत असं कुणाला वाटू नये म्हणूनच ते असं करत होते, हे मला ठाऊक होतं. मी जे करते आहे, ते मला कळतं आहे का? याबद्दल त्यांना खात्री करून घ्यायची होती. आता मला ते सांगत असतात की त्यावेळी आतून ते खूप भावनावश झालेले होते आणि आपल्यानंतर आपला उद्योग सांभाळायला एक मुलगा हवा होता असं त्यांना जरी तोपर्यंत वाटायचं, तरी त्यावेळी त्यांना कळलं की आपली मुलगी जे करेल त्यापेक्षा वेगळं त्यानं काही केलं नसतं.

संचालक मंडळानं सुमारे तासभर मला अनेक प्रश्न विचारले. कोर्टात उलट तपासणी होत असताना संबंधित व्यक्तीचं कसं होत असेल, हे मला तेव्हा कळलं. त्यावेळी माझी भावना मुख्यत्वे निराशेची होती. पार्टी प्लॅन संकल्पनेवर माझा ठाम विश्वास होता आणि इतरांना ते पटावं याबद्दल माझी धडपड चालली होती. पण त्या क्षणी तरी मला आशा वाटेल, असं काहीही बोलायला ते तयार नव्हते.

बऱ्याच वेळानंतर मला तिथून जायला सांगण्यात आलं आणि मी सुटकेचा नि:श्वास टाकला. मी परत माझ्या जागी येऊन बसले, आणि मग सुरू झाली त्यांच्या निर्णयाची प्रतीक्षा. निर्णय व्हायला तसे दोनच दिवस लागले, पण माझ्यासाठी ते दोन दिवस म्हणजे दोन वर्षांसारखे होते. अखेर मला कळवण्यात आलं की माझ्या प्रस्तावानुसार, म्हणजेच नवीन खर्च न वाढवता आहे त्या परिस्थितीत, पार्टी प्लॅन सुरू करायला संचालक मंडळाची संमती आहे. माझ्या

योजनेनुसार पार्टीच्या आयोजक महिला निवडण्यासाठी 'ईव्हनिंग स्टॅण्डर्ड' या वर्तमानपत्रामध्ये आठवड्याला एक, अशा एक महिनाभर जाहिराती देण्यासही त्यांनी मंजुरी दिली होती. या जाहिरातींना जो काही प्रतिसाद मिळेल, त्यावरून मंडळ आपल्या भूमिकेचा पुनर्विचार करणार होतं. हे सगळं वाचून मी तर चंद्रावरच पोहोचले होते. माझ्यापुढचं आव्हान खूप मोठं होतं, पण मी आता एक पाऊल पुढे गेले होते.

जाहिरातींचे शब्द काय असावेत, यावर ईव्हनिंग स्टॅण्डर्डमध्ये खूप बंधनं होती आणि ती पाळली गेली नाही तर अशा जाहिराती स्वीकारल्या जात नसत. आता, मला खरं तर पार्टी आयोजक म्हणून फक्त स्त्रियाच पाहिजे होत्या, पण तसं जाहिरातीमध्ये मला म्हणता येणार नव्हतं आणि उत्तान हा शब्द वापरता येणार नसल्यामुळे आमच्या अंतर्वस्त्रांना त्याऐवजी अनोखी म्हणावं लागलं. असं करत करत आमची जाहिरात अखेर तयार झाली, ती अशी:

ॲन समर्सच्या फक्त स्त्रियांसाठी असलेल्या अनोख्या अंतर्वस्त्रांची विक्री करण्यासाठी पार्ट्या आयोजित करणारे आयोजक पाहिजेत. फक्त संध्याकाळपुरतं काम करून तीस ते चाळीस पाउंड मिळवा.

१९८१च्या मे महिन्यात एका बुधवारी ही जाहिरात वर्तमानपत्रात झळकली आणि मला अक्षरश: असंख्य उमेदवारांचे फोन आले. ते सगळे फोन मी स्वत: घेतले. त्यांपैकी बरेच फोन पुरुषांचे होते, हे मला मान्य करायला हवं. त्यातल्या काहीजणांना ॲनबरोबर (समर्स) बोलायचं होतं. सरतेशेवटी पंचवीस खरेखुरे उमेदवार मला मिळाले. त्या सगळ्यांना मी त्यापुढच्या आठवड्यात लंडनच्या 'द स्ट्रँड पॅलेस' हॉटेलमध्ये एका परिषदेसाठी यायला सांगितलं. महिनाभर दर आठवड्याला एकदा मी अशी परिषद बोलवत होते. पिप्पा डी चे ख्रिस आणि ॲन तेव्हा माझ्याबरोबर असत. मधल्या काळात पिप्पा डी सोडून त्यांनी ॲन समर्सचं पार्टी आयोजकत्व स्वीकारलं होतं. त्यांच्याच मदतीनं मी लोकांना दाखवण्याकरता एक स्टार्टर किटदेखील तयार केलं होतं, ज्यात आमची उत्पादनं ठेवलेली असायची. त्यामध्ये काही लैंगिक करमणूक साधनं होती, तशाच काही नावीन्यपूर्ण वस्तूही. पहिल्या परिषदेच्या वेळी मी इतकी घाबरलेली होते, की सगळ्यांसमोर जाऊन उभं राहताना माझे पाय लटलट कापत होते. त्यातच तिथे जमलेल्या स्त्रिया साशंक मुद्रेनं समोर बसलेल्या होत्या, त्यामुळे तर माझी पार हबेलंडी उडाली होती. कसंबसं मी माझं भाषण सुरू केलं आणि पार पाडलं. भाषण झाल्यावर मी पिशवीतून आमची उत्पादनं बाहेर काढली आणि सगळ्यांना दाखवली. उत्पादन दाखवताना मात्र प्रत्येकीशी वैय्यक्तिकरित्या संवाद साधण्याची खबरदारी मी घेतली. जी कुणी स्त्री या बाबतीत पुढे जाण्यात रस दाखवेल, तिची आम्ही नोंद करत असू. त्या

सगळ्यांना मी नंतर त्यांच्या घरी जाऊन भेटणार होते.

लैंगिक आनंदाचं जग स्त्रियांना खुलं करून द्यायचं हेच आता आपलं जीवितकार्य, असं मला वाटायला लागलं आणि त्याच उत्साहानं भारून जाऊन मी स्वत:ला कामामध्ये पूर्णपणे झोकून दिलं. दरम्यान टोनीला डी बिअर्समधल्या त्याच्या कामाचा कंटाळा यायला लागला होता आणि आमच्या भागातला हंग्री टोड नावाचा एक वाईन बार विकत घेऊन एका सर्वस्वी वेगळ्या क्षेत्रात उडी घ्यायचा त्याचा विचार चालला होता. माझ्या वडिलांनी त्याला त्यापासून परावृत्त केलं आणि त्याऐवजी आमच्या ॲन समर्सच्या एखाद्या दुकानात काम करावं, असं सुचवलं. आम्ही दोघांनी डॅडच्या या प्रस्तावावर विचार विनिमय केला आणि हे काम त्याच्यासाठी योग्य ठरेल अशा निष्कर्षाप्रत आलो; टोनी बोलका आणि बहिर्मुख व्यक्तिमत्त्वाचा होता. ग्राहकांशी व्यवहार करणं त्याला चांगलं जमलं असतं. झालं, जगातल्या अत्यंत प्रतिष्ठित कंपनीमध्ये हिऱ्यांची निवड करण्याचं काम सोडून टोनी लैंगिक संबंधविषयक उद्योगात प्रवेश करता झाला. त्याच्या कामात तो चांगलाच होता, पण माझ्या कौटुंबिक उद्योगाचा एक भाग म्हणून जगण्यात त्याला असुरक्षित वाटायला लागलं. माझ्या वडिलांवर मोठ्ठा प्रभाव पाडण्यासाठी तो जिवापाड प्रयत्न करत होता यात शंकाच नव्हती. त्याला बढती केव्हा मिळणार, असं तो मला येता-जाता विचारायला लागला आणि माझ्या झपाट्यानं वाढत चाललेल्या कामावरचं लक्ष विचलित होऊ न देता मला त्याची समजूत काढत राहावं लागायचं.

त्यावेळेस मी दुकानं आणि पार्टी प्लॅन, या दोन गोष्टींना एकमेकींपासून वेगळंच मानायची. दुकानांमध्ये ठेवला जाणारा माल आणि तिथे येणारी गिऱ्हाइकं, याबाबतीत आमची दुकानं जुन्याच वळणाची होती.

ॲन समर्सची आजची दुकानं मात्र त्यावेळेपेक्षा अत्यंत वेगळीच आहेत. त्यावेळी दुकानात येणारे लोक मुख्यत: कामगार वर्गातले लोक, पर्यटक आणि समलिंगी संबंध ठेवणारे पुरुष असायचे. नर्सचे पोषाख आणि कामवालीचे मोठ्ठ्या आकाराचे कपडे विरुद्धलिंगी पेहराव करणाऱ्या लोकांना विकण्यातून आमच्या दुकानांना भरपूर धंदा मिळायचा. पण तोंडाला बांधण्याच्या पट्ट्या, चाबूक, हातकड्या, साखळ्या आणि विविध मुखवटे, या वस्तू बहुतांशी झोकदार सूट घालणारे सफेद कॉलर व्यावसायिक, न्यायाधीश, सनदी अधिकारी आणि राजकारणी लोक घ्यायचे. हे सगळे लोक स्वत:ची प्रतिमा शृंगारिक खेळांसारख्या हीन गोष्टींमध्ये अजिबात रस नसलेले, सभ्य आणि उच्चभ्रू नागरिक म्हणून रंगवण्याची जिवापाड धडपड करत असायचे, हे सांगायला नकोच. त्यांच्या आमच्याबरोबरच्या व्यवहारांच्या बाबतीत

कागदोपत्री काहीही पुरावा राहू नये, याची ते पूर्ण काळजी घेत. आपली खरेदी ते नेहमी रोखीतच करत असत.

आगच्या संचालक मंडळाला पार्टी प्लॅनबद्दल शंका असली, तरी स्त्रियांना खरोखरच लैंगिक आनंद आवडतो याचा प्रत्यय त्यांना आता यायला लागला होता. आमचा व्यवसाय खूप वेगानं वाढत होता.

१९८२ साली मी ऑफिसमध्ये टेलिफोनवर मागणी स्वीकारण्याची व्यवस्था सुरू केली आणि फोन घेण्यासाठी एका अठरा वर्षांच्या मुलीला नेमलं. (उण्यापुऱ्या एकवीस वर्षांची असल्याने मी स्वत:ही तेव्हा एक मुलगीच होते.) मला आमचे कॅटलॉग्जदेखील जरा स्त्रियांना आवडतील असे करायचे होते. आमचे आत्तापर्यंतचे कॅटलॉग्ज लैंगिक संबंधांच्या बीभत्स बाजूवरच जोर देणारे होते. स्त्रियांच्या हातात ते द्यायचे, तर ते अधिक शृंगारिक आणि खट्याळ बनवणं आवश्यक होतं. शिवाय स्त्रियांना स्वत:ला गंमत म्हणून घ्यावीशी वाटणारी अंतर्वस्त्रं, त्यात नव्हतीच. स्त्रियांनी कुठल्या प्रकारची अंतर्वस्त्रं घालावीत असं पुरुषांना वाटत असतं आणि स्त्रियांना स्वत:ला कुठल्या प्रकारची घालावी वाटतात, यांमध्ये जमीन-अस्मानाचा फरक असतो, म्हणूनच, दरवर्षी व्हॅलेंटाइन डे झाल्यावर दुसऱ्या दिवशी बहुतांशी भडक अंतर्वस्त्रं परत केली जातात. यच्चयावत सगळे तयार कपड्यांचे दुकानदार तुम्हांला हेच सांगतील. त्यावेळी आम्ही स्वत: जे संशोधन केलं होतं, त्यात आम्हांला असं आढळलं होतं की, पुरुषांना बायकांनी लाल रंगाची अंतर्वस्त्रं घातलेली आवडतात, तर स्त्रियांना मात्र असं वाटत होतं की त्यांनी काळ्या रंगाचे कपडे घातलेले पुरुषांना आवडतात. स्त्रियांना स्वत:ला मनापासून आवडणारे रंग होते पांढरा आणि गुलाबी. यावरून तुम्हांला लक्षात येईल की अंतर्वस्त्रांसारखी मूलभूत गोष्टदेखील वाटते तितकी साधी, सोपी नसते! आमचे बहुतांशी सगळे वस्त्रप्रकार आम्ही पाच रंगांमध्ये उपलब्ध करून द्यायचो - काळा, पांढरा, लाल, गुलाबी आणि निळा. आम्ही हा प्रश्न असा सोडवला.

माझ्या अखत्यारीतला व्यवसायाचा भाग मी यावेळेपर्यंत गोल्ड स्टारच्याच जागेतून चालवत होते, पण वस्तुस्थिती अशी होती की आमचं छान चाललं होतं आणि लवकरच आम्ही आमचा सगळा खर्च स्वतंत्रीत्या पेलू शकण्याच्या स्थितीत असणार होतो. पहिल्या वर्षात आम्ही सहाशेपेक्षा जास्त पार्टी आयोजक नेमले होते आणि आमची त्या वर्षीची एकूण उलाढाल झाली होती ८०,००० पाउंड्स. अर्थात, हा पसारा असा वाढत असताना सगळं काही मी एकटी सांभाळू शकत नव्हते, त्यामुळे मी माझ्या मदतीसाठी इतर लोकांना नेमत होते. आमच्या ॲन

समर्स कंपनीमध्ये सगळ्या महिला कर्मचारीच होत्या आणि आमच्या पार्ट्याही फक्त स्त्रियांसाठीच होत्या. गोल्ड स्टारमधल्या अनेक पुरुष कर्मचाऱ्यांना तर हे सगळं अनाकलनीयच वाटत होतं आणि फ्रेंच निकर म्हणजे काय, असं मी त्यांना विचारलं असतं तर त्यांना खात्रीनं ते सांगता आलं नसतं. पार्ट्यांबाबत बोलायचं, तर त्यांचं यजमानपद स्त्रियांकडेच असायचं, कारण व्हायब्रेटर (यांत्रिक पुरुषलिंग) सारखी वस्तू आजूबाजूला पुरुषमंडळी असताना विकत घ्यायला स्त्रियांना आवडत नाही, हे आमच्या लक्षात आलं होतं. आमच्या पार्ट्या म्हणजे स्त्रियांची आपापले नवरे, मुलं आणि नोकऱ्यांपासून घटकाभर सुटका असायची. आई किंवा अकाउंटंटची भूमिका विसरून थोडा वेळ स्वत:च्या एका वेगळ्याच बाजूचा अनुभव घेण्याची संधी असायची. थेम्समीडमधल्या माझ्या पहिल्या पार्टी अनुभवासारखंच, बायकांना एकत्र येऊन लैंगिक संबंधांबद्दल गप्पा मारणं, त्या बाबतीतल्या प्रत्यक्ष अनुभवलेल्या वा सांगोवांगीच्या कथा एकमेकींना सांगणं आणि एकूणच एकमेकींच्या सहवासात, तणावमुक्त होऊन विसावणं आवडतं असं मी पाहिलं. केरी कॅटोना, मेल बी, डॅनिएला वेस्टब्रुक आणि चक्क झारा फिलिप्स - प्रिन्सेस ॲनची मुलगी - अशा एकाहून एक प्रसिद्ध स्त्रियांनी एकतर आमच्या पार्ट्यांना हजेरी लावली आहे, वा स्वत:च त्या आयोजित केल्या आहेत.

आमच्या व्यवसायाचा पार्टी प्लॅन विभाग वाढत वाढत आज ॲन समर्सच्या एकूण उलाढालीच्या ३२ टक्के, एवढा झाला आहे. आज आमच्याकडे सुमारे सात हजार पाचशे पार्टी आयोजिका काम करत आहेत. ब्रिटनमधली सर्वांत मोठी पार्टी प्लॅन कंपनी आम्ही आहोत. आम्ही नेमलेल्या अनेक आयोजिका अत्यंत यशस्वी गटप्रमुख झाल्या आहेत, ज्यांच्या हाताखाली डझनावारी इतर स्त्रिया काम करतात.

त्यांना माझं कौतुक आणि पाठबळ मिळत असतं. आमच्या वार्षिक सभांमध्ये, अभिमान आणि आत्मविश्वासानं ओतप्रोत भरलेल्या या स्त्रियांना बक्षिसं घेताना पाहण्यातला आनंद काही औरच असतो. या स्त्रिया बहुतांशी गृहिणी आणि मुलांच्या आया असतात आणि त्यांनी स्वप्नातही कल्पना केली नसेल, असं आर्थिक स्वातंत्र्य आज त्यांच्याकडे आहे. ॲन समर्सच्या आयोजिका होताच त्यांना आमच्या उत्पादनांचं स्टार्टर किट मिळत असल्यामुळे अगदी त्याच दिवसापासून कमाई करण्याचा मार्ग त्यांना खुला असतो. त्यांच्या कामाच्या वेळाही लवचीक स्वरूपाच्या असल्यामुळे प्रत्येकीला आपल्या घरच्या विशिष्ट परिस्थितीशी आपल्या कामाचे तास सुयोग्यरित्या जुळवून घेणं शक्य असतं. त्यांना नाव आणि बक्षिसं मिळवण्याच्या अनेक संधी मिळतात. आमच्या गटप्रमुखांपैकी अर्ध्या जणींना कंपनीची कार वापरायला मिळते. त्यात अगदी फोर्ड फिएस्टापासून ते सर्वांत वरच्या श्रेणीतल्या मर्सिडीस आणि बीएम्डब्लू पर्यंत गाड्या असतात. यात कमाईला कुठलीही मर्यादा म्हणून नाही

आणि कामाचं स्वरूप तरुण आयांना अगदी सोयीचं आहे.

तुमच्यासाठी सर्वोत्तम काम करणाऱ्यांना तुम्ही बक्षिसं द्यायलाच हवीत, अन्यथा ते लोक निघून जातील, इतकं सरळ सूत्र आहे हे. त्यासाठी आम्ही दर महिन्याला स्पर्धा आणि बक्षिसं ठेवतो. त्यात जिंकणाऱ्या स्त्रियांना गोठ्या किंमतीच्या वस्तू मिळतात.

आमचे कॅटलॉग्ज ज्यांनी पाहिले आहेत, त्यांना कळेल की आम्ही आमच्या उत्पादनांच्या बाबतीत खूप मजा-मजा करत असतो. आमच्या सुरुवातीच्या काळामध्ये, पिनिस मग्ज हा एक अत्यंत लोकप्रिय प्रकार होता. बाहेरून पाहिलं तर कुठल्याही कॉफी मगसारखाच तो मग दिसायचा, पण आतमध्ये चिनी मातीचं शिश्न त्याला जोडलेलं असायचं. या मग्जूची मागणी पुरवठ्यापेक्षा जास्त झाली, तेव्हा टोनीला त्यात आपला ठसा उमटवण्याची संधी दिसली. त्यानं चिनी मातीची अशी लिंगं बनवण्यासाठी एक माणूस शोधला. त्याची अशा प्रकारची मागणी ऐकून संभाव्य पुरवठादारांची प्रतिक्रिया काय झाली असेल, याची तुम्ही कल्पना करू शकता. शिवाय ही लिंगं बनवण्यामध्ये इतरही अनेक व्यावहारिक समस्या निर्माण झाल्या. पहिल्यांदा ही लिंगं मगांच्या मानानं खूप मोठ्या आकाराची झाली आणि ती मगांमधून बाहेर डोकावू लागली. नंतर बनवलेली लिंगं इतकी नाजूक झाली की, गरम पेय मगामध्ये ओततात्च ती गळून पडायला लागली. शिश्नासंबंधीच्या समस्यांना हा एक वेगळाच अर्थ प्राप्त झाला होता. पण अखेर आम्हांला ते जमलंच.

कुणाच्या तरी हाताखाली काम करण्यामध्ये जाणवणारी असुरक्षिततेची भावना टोनीला मनातून खात होतीच आणि पिनिस मग्जच्या बाबतीत त्याला जे यश मिळालं होतं, त्यामुळे त्याला ॲन समर्सचा एक पुरवठादार होण्याचीही संधी सापडली. हव्या त्या प्रकारची अंतर्वस्त्रं, हव्या त्या प्रमाणात मिळण्यामध्ये मला जो त्रास होत होता, तो त्याला माहीत होता म्हणून त्यानं स्वत:च त्याचा कारखाना टाकण्याचं ठरवलं. आम्ही आमची गरज दोन बऱ्यापैकी प्रस्थापित कंपन्यांकडून पुरी करून घेत होतो, पण योग्य किमतीला पुरेसा पुरवठा मिळवण्यामध्ये आम्हांला तरीही अडचणच यायची. टोनीला त्यामुळे स्वत:च्या आणि आमच्या सामायिक भल्याचं काहीतरी करण्याची संधी मिळाली. इतर कुणाहीपेक्षा स्वस्त दरात आम्हांला हव्या त्या गोष्टी तो देऊ शकला, तर आम्ही त्याच्याकडून त्या नक्की विकत घेऊ, असं मी त्याला सांगितलं. माझ्यामुळे त्याला हे सोपं गेलं असं कुणाला वाटत असेल, तर मी सांगू इच्छिते की या बाबतीत टोनीला राल्फ गोल्ड यांच्याशी थेट व्यवहार करावा लागत होता आणि राल्फ खरेदीच्या बाबतीत घासाघीस करण्यात जितके कठोर होते, तितकं माझ्या तरी माहितीत दुसरं कुणी नव्हतं. या बाबतीत मी त्यांच्याकडून खूप काही शिकले आहे, मात्र त्याचबरोबर, कधीकधी मला

आमच्या पुरवठादारांची कीवही यायची. राल्फच्या निर्दयी घासाघिशीमुळे त्यांच्यापैकी एकाला तर बिचाऱ्याला शेवटी आपला धंदा बंद करावा लागला होता. ही गोष्ट आम्ही अतिपूर्वेच्या देशांमधून खरेदी करायला सुरुवात करण्याआधीच्या काळातली आहे. आमच्या- किंबहुना कुठल्याही- उद्योगामध्ये, दर्जा आणि नियमित पुरवठा यांच्यामध्ये संतुलन साधणं हा एक फार महत्त्वाचा भाग आहे.

अधिकाधिक लोकांपर्यंत पोहोचण्याची संधी मी कायमच शोधत असायचे आणि त्याच उद्देशानं ऑगस्ट १९८५मध्ये मी टोनी, अॅन्जेला बेली नावाची कपड्यांची डिझायनर आणि माझ्या काही कर्मचाऱ्यांना घेऊन ब्रिस्टॉलला प्रस्थान ठेवलं. तिथे 'विमेन्स वर्ल्ड एक्झिबिशन' या नावानं स्त्रियांसाठी जे जागतिक स्तरावरचं प्रदर्शन होणार होतं, त्यात आम्हांला आमचा स्टॉल मांडायचा होता. या प्रदर्शनामध्ये सौंदर्यप्रसाधनं,आणि नववधूच्या कपड्यांपासून ते अनेक घरगुती गोष्टी असणार होत्या आणि देशाच्या पश्चिम भागामध्ये आमचा प्रचार करण्याच्या दृष्टीनं ही एक चांगली संधी होती. आमचा स्टॉल एक खोलीसदृश होता, ज्यात येणारी व्यक्ती सरळ चालत येऊ शकत होती. स्टॉलची सगळी रंगसंगती गुलाबी होती. तिथे आम्ही अॅन समर्स अंतर्वस्त्रं ठेवली होती आणि आतमध्ये एक छोटी आडोशाची जागा करून तिथे एका शेल्फवर आमची लैंगिक करमणूक साधनं मांडली होती. त्या साधनांमध्ये खूप अश्लील असं काही नव्हतं, फक्त आमची सर्वाधिक लोकप्रिय यांत्रिक लिंगं होती. कुणीही भसकन आत येऊ नये अशी ती रचना होती आणि येणारी व्यक्ती, स्त्री असो की पुरुष, अठरा वर्षांपेक्षा जास्त वयाची असण्याची पूर्वअट आम्ही घातली होती.

त्या स्टॉलवर आमची उत्पादनं विकण्यापेक्षा मला आमच्या पार्ट्यांचा प्रसार करण्यात जास्त रस होता. 'बी.बी.सी.'च्या 'रेडिओ वेस्ट वाहिनी'चे लोक आमची मुलाखत घ्यायला आले होते आणि मला प्रसारमाध्यमांशी बोलण्याचा फारसा अनुभव नव्हता, पण अशी प्रसिद्धी मिळणं ही एक चांगलीच गोष्ट होती. नंतर माझी ती मुलाखत दुपारी प्रसारित झाली, तेव्हा मला ती चांगलीच झाल्याचं जाणवलं. या गोष्टीचा अपेक्षित परिणाम झाल्यावाचून राहिला नाही. मुलाखत ऐकून बरेच लोक आमचा स्टॉल नुसता बघायला म्हणून खास येऊन गेले. टोनी पत्रकं वाटत तिथे उभा होताच आणि दोन विशिष्ट व्यक्ती वगळता येणाऱ्या प्रत्येकाचा दृष्टिकोन सकारात्मक होता. या दोन विशिष्ट व्यक्ती म्हणजे साध्या वेशातले पोलीस अधिकारी होते. मी माझा स्टॉल बंद केला नाही, तर मला अटक करण्यात येईल अशी धमकी त्यांनी मला दिली. अटक करण्याचं कारण काय, तर मी विना परवाना लैंगिकविषयक वस्तूंचं दुकान चालवत होते! मला आजही हा आरोप हास्यास्पदच वाटतो. त्यावेळी

अर्थात मी घाबरले होते हे मला मान्य करायला हवं, पण त्याचबरोबर मला रागही आला होता. समोर एखादं आव्हान उभं ठाकल्यावर मी पुढच्या आयुष्यात जे करत आले आहे, तेच मी तेव्हाही केलं; मी माघार घ्यायला नकार दिला. मी इथे काहीही विकत नसल्यामुळे या स्टॉलला दुकान म्हणता येणार नाही, आणि त्यामुळे मला कुठलाही परवाना वगैरे घ्यायची गरज नाही, असं मी त्या अधिकाऱ्यांना सुनावलं. त्यावेळी कायदा माझ्या बाजूनं खरोखरच आहे किंवा नाही हे मला ठाऊक नव्हतं, मी निव्वळ तसं ठोकून दिलं होतं, पण नंतर मला कळलं की माझं प्रतिपादन बरोबरच होतं. अगदी आजही ॲन समर्सला परवाना लागत नाही, कारण दुकान या संज्ञेत हा व्यवसाय बसत नाही. मी माझं दुकान बंद केलं आहे की नाही, हे पाहायला आम्ही उद्या पुन्हा येऊ असं त्या अधिकाऱ्यांनी गुर्मीतच पुन्हा मला धमकावलं आणि मी जर तसं केलं नाही, तर मला अटक केली जाईल असं बजावलं.

ते अधिकारी निघून गेले आणि मी, टोनी आणि ॲन्जेला त्यांच्या दिशेनं दिङ्मूढ होऊन पाहतच राहिलो. त्या क्षणी माझा सगळा शूरपणा गळून पडला होता आणि आता हे लोक मला नक्की जेलची कोठडी दाखवणार असं मला वाटायला लागलं. असल्या प्रसंगातून जो गेला आहे, अशा कुणाशी तरी मला बोलावसं वाटलं आणि मी डॅडना फोन लावला. त्यांच्या मासिकांच्या संदर्भात ते यातून गेलेले होते.

ते नेहमीप्रमाणे छान बोलले आणि त्यांनी मला धीर दिला. ते म्हणाले, 'आता पुढे जे होईल, ते त्या अधिकाऱ्यांच्या मनावर आहे.' तांत्रिकदृष्ट्या माझं म्हणणं बरोबर होतं, आमचं हे दुकान नव्हतंच, त्यामुळे त्यांनी मला तुरुंगात टाकलं तरी बेहत्तर, पण मी मागे हटायला नको असं माझं मत होतं. सकाळचं हे नाटक संपल्यावर त्यातला भावनेचा भर जरा ओसरला आणि आम्ही आमच्या हॉटेलवर परतलो, ते अंमळ निराश होऊन आणि थकूनच, पण असं असलं तरी मी दोन हात करायला तयार होते! दुसऱ्या दिवशी सकाळी मी जराशी लवकरच स्टॉलवर आले. दिवसभर माझा एक डोळा पोलीस दिसतात का, हे बघत होता.

पण दिवस सरला तरी ते काही तिथे फिरकले नाहीत. पुढे आठवडाभरही आमचा स्टॉल व्यवस्थित चालत राहिला.

सरकारी अधिकाऱ्यांबरोबर आमच्या ज्या अनेक चकमकी झाल्या, त्यातली ही पहिली म्हणता येईल. एकदा ग्वेर्नसे इथल्या आमच्या एका पार्टी आयोजक स्त्रीनं आम्हांला फोन केला. तिला आमची उत्पादनं मिळण्यामध्ये खूप अडचण येत होती. तिथले सीमाशुल्क अधिकारी फक्त अंतर्वस्त्रांची खोकी तेवढी आत नेऊ द्यायला तयार होते, बाकी यांत्रिक लिंगं, चाबूक, इतर नावीन्यपूर्ण वस्तू- इतकंच काय पण 'पुरुषांना बायकांच्या बाबतीत काय कळतं,' अशा नावाचं एक पुस्तकही त्यांनी

जप्त केलं होतं. आम्ही या अधिकाऱ्यांना, आमची कोणती उत्पादनं त्यांच्या दृष्टीनं स्वीकारार्ह आहेत असं सरळ सरळ विचारलं, पण ते काहीही सहकार्य करायला तयार नव्हते. मग ही समस्या सोडवायला आम्हांला आमचा मार्ग शोधावा लागला. आम्ही बिलांवरची आमच्या उत्पादनांची नावं बदलली. उदाहरणार्थ, 'दांडगोबा यांत्रिक लिंग', याऐवजी आम्ही बिलात लिहिलं 'राजकुमार!' ही युक्ती कामी आली, कारण अशी सर्वसाधारण नावं वाचल्यावर कुणाला त्यात काय आहे याबद्दल कुठलीही शंका यायची नाही आणि त्यामुळे त्यानंतर आमचा माल आम्हांला निर्धोकपणे पाठवता येऊ लागला. माझ्या विश्वामध्ये, प्रत्येक अडचणीतून मार्ग निघतोच.

टोनी अनेक बाबतीत जुन्या वळणाचा होता. तो एका कॅथलिक कुटुंबामध्ये लहानाचा मोठा झाला होता. सुखी वैवाहिक जीवनाची त्याची कल्पना अगदी पारंपरिक होती; म्हणजेच बायकोनं घरी बसून मुलांना सांभाळायचं असतं, वगैरे. आपल्याला मुलं हवी याबद्दल तो आग्रही होता आणि आताशा तो त्यासंबंधात माझ्यामागे सतत लकडा लावत असायचा. कुटुंब वाढवण्याच्या मीही काही विरुद्ध नव्हते, पण माझ्या मते तशी योग्य वेळ अजून आलेली नव्हती. काहीही झालं तरी मुलं होऊ द्यायलाच हवीत, असं काही मला वाटत नव्हतं आणि त्या क्षणी तरी परिस्थिती अशी होती, की मी अद्याप पंचवीस-सव्वीसच वर्षांची होते आणि माझा उद्योग उभा करण्यामध्ये व्यस्त होते. माझा आत्मविश्वास आता कुठे वाढायला लागला होता आणि जॅकलिन गोल्ड खरी काय आहे, हे आत्ता कुठे मला उमगायला लागलं होतं. लवकरच, टोनीच्या असुरक्षिततेच्या भावनेच्या जागी असूया आली. त्याला मध्येच खूप ताण यायचा आणि तो मग फुरंगुटून बसायचा. किंवा मग याच्या विरुद्ध व्हायचं आणि संतापानं त्याचा एकदम स्फोट व्हायचा. त्याच्या अशा मानसिक स्थितीमुळे मला माझं यश साजरं करणं अवघड वाटायला लागलं आणि मी मग त्याचा फारसा गाजावाजा न करण्याचं ठरवून टाकलं. एकदा का तुम्ही तुमच्या जोडीदाराबरोबर असं वागायला लागलात, की मग याचा शेवट वाईटच असतो कारण त्यानंतर तुम्ही तुमचं सगळं आयुष्यच तुमच्या जोडीदाराच्या सोयीनं लपवत, उघडं करत जगत राहता. शेवटी आपला आनंद आणि आपली दु:खं तुम्ही त्यांच्याशी वाटून घेऊ शकत नाही आणि परिणामत: सगळा डोलाराच कोसळतो. स्वत:ला कमी दाखवून तुम्ही समोरच्या व्यक्तीची असुरक्षिततेची भावना घालवू शकत नाही. टोनी चांगला माणूस होता आणि आहेही, आणि मी हे नेहमीच बोलूनही दाखवते की अनेक तऱ्हेनं तो एक परिपूर्ण नवरा आहे. पण आता आम्ही मनानं एकमेकांपासून दूर जायला लागलो होतो आणि आमच्या दोघांच्या मधलं हे अंतर दिवसागणिक वाढतच चाललं होतं.

टोनी जरी लहरी झाला होता, तरी मला स्वत:बद्दल जे छान वाटत होतं, ते काही कमी झालं नव्हतं. आधी मी काय केलं असेल, तर इतके दिवस जे मला कधी सुचलंच नव्हतं ते- माझ्या आहाराकडे लक्ष देणं, मी सुरू केलं आणि इतकी वर्षं जे अतिरिक्त वजन अंगावर बाळगत मी फिरायचे, ते कमी करायला सुरुवात केली. त्यासाठी मी काहीतरी भयानक असं केलं नाही. फक्त हाताला लागेल ते खाणं सोडून दिलं आणि आरोग्यवर्धक अन्नच खायला सुरुवात केली. आठवड्यातून चार वेळा मी एरोबिक्सच्या वर्गालाही जायला लागले, ज्याचाही उपयोग झालाच. आयुष्यात पहिल्यांदाच मी नियमितपणे केशभूषा करून घ्यायला लागले. या सगळ्यामुळे माझं एकंदरच रूप पालटायला लागलं. काही महिन्यांतच मी जवळ जवळ पंधरा किलो वजन कमी केलं. माझं वजन त्यामुळे ५६ किलोपर्यंत आलं, ज्यामुळे मी अधिक आकर्षक तर दिसायला लागलेच, पण माझ्या ५ फूट २ इंच उंचीला हे वजन आरोग्यदृष्ट्या अगदी योग्य असं झालं. याचा अर्थ आजवर ज्या प्रकारचे कपडे घालणं मी टाळत आले होते, तेही घेणं आणि घालणं मला शक्य झालं. माझा आत्मविश्वास वाढला आणि मला अधिक तरुण आणि जोमदार वाटायला लागलं. टोनीनं जी बावळट, बुजरी मुलगी लग्न करून घरी आणली होती, तिच्या जागी तो आता एका सुंदर आणि तरुण उद्योजिकेला पाहत होता आणि तिच्या सहवासात राहत होता; पण त्याला ते अजिबात आवडलेलं नव्हतं. मला माझ्यात झालेल्या बदलाबद्दल तो सोडून इतर सगळ्यांकडून प्रशंसा आणि प्रशस्तिपत्रक मिळत होतं आणि त्यामुळे तर गोष्टी अजूनच बिघडल्या. मला आताशा त्याच्यासंदर्भात खरोखरच दु:ख वाटायला लागलं होतं आणि त्याच्याशी असलेल्या नात्यामधला माझा रसही निघून गेला होता. आपलं यश आणि प्रसिद्धी लपवणं, कमी दाखवणं हे मला नकोसं झालं. मला जगासमोर जायचं होतं आणि आनंदात जगायचं होतं, आणि टोनी मला मागे ओढत होता.

या बाबतीत कौटुंबिक समुपदेशकांची मदत घेण्याचाही मी प्रयत्न केला आणि माझ्याबरोबर तिथे येण्यास टोनीही तयार झाला. पण आत खोलवर कुठेतरी मला असं जाणवलं की, आमच्या दोघांमधली ही समस्या सुटणं जवळजवळ अशक्यच आहे. दोन समानधर्मी आत्म्यांच्या वैवाहिक जीवनातला अडथळा, असं तिचं स्वरूप न राहता, दोघांपैकी एक जण जीवनातलं एक प्रचंड मोठं परिवर्तन अनुभवत होतं आणि सर्वस्वी वेगळी व्यक्ती बनत होतं, अशी परिस्थिती निर्माण झाली होती. आमच्यात तीन मुख्य समस्या होत्या आणि त्यातली कुठलीही एक आमचे संबंध मोडण्याच्या दृष्टीनं पुरेशी होती- टोनीला इतर कशाहीपेक्षा मुलं पाहिजे होती; मी मोठी स्वप्नं असणारी आणि काम करणारी स्त्री बनत होते; आणि माझ्यामध्ये आता एक नवा, अविचल आत्मविश्वास जागृत झाला होता.

१९८६ साली आम्ही शॅल्डनला एका शाळेच्या जुन्या इमारतीमध्ये राहायला गेलो. त्या घराच्या बागेत हवाई हल्ल्यांपासून बचावासाठीचं बंकर बांधलेलं होतं आणि टोनीला आपला नवा व्यवसाय चालवण्यासाठी ती जागा अगदी योग्य होती. ते घर खरोखर सुंदर म्हणण्यासारखंच होतं. पाहताक्षणीच आम्ही त्या घराच्या जणू प्रेमातच पडलो होतो. त्या घराचं नांव विली ब्रुम होतं असं सांगितल्यावर ते आम्ही न घेण्याचं कुठलंही कारणच उरलं नाही, हे तुमच्या सहजच लक्षात येईल. नव्या घरात आल्यावर टोनीला एक नवाच जोम आला आणि त्यानं माझ्यावर प्रेमाचा अक्षरश: वर्षावच केला. पण आमचे संबंध सुधारण्यापलीकडे गेले होते. नवं घर आणि अंतर्वस्त्रं तयार करण्याच्या उद्योगात त्यानं घेतलेली उडी, यामुळे आम्ही पुन्हा एक नवी सुरुवात करू शकू अशी त्याला आशा वाटत होती, पण या दोन्ही गोष्टींमुळे काही काळ जरा बरा गेला, तरी आमच्यातल्या दीर्घ पल्ल्याच्या समस्यांचं उत्तर त्यात नव्हतं. आमचे संबंध हळूहळू कोलमडत चालले होते आणि आम्ही त्यासाठी जे काही उपाय करत होतो, त्यामुळे जीवनाकडे बघण्याच्या आमच्या भिन्न दृष्टिकोनांमधली खोल दरी अधिकच अधोरेखित होत होती. त्यातच माझं बालपण वाईट गेलं म्हणून मी अंमळ लवकर लग्न केलं होतं, ही गोष्टही त्या दृष्टीनं मारकच होती.

नोव्हेंबर १९८८मध्ये एकदा सेव्हनओक्स इथे राहणाऱ्या माझ्या एका मैत्रिणीकडे आम्हांला जेवायला बोलावलं होतं. ती तिथे एकटीच राहत होती. तिचा तो छोटासा, आटोपशीर फ्लॅट पाहताना तिच्या स्वातंत्र्याचा मला हेवा वाटला. मला स्वत:ला त्याउलट पिंजऱ्यांत कोंडल्याची भावना निर्माण झाली होती आणि त्या क्षणी मला असं जाणवलं की मला सगळी बंधनं तोडून मुक्त व्हायचं आहे आणि पुन्हा एकदा माझं माझं स्वतंत्र आयुष्य जगायचं आहे. जेवून घरी परतल्यावर आमचं पुन्हा एकदा जोरदार भांडण झालं आणि डोकं शांत करण्यासाठी टोनी त्याची कार काढून लांब चक्कर मारायला गेला. तो तसा बाहेर पडताच मी भराभरा एका सूटकेसमध्ये माझं मावेल तेवढं सामान भरलं आणि दोन आठवड्यांसाठी डॅडकडे राहायला निघून गेले. टोनी जवळजवळ दर पाच मिनिटांनी फोन करून मला परत येण्यासाठी विनवत होता. मी त्याला स्वच्छच सांगितलं की आपलं लग्न आता मोडलंच आहे आणि माझं त्याच्यावर अजूनही तेवढंच प्रेम असलं, तरी आपल्या या नात्यात आता मी अडकू शकत नाही. टोनीवरची माझी निष्ठा आणि माझा परिपूर्णतेचा अट्टहास, यामुळे माझ्या कुटुंबीयांना आम्हा दोघांमध्ये काही समस्या आहेत, याची पुसटशी शंकाही नव्हती. त्यांच्यासाठी त्यामुळेच हा एक प्रचंड मोठा धक्का होता. टोनी आणि मी, आम्ही एकमेकांच्या सहवासात एकूण दहा वर्षं खूप मजेत राहिलो, पण मला आता असं ठामपणे वाटतं की मी खूपच लहान वयात

लग्न केलं. आता मागे वळून पाहिलं तर वाटतं की विसाव्या वर्षी लग्न करणाऱ्या मुलींपैकीदेखील मी सगळ्यांत लहान मुलगी होते. टोनीनं नंतर दुसरं लग्न केलं आणि आता त्याचं स्वत:चं कुटुंब आहे. तो आता एक चांगला नवरा आणि पिता असा दोन्हीही आहे. आम्ही नंतरही मित्रच राहिलो आणि अजूनही आम्ही बरेचदा दुपारी जेवायला एकत्र येत असतो.

माझं टोनीवर प्रेम होतं, पण त्यावेळेला माझं जे काही स्थान होतं, त्याचं प्रतिबिंब आमच्या त्या संबंधामध्ये पडलेलं होतं, यात काही संशय नाही. तेव्हा मी लहान होते, अननुभवी होते आणि स्वत:च्याच घराच्या चार भिंतींआड एक घुसमटलेलं आणि दु:खद जीवन मी जगले होते. अर्धवेळ नोकरी करण्याच्या निमित्तानं माझं पाऊल पहिल्यांदाच घराबाहेरच्या विश्वात पडलं होतं आणि इतर पंधरा-सोळा वर्षांच्या मुलींशी तुलना करता, सर्वसाधारणत: मिळायला हवे होते ते सगळेच अनुभव काही मला मिळालेले नव्हते. अगदी सहजतेनं चार लोकांमध्ये कसं मिसळावं हेच मला माहिती नव्हतं, मग एखादं नातं सांभाळण्याची गोष्ट तर दूरच राहिली. टोनी हा माझ्यासाठी एक स्वप्नातला राजकुमारच होता- देखणा, कष्टाळू आणि स्थिर. माझ्या आईच्या घरातून सुटका करून घेण्यासाठी एक अत्यंत सुंदर कारणही त्यानंच मला पुरवलं होतं. मी थोडी अजून व्यवहारी आणि आत्मविश्वासपूर्ण असते, तर कदाचित मी लग्न करायची प्रत्यक्षात केली तेवढी घाई केली नसती. किंवा कदाचित असंही झालं असतं की मी मुळी लग्न केलंच नसतं. पण अर्थात मला झाल्या गोष्टीचं अजिबात वाईट वाटत नाही. तो काळ माझ्या आयुष्यातला एक महत्त्वाचा कालखंड होता. मी आमच्यातल्या नात्यामध्ये न मावण्याएवढी मोठी झाले होते आणि त्यावेळी आम्हा दोघांसाठी ते एक दु:स्वप्न जरी होतं, तरी जे काही चाललं होतं ते समजण्याचं धैर्य माझ्यात नसतं, तर काहीतरी खूपच वाईटही घडू शकलं असतं. मला वाटतं गोष्टी सुधारण्यापलीकडे गेल्या आहेत, हे एकदा का तुम्हांला कळून चुकलं, की नंतर फक्त दिखावाच उरतो. तुम्ही स्वत:शी आणि समोरच्या व्यक्तीशीही अप्रामाणिकपणे वागत असता. परिचित परिस्थितीचं प्रलोभन मोठं असतं आणि आपल्याला हेच हवं होतं अशी स्वत:चीच समजूत घालणंही सोपं वाटत असतं कारण हे सगळं सोडून बाहेरच्या जगात उडी घेण्याची कल्पनासुद्धा सहन न होणारी असते. आपण समोरच्या व्यक्तीला कदाचित दुखवून बसू, हा विचारही तितकाच भयप्रद असतो. या बाबतीत मी फक्त एवढंच सांगू इच्छिते की खोट्या प्रतिष्ठेसाठी तुम्ही त्या व्यक्तीबरोबर राहिलात, तर तुम्ही खरं तर तिला जास्तच दुखावत असता.

चार

माझी बहीण- माझी मैत्रीण

टोनी आणि मी वेगळे झाल्यानंतर, माझ्या सेव्हन ओक्समधल्या मैत्रिणीसारखंच मला एकटीला माझ्या स्वत:च्या घरात राहायचं होतं. मी मग क्रॉयडनला दोन बेडरूम्सचं एक घर घेतलं. मला त्यासाठी ९०,००० पाउंड्स मोजावे लागले. त्या घरात दोन वर्षं मी राहिले आणि नंतर कुठे माझ्यात मालकीची, माझं जीवन माझ्याच ताब्यात असल्याची भावना निर्माण झाली. मी त्या काळात पैसा कमावला, माझं स्वत:चं असं फर्निचर जमा केलं आणि सगळ्यात महत्त्वाचं म्हणजे ज्याची मला माझ्या लहानपणापासून आस लागून राहिली होती, ते स्वातंत्र्य आता माझ्याजवळ होतं. आणि माझ्याजवळ होती माझी बहीण व्हेनेसा.

आमच्या दोघींत अंतर जरा जास्तच असल्यामुळे लहानपणी आमच्यात असायला हवी तेवढी जवळीक निर्माण झाली नव्हती. आमच्यात तब्बल सात वर्षांचं अंतर असल्यामुळे आमच्यात सामायिक, वाटून घ्यावं असं काही नव्हतंच. किंबहुना आमच्यात तसं काही निर्माण होऊच शकलं नाही. आम्ही एकमेकींच्या खऱ्या मैत्रिणी बनण्यासाठी ती सोळा वर्षांची आणि मी तेवीस वर्षांची होईपर्यंत आम्हांला वाट पाहावी लागली. तेव्हा माझं टोनीशी लग्न झालं होतं. टोनी आणि मी बिगिन हिलला ज्या घरात राहायचो, त्या घरात ती एकदा सहज म्हणून आमच्याकडे आली होती. ती आली आणि एक अत्यंत मनोहर गोष्ट घडली-

आम्ही एकमेकींना सापडलो.

आम्ही त्यावेळेला कपडे विकायचो आणि ती आली त्या दिवशी वरच्या मजल्यावरच्या बेडरूममध्ये मी असेच खोक्यांमधून वेगवेगळे कपडे बाहेर काढून ठेवत होते आणि ती माझ्याजवळ उभी राहून माझा तो उद्योग बघत होती. अचानक

का कुणास ठाऊक, पण मी घरी सगळं काही व्यवस्थित आहे का? असं तिला विचारलं. आमचं बोलणं बराच वेळ अवघडलेपणाचंच होतं, कारण आजवर आम्ही ज्याची कधीही एकमेकींशी चर्चा केली नव्हती, असा छळाचा विषय टाळून-टाळूनच दोघीही बोलत होतो. लहानपणाच्या आम्हा दोघींच्या छळाबद्दल आम्ही थेट काही बोललोच नाही, पण जे काही बोलणं झालं, त्यावरून मनोमन आम्हांला एकमेकींच्या मनाचं सगळं काही कळलं होतं. तो एक साक्षात्कारी क्षण होता. आम्ही दोघी एकमेकींसाठी किती महत्त्वाच्या आहोत आणि निव्वळ बहिणी म्हणूनच नाही, तर दोन व्यक्ती म्हणूनही आमच्यात किती गोष्टी समान आहेत, हे आम्हांला त्या एका क्षणात कळलं होतं. तिथे शब्दांची गरजच नव्हती; आमच्यात एक तोडता न येणारा बंध आहे हे आम्हांला अंत:प्रेरणेनंच कळलं.

हे पुस्तक लिहीत असताना मी तिला त्या क्षणाबद्दल विचारलं, तेव्हा तिनं त्याचं खूप सुंदर वर्णन केलं. ती म्हणाली, माझ्या दृष्टीनं आपल्या दोघींमधलं वयाचं अंतर त्या दिवशी गळून पडलं आणि मला माझी बहीण पहिल्यांदा भेटली एवढंच नव्हे तर मी तिच्या प्रेमातही पडले. मला विचारशील तर आपल्या मैत्रीवर त्याच दिवशी कायमचं शिक्कामोर्तब झालं. मी आता एकटी उरले नव्हते पण त्याच संभाषणात पुढे व्हेनेसानं मला हेही सांगितलं की मी टोनीबरोबर राहण्यासाठी घर सोडलं तो क्षण खूपच दु:खद होता.

'माझ्या आठवणींपैकी सगळ्यात दु:खद आठवण म्हणजे तू घर सोडलंस तो दिवस. मला वाटतं तेव्हा अकरा वगैरे वाजत असावेत. तू घर सोडून जाण्याची पार्श्वभूमी त्या प्रत्यक्ष दिवसाच्या बरीच आधीपासून तयार होत आलेली असणार पण माझ्यासाठी ते म्हणजे एका क्षणी तू होतीस आणि दुसऱ्या क्षणी तू निघून गेलीस, इतकं धक्कादायक होतं. त्यावेळी निरोप घेणं, गळ्यात पडणं किंवा शाब्दिक देवाण-घेवाण असं काहीही घडल्याचं मला तरी आठवत नाही. आठवतं ते एक शून्यपण, एक पोकळी. आपल्यात त्यावेळी विशेष जवळीक होती असंही मी म्हणू शकत नाही - आपल्या वयांतलं अंतर तुला खूप जाणवत असावं आणि पाठच्या भावंडांच्या बाबतीत तसं वाटणं साहजिकच आहे, हे मलाही माहीत आहे, पण त्या क्षणी मला जे उद्ध्वस्त झाल्यासारखं वाटलं, ते आजही माझ्यासोबत आहे.'

आत्ता हे शब्द लिहितानासुद्धा मला माझे अश्रू आवरावे लागत आहेत.

'मला घरात खूप एकटं वाटायला लागलं. तू होतीस तेव्हा मला सोबतही होती आणि त्याच्या आणि माझ्यामध्ये तुझ्या रूपांत एक संरक्षक भिंतही होती. तू निघून गेल्यावर मात्र मला आठवतो- घरातला प्रचंड तणाव, आक्रमकता, भांडणं आणि भयानक कष्ट. माझ्या तापट स्वभावामुळे बहुधा त्याची दुष्ट नजर माझ्याकडे

वळू शकली नाही आणि त्यामुळेच मी बचावले, या सत्याबाबत आपण अनेकदा चर्चा केली आहे पण तुला काय-काय भोगावं लागलं आहे, याची मला तेव्हा अजिबात कल्पना नव्हती. तुझ्यात जन्मत:च काहीएक विशिष्ट प्रेरणा असावी. तू गेल्यानंतर मी मात्र त्याच्याबरोबर घरात एकटीनं राहावं लागू नये, यासाठी काय वाट्टेल ते करायची. मला त्याच्या संगतीत एकटीला सोडून जाऊ नकोस, असं म्हणून मी आईच्या अक्षरश: हाता-पाया पडायची, पण ती ते करायचीच.'

व्हेनेसा मला म्हणते की जॉननं तिच्या बाबतीत प्रत्यक्ष काही करण्याअगोदर पासूनच त्याच्या वर्तणुकीबद्दल तिला एक धोक्याची जाणीव झालेली होती. आई जवळपास नसताना सोफ्यावर जवळ घेऊन कुरवाळणं असो, किंवा ती झोपण्यापूर्वी कपडे बदलत असताना त्याचं मांजराच्या पावलानं वरच्या मजल्यावरच्या बेडरूमपर्यंत येणं असो, तिला संभाव्य संकटाची चाहूल लागली होती. तो आसपास असताना तिलाही माझ्यासारखंच एक भीतीयुक्त दडपण जाणवायचं. एक दिवस मात्र त्यानं तिला बागेतल्या पोहण्याच्या तलावाशेजारच्या खोलीत गाठलंच, आणि या वेळी गोष्टी निव्वळ चुंबनांच्या पुढे गेल्या. त्या खोलीत साठवल्या जाणाऱ्या क्लोरीनचा वास, भिंतींवरची विविध आयुधं आणि डाव्या बाजूच्या दोन लहानशा, घाणेरड्या-ज्यातून उजेडही जेमतेमच आत यायचा, अशा खिडक्या, हे सगळं तिला अजून आठवतं. त्यानं त्यावेळी तिच्याशी जे काही केलं, ते अयोग्य आहे हे तिला माहिती होतं, पण त्याबद्दल आपण काय करायचं हे मात्र तिला कळलं नव्हतं.

माझा घटस्फोट झाला, तेव्हा माझ्या मदतीला व्हेनेसा धावून आली होती. त्या दिवसापासून आजपर्यंत आम्ही आनंद, दु:ख, नाट्यपूर्ण परिस्थिती आणि निखळ मजेचे क्षण, अशा प्रत्येक वेळी एकमेकींच्या बरोबर असतो. व्हेनेसानं शालेय जीवनाचा आनंद भरपूर लुटला होता आणि नंतर कॉलेजातही तिनं त्याचीच पुनरावृत्ती केली. एके काळी तिला विमानांशी संबंधित असं काहीतरी करण्याची इच्छा होती.

ती एकसारखी हवाई वाहतूक नियंत्रक किंवा वैमानिक बनण्याबद्दल बोलत असायची. ही गोष्ट तिनं नक्कीच माझ्या वडिलांच्या विमानं उडवण्याच्या प्रेमातून उचलली होती. त्याचबरोबर, ती किती सुंदर आहे, याबद्दल तिचे मित्र-मैत्रिणी तिला सारखे सांगत असत. तिचे चंदेरी केस, बदामी डोळे, पिवळसर गोरा रंग आणि कमनीय बांधा, हे पाहून ते तिला जाहिरातीसाठी मॉडेलिंग करायला सुचवत असत. तिनंही एका संस्थेत प्रवेश मिळवून काही काळ ते काम केलं होतं. ॲन समर्ससाठीही तिनं काही जाहिराती केल्या होत्या, पण तिला पूर्णपणे त्यात पडायची इच्छा नव्हती. १९८३मध्ये तिनं माझ्या व्यवसायात मदत करायला सुरुवात केली. तिला

हातखर्चाला पैसे हवे होते, त्यामुळे सुरुवात म्हणून मी तिला आमच्या टपालखात्यामध्ये नेमलं. लवकरच ती फोनवरून मागण्या स्वीकारणारी ऑपरेटर झाली.

कंपनीच्या विविध खात्यांमध्ये काम करत-करत अखेर ती थेट माझ्या हाताखाली काम करायला लागली. काहीवेळा आमचं व्यावसायिक नातं ती विसरून जायची आणि आपल्या मर्यादा सोडायची-

एकदा कशावरून तरी तिला राग आला. ते सांगायला ती कुठलीही पूर्वसूचना न देता माझ्या केबिनमध्ये घुसली - पण तेव्हा ती फक्त सतराच वर्षांची होती. ऑफिसमध्ये असं वागणं बरं दिसत नाही, हे लवकरच तिच्या लक्षात आलं. माझ्यासारखंच विक्री, कपड्यांचं डिझायनिंग, खरेदी आणि बाहेरून आपल्या नावाखाली वस्तू तयार करून घेणं, अशा उद्योगाच्या विविध विभागांमध्ये तिनं काम केलेलं आहे आणि त्यामुळे तिला संपूर्ण उद्योगाचं सम्यक ज्ञान मिळालेलं आहे. व्हेनेसानं ॲन समर्सप्रति नेहमीच एक प्रकारची उत्कटता आणि बांधीलकी दाखवून दिली आहे आणि २००० साली तिला आमच्या खरेदी-संचालकपदावर बढती देताना मला खूप अभिमान वाटला. आमच्या उद्योगाच्या अनेक क्षेत्रांमध्ये तिला उत्तम गती आहे, विशेषत: नवी उत्पादनं विकसित करणं- जे आमच्या व्यवसायासाठी खूप महत्त्वाचं आहे, आणि पुरवठादारांबरोबरची बोलणी करणं- तिच्या या कौशल्यामुळेच बाजारातल्या कोणत्याही दुकानांपेक्षा आमच्या नफ्याची टक्केवारी जास्त आहे. विविध स्तरांवरच्या लोकांशी संवाद साधण्याचं तिचं कौशल्यही वाखाणण्याजोगं आहे, ज्याचा उपयोग आम्हांला नगरपालिकांबरोबर चर्चा करताना होत असतो. तुमच्या कुटुंबातली व्यक्ती तुमच्याकडे काम करत असेल, तर आपल्या उद्योगातलं काम हा त्यांचा जन्मसिद्ध हक्क नसून त्यांना मिळालेली एक संधी आहे, याची जाणीव तुम्ही त्यांना करून देणं आवश्यक असतं. व्हेनेसानं कंपनीतलं तिचं स्थान स्वत:च्या क्षमतांच्या बळावर मिळवलेलं आहे.

आम्ही दोघी काम करत नसतो तेव्हा छानपैकी नटून-थटून बाहेर हिंडायला आम्हांला खूप आवडतं. आम्हा दोघींचं लहानपण इतकं काही बंदिस्त होतं की ८०च्या दशकामध्ये बाहेर भटकायला जाण्यासाठी म्हणून शॅल्डनमधल्या माझ्या घरी व्हेनेसा जेव्हा-जेव्हा यायची, तेव्हा आमच्यासाठी ती एक मोठीच गोष्ट असायची. नटण्या-मुरडण्यात, गाणी ऐकण्यात आणि गप्पांमध्ये आम्ही तासन्तास घालवत असू. तयार झाल्यावर एखाद्या बार वा क्लब पर्यंतचा कारमधला वेळ सगळ्यात उत्कंठावर्धक असायचा. त्यात काही आश्चर्यही नव्हतं म्हणा, कारण त्या काळी आम्ही मजा करायला म्हणून बाहेर पडायचं म्हणजे गाडी सरळ विवक्षित बार वा क्लबमध्ये जाऊन लावायची, आत जायचं आणि कुठलं तरी गार पेय (मद्य

नाही) मागवायचं, नंतर नाच करण्याच्या ठिकाणी कडेला उभं राहून टेलर डाईनचं 'टेल इट टू माय हार्ट' किंवा वोमॅक आणि वोमॅकचं 'टिअरड्रॉप्स' वाजवलं जाण्याची वाट पाहायची आणि हे सगळं झालं की घरी जायला निघायचं, असा कार्यक्रम असायचा. आजही आम्ही त्याची आठवण झाली की खूप हसतो.

कालौघात आमचं जग विशाल झालं आणि आमची सामाजिक क्षितिजंही विस्तारली, त्यामुळे नंतर आम्ही एकत्र खूप मजा-मजाही केली आहे. ९०च्या दशकाच्या अखेरीला लेस्टर स्क्वेअर इथल्या एम्पोरियम नाईट क्लबचा अनुभव इथे सांगण्यासारखा आहे. मी आणि व्हेनेसानं आमच्या ॲन मारी नावाच्या एका मैत्रिणीला भेटायचं ठरवलं होतं आणि तिनं आम्हांला त्या क्लबच्या व्ही.आय.पी. विभागांत यायला सांगितलं होतं. तिथे एकदा आत शिरल्यावर काही कारणामुळे परत बाहेर यायचं असेल, तर बाहेर येताना, हे पाहुणे आधीच आत आलेले आहेत हे कळण्यासाठी खूण म्हणून तिथल्या पहिलवान-रक्षकांनी आमच्या हातांवर एक शिक्का उठवणं आवश्यक असतं, हे काही आम्हांला माहीत नव्हतं. आम्ही आपले आमच्या जवळच्या छोट्या बॅगा, अंगावरचे कोट, शॅम्पेनची बाटली वगैरे सगळं सामान आतच ठेवून नाच करण्यासाठी बाहेर सर्वांसाठी खुल्या असलेल्या हॉलमध्ये आलो. नाच वगैरे करून झाल्यावर परत आत निघालो तर काय, रक्षक आम्हांला आत जाऊ देईनात. मी माझ्या नेहमीच्या व्यावसायिक पद्धतीनं त्याला परिस्थिती समजावून द्यायला लागले, पण तो त्याच्या कामाच्या अनुरूप पक्का धटिंगण होता. त्यानं माझं बोलणं साधं ऐकूनही घेतलं नाही. व्हेनेसा तेवढ्यात बारजवळ गेली आणि कुणीतरी अधिक सौजन्यशील भेटतं आहे का हे पाहू लागली. मी हुशारीनं (आणि निव्वळ अगतिकतेतून) व्ही.आय.पी. विभागात शिरण्याचा जिन्याचा लांबचा मार्ग धरला. त्या सहा-फुटी पहिलवानाला चकमा देऊन आत घुसण्याचा माझा प्रयत्न होता तो. मी यातून काय साध्य करणार होते हे व्हेनेसाला कळलं नव्हतं, पण मी बरोबर पकडली गेले. त्यानं मला नुसतं पकडलंच नाही, तर चक्क उचललं आणि धसमुसळेपणानं परत डान्स फ्लोअरवर आणून टाकलं आणि वर तुला आता कधीच आत प्रवेश मिळणार नाही, हेही ऐकवलं. व्हेनेसा या सगळ्या प्रकाराकडे आ वासून बघतच राहिली.

पण आमचे सगळे मार्ग अजून बंद झालेले नव्हते, कारण थोड्याच वेळात एक अप-टु-डेट कपड्यांमधला माणूस तिथे आला आणि 'काय झालं?' म्हणून विचारायला लागला. आम्ही त्याला सगळं नीट समजावून सांगितल्यावर त्यानं चुटकी वाजवून त्या पहिलवानाला जवळ बोलावलं आणि आम्हांला आत सोडायला सांगितलं. त्यानं मनातल्या मनात शिव्या घालतच त्या आज्ञेचं पालन केलं. त्या सभ्य गृहस्थानं मग आम्हांला दुसऱ्या एका खोलीत बोलावलं आणि भारतातून

आलेल्या एका संस्थानिकाला व्हेनेसाबरोबर पेयपान करण्याची इच्छा आहे, असं सांगितलं. या आमंत्रणाबद्दल आम्हांला वाटलेल्या कुतूहलापोटी आम्ही त्या खाजगी खोलीत शिरलो. तिथे एक माणूस सुमारे वीस जणांचा लवाजमा भोवती घेऊन बसला होता. हा अनुभव अनोखा होता, पण थोड्याच वेळात आम्हांला तिथे कंटाळा आला. व्हेनेसा तिथून निसटण्याचा एखादा सभ्य मार्ग सुचतो का याचा विचार करत होती. ती त्या संस्थानिकाच्या जरा जवळ सरकली आणि त्याच्या कानात कुजबुजली की तिला आता निघायला हवं कारण तिच्या बहिणीला जरा जास्तच झाली आहे. त्यानं आम्हांला घरापर्यंत पोहोचवायला त्याची गाडी आणि चालक देऊ केले, पण त्यालाही तिनं नकार दिल्यावर तो स्वत: उठला आणि आम्हांला निदान क्लबच्या दारापर्यंत सोडतो म्हणाला. माझ्याजवळून पुढे जाताना, 'दारू थोडी जास्त झाल्याचं नाटक कर, आपल्या सुटकेचा तोच एक मार्ग आहे,' असं तिनं मला सांगितलं. त्यानंतर तो राजकुमार, व्हेनेसा, मी आणि त्याचा अंगरक्षक असे चौघं खाली आलो. घाई-घाईत मी जिना उतरताना रेलिंगचा आधार घ्यायला गेले तर तिथे लोखंडी बांबू नसून एक साधी दोरी होती, त्यामुळे माझा एकदम तोल गेला आणि मी गडगडत खाली आले.

व्हेनेसा मला सावरायला पुढे धावली आणि हळूच म्हणाली, 'मी तुला दारू थोडी जास्त झाल्याचं नाटक करायला सांगितलं होतं, तू खूपच जास्त झाल्यासारखं करते आहेस!'

कदाचित माझ्या पदामुळे असेल, पण लोकांना वाटतं की आमच्या दोघींमध्ये मी जरा विवेकी आणि समंजस आहे, पण खरं सांगायचं तर हे बिरुद व्हेनेसाला जास्त लागू पडतं (मी स्वत:च्या तोंडानं असं म्हणणं चूक आहे म्हणा!) व्यावसायिक बाबतीत सारी सूत्रं माझ्या हातात आहेत हे खरं, पण सामाजिक बाबतीत मात्र तीच सूत्रधार बनते. १९९८मध्ये, मी नुकतीच माझ्या लग्नबंधनातून बाहेर पडले होते तेव्हा एक दिवस मी आणि व्हेनेसा क्रॉयडनमधल्या एका बारमध्ये निघालो होतो. आमच्याबरोबर लाय नावाची एक मैत्रीणही होती. गाडीमध्ये लाय आम्हांला तिच्या 'एका रात्रीपुरती संगत' या प्रकारचे अनुभव सांगत होती आणि मी लक्ष देऊन तिच्या त्या कहाण्या ऐकत होते. तोपावेतो असले संबंध मला माहीत नव्हते, कारण मी तसं कधी केलंच नव्हतं. व्हेनेसा माझ्याकडे पाहत होती आणि मी आता एकटी राहायला नुकतीच सुरुवात केलेली असल्यामुळे हा विषय माझ्यासंदर्भात तसा धोकादायक ठरणार आहे असं तिला वाटत होतं. हे तिनं अर्थातच मला नंतर सांगितलं. आम्ही बारमध्ये पोहोचल्यावर मघाचा तो विषय पुन्हा सुरू करायला मी उत्सुक होते, पण त्यातून माझ्या हातनं काहीतरी भलतीच कृती घडण्याच्या

आशंकेनं व्हेनेसानं तो विषय बंद करून टाकला. आपल्या काळजीयुक्त आणि समंजस स्वरात ती मला म्हणाली, 'जॅकलिन... इथे क्रॉयडनमध्ये तरी नाहीच!' एका रुबाबदार पण अपरिचित पुरुषाबरोबर एक उत्कट रात्र घालवण्याच्या माझ्या स्वप्नावर तिच्या या शब्दांनी तिनं पाणी ओतलं.

आज इतक्या वर्षांनंतरही, 'फक्त स्त्रियांसाठी' अशा प्रकारची संध्याकाळ घालवणं आणि त्यासाठी घरात मोठ्यानं संगीत लावून रोझचे घुटके घेत तयार होणं, ही आमची आवड अजून कायम आहे.

सध्या आमच्या मैत्रिणींचा ग्रुप खूप छान आहे. आम्ही वेगवेगळ्या प्रकारचं संगीत ऐकतो, आमच्याकडे प्रचंड प्रमाणात आत्मविश्वास आहे आणि व्ही.आय.पी. विभागात शिरण्यामध्ये आम्हांला आता कुठलीही अडचण येत नाही! कुठल्याही नात्यांमध्ये होतात, तशी आमच्या दोघींतही भांडणं होतात, पण फारशी नाही. आम्ही जवळजवळ एक दिवसाआड भेटत असतो कारण आमची ऑफिसं लागूनच आहेत आणि आमच्या बैठकी आणि लोकांना दिलेल्या वेळा वेगवेगळ्या असल्या तरी मध्येच भेटून दोन शब्द बोलणं फारसं अवघड जात नाही. आठवड्यातून किमान एकदा आम्ही डॅडबरोबर जेवायला बाहेर जातो आणि एकदा आम्ही दोघीच जातो. पुन्हा शॉपिंगसाठी एकत्र जाणं होतंच. आम्हा दोघींनाही फॅशनची पक्की बायकी आवड आहे. मैत्रिणी, गुलाबी शँपेन आणि छान-छान पुरुषांच्या कौतुकाच्या नजरा, या गोष्टीदेखील आम्हांला मनापासून आवडतात. माझ्या कुटुंबीय आणि मैत्रिणींमध्ये मला- समस्या सोडवणारी आणि ती सुटेपर्यंत चिकाटी न सोडणारी म्हणून ओळखलं जातं आणि व्हेनेसा- तिच्या वयाच्या मानानं खूपच हुशार आहे. तिचा सल्ला नेहमी योग्य आणि समंजसपणाचा असतो आणि आमच्या डॅडप्रमाणेच गोष्टी सांगण्याची विलक्षण हातोटीही तिच्याकडे आहे.

माझ्या बाबतीत ती खूप जागरूक आणि काळजी असणारी आहे. मला तिची गरज असेल, तेव्हा ती अगदी हातांतलं काम सोडून अक्षरश: धावत येते. आता मी तिच्या घरापासून पंधरा मिनिटांच्या अंतरावर राहते, पण आधी आमच्या दोघींच्या घरांमधलं अंतर फक्त एकच मैल होतं, मला वाटेल तेव्हा पटकन बोलावता येण्याजोगं. माझ्या घराच्या खिडकीतून आत येऊन आणि जिना चढून माझ्या पलंगाशेजारी येऊन पोहोचलेल्या भल्यामोठ्या कोळ्यापासून मला वाचवण्याकरता कित्येकदा मी तिला मध्यरात्रीसुद्धा बोलावलेलं आहे. त्यावेळी मी भीतीमुळे जागीच थिजून पलंगावर उभी आहे आणि पलंगाशेजारी असलेल्या कोळ्याला बाहेर हाकलून लावण्यासाठी तिची वाट पाहते आहे, असं ते दृश्य असायचं.

पाच

अमली पदार्थांशी खेळ

आपला स्वत:चा असा नर्तकांचा ताफा कितीशा उद्योगांकडे असेल? आमच्याकडे आहे. ॲन समर्ससारख्या कंपनीत काम करण्यात जो अनेक प्रकारचा आनंद मिळतो, त्यांपैकी एक म्हणजे विक्रीसाठी इथे नवनवे मार्ग शोधून काढायला खूप वाव असतो. आपला असा एखादा मनोरंजनात्मक कार्यक्रम असावा, ही कल्पना १९८७ साली आम्हांला सुचली. त्याचं असं झालं की, आमच्या एका पार्टी आयोजिकेनं तिच्या ओळखीच्या मुला-मुलींना हाताशी धरून एक फॅशन शो केला होता. ॲन समर्सचे कपडे घालून ही मुलं-मुली विविध नाईटक्लब्जमध्ये नृत्याचा कार्यक्रम करत असत आणि ही आयोजिका तिथे बसून लोकांना तिच्या पार्ट्यांना पाहुणे म्हणून येण्याविषयी वा आयोजनाचं काम करण्याविषयी पटवायची. एकदा माझ्या काही विक्री-प्रमुखांनी उक्सब्रिज, मिडलसेक्स इथे त्यांच्या अशाच एका कार्यक्रमासाठी मला आमंत्रित केलं. आमच्या तिथल्या ताफ्यातले सगळेच नर्तक आकर्षक, सुंदर होते; पण त्यातला एक पुरुष नर्तक विशेषकरून माझ्या मनात भरला. तो अगदी देखणा आणि मदमस्त शरीरसौष्ठव असलेला, असा होता. त्याचं नाव बेन होतं. तो चोवीस वर्षांचा, म्हणजेच माझ्यापेक्षा चार वर्षांनी लहान होता आणि त्याच्याशी बोलताना त्याच्यात भरपूर आत्मविश्वास आहे, तसंच तो बुद्धिमानही आहे हे माझ्या लक्षात आलं.

त्याच्या आकर्षकपणामध्ये यामुळे भरच पडली. एकुणात बेन म्हणजे एक हवीहवीशी वस्तू होती आणि मला त्याची भुरळच पाडली होती.

त्यापुढच्या वर्षीपर्यंत हा ताफा 'ॲन समर्स एक्स्पिरियन्स' या नावानं आपले कार्यक्रम करू लागला होता आणि ब्रिटनमध्ये तसंच ब्रिटनबाहेरही लोकप्रिय झाला

होता. चांगली गोष्ट कितीही केली तरी चालते, या गृहीतकानुसार आम्ही आणखी एक ताफा तयार केला आणि त्याला नाव दिलं 'एक्सकॅलिबर'. अजून पाच वर्षांनी बेन याच वृंदात सामील होणार होता. 'एक्स्पिरियन्स' या वृंदाच्या कार्यक्रमांमध्ये मुलं आणि मुली मिळून कामुक नृत्यं करत, तर एक्सकॅलिबरमध्ये मात्र फक्त पुरुषच होते 'चिप-एन्-डेल' या वृंदाच्या धर्तीवरच एक्सकॅलिबर बेतलेला होता. पाच गोड, नृत्य करू शकणारे आणि लोकांसमोर कपडे उतरवण्यास आनंदानं तयार असणारे तरुण मिळवणं किती कर्मकठीण आहे, हे मी तुम्हांला काय सांगू! आव्हानांपुढे हार मानण्याचा माझा स्वभाव नसल्यामुळे असे तरुण मिळवण्यासाठी मी खूप शोधाशोध केली. सुरुवातीला मी सद्य नृत्यवृंदांमध्येच शोध घेतला. त्यातल्या योग्य मुलांना प्रशिक्षण देऊन तयार करता येईल असा माझा विचार होता, पण आम्हांला हवे तसे लोक न मिळाल्यामुळे आम्ही नाही म्हटलं तरी थोडे निराश झालो होतो. एक दिवस निव्वळ योगायोगानंच मला आणि व्हेनेसाला स्टीव्ह गोल्डिंग या तरुणाच्या रूपात एक साक्षात मदनाचा अवतार भेटला आणि तेही सगळं सोडून चक्क क्रॉयडनमधल्याच एका वाईनबारमध्ये! त्यानं मॉडेल म्हणून काम केलेलं होतं, पण सध्या त्याचे दिवस बरे चालले नव्हते आणि नवं काहीतरी करून बघायला तो एका पायावर तयार होता. आम्ही मग भेटीचा दिवस ठरवला आणि अशा प्रकारे एका सुंदर दिवशी स्टीव्ह त्याच्याबरोबर आणखी चार ताम्रवर्ण, सडसडीत शरीरयष्टीचे आणि डोळ्यांत भरणारे तरुण घेऊन आमच्या ऑफिसमध्ये अवतरला. आता आमच्यापुढे फक्त या पाच मदनाच्या पुतळ्यांना शिकवून त्यांचा, लोकांना भुलवणारा, झुलवणारा नृत्यसंच बनवायचं काम होतं. या गोष्टीला वेळ लागला, पण हा संच तुफान यशस्वी ठरला. फक्त पुढे लज्जा रक्षणापुरतं कापड आणि बाकी निव्वळ दोऱ्या असणारे जी-स्ट्रिंग्ज घालून नाचणारे पुरुष पाहून स्त्री-प्रेक्षकगण किती चेकाळतो, हे पाहून आम्ही थक्कच झालो. वाईट गोष्ट एवढीच की स्त्रिया काही वेळा अतिच बेभान होतात आणि मग आमच्या नर्तकांना अंगावर नखांचे ओरखडे आणि खरचटल्याच्या जखमा सहन कराव्या लागतात आणि एखाद्या अनावर क्षणी त्यांची अंतर्वस्त्रं अक्षरश: फाडून काढून टाकलेली पाहावी लागतात.

बेन आणि माझी भेट झाली, तेव्हा टोनी आणि मी विभक्त होण्याच्या काठावरच होतो, त्यामुळे काही काळ आम्ही फक्त मैत्रीच्याच पातळीवर थांबलो होतो, पण आम्हा दोघांनाही एकमेकांशी संबंध जुळवण्यात खूपच रस वाटत होता, हे नक्की. मी या संचाच्या बऱ्याच कार्यक्रमांना गेले त्यामुळे अर्थातच आम्ही वारंवार भेटत राहिलो आणि काही महिन्यांनी, १९८८ सालाच्या शेवटी, अखेर आम्ही एकमेकांशी उघड भेटी-गाठी सुरू केल्या. बेननंच त्यात पुढाकार घेतला आणि

पहिलं पाऊल उचललं. माझ्यातल्या एका जुन्या वळणाच्या भागाला पुरुषानं पुढाकार घेतलेला आवडतो. दिवसा बेन इलेक्ट्रिशियन म्हणून काम करायचा, तर संध्याकाळनंतर नर्तक म्हणून. त्याची जीवनशैली माझ्यापेक्षा खूपच वेगळी होती, पण तरीही आमचं व्यवस्थित जुळलं. एकमेकांशिवाय करमेनासं होण्याची स्थितीही आम्ही लवकरच गाठली.

माझ्या कामाचं वेळापत्रक आणि त्याचे नृत्याचे कार्यक्रम सांभाळून अर्थात! आम्ही नाईटक्लबांमध्ये, पार्ट्यांना, सुट्टीसाठी गावाबाहेर, असं खूप फिरलो आणि सामाजिकरित्या एकंदरीतच खूप व्यस्त राहिलो.

माझ्या याआधीच्या प्रेमप्रकरणांशी तुलना करता हे अगदीच विरुद्ध टोक म्हणता येईल.

बेन माझ्या जीवनातल्या एका नव्या, उन्मत्त अवस्थेचं प्रतीक होता. त्यानं जणू माझ्या जीवनात येऊन, माझ्यात असलेल्या एका वेगळ्याच तत्त्वाला आवाहन केलं होतं आणि ते म्हणजे आपली चाकोरी भेदून जगाचा शोध घेण्याची, नवनव्या लोकांना भेटण्याची आणि नवे अनुभव घेण्यासाठी मनावरची सगळी बंधनं काढून टाकण्याची तीव्र इच्छा. एक तरुण उद्योजिका म्हणून मी नित्य नवी शिखरं गाठत होतेच, आता मला माझ्या खाजगी जीवनातही तेच करायची इच्छा होती. आम्ही दोघं एकत्र असायचो तेव्हा नेहमीच खूप मजा यायची आणि विलक्षण रोमांचक वाटायचं. आमच्यातले लैंगिक संबंधही अगदी तसेच होते.

आम्ही एकमेकांच्या जवळ यायला लागलो होतो, त्या काळात आम्ही दिवसातून सहा-सहा वेळा समागम करायचो. मी हे कधीच अनुभवलं नव्हतं आणि का, ते मला लवकरच कळलं. मला असं समजलं की आमची ओळख होण्यापूर्वीच्या काळात, मनाजोगतं शरीरसौष्ठव मिळवण्याकरता तो उत्तेजक द्रव्यं घेत होता, पण त्यामुळे त्याची लैंगिक इच्छा कमी झाली होती. आमची भेट होण्याच्या सुमारास त्यानं त्यावर इलाज म्हणून 'टेस्टोस्टेरोन' ही पुरुष संप्रेरकं घ्यायला सुरुवात केली होती. त्यानंतरचा काही काळ त्या संप्रेरकांचं कार्य सुरू होण्यामध्ये गेला आणि मग त्याच्या शरीरामध्ये त्यांचं प्रमाण पुन्हा नैसर्गिक पातळीवर येऊन पोहोचलं होतं. नवी नवलाई ओसरल्यानंतर आम्ही दिवसातून सहा वेळा वगैरे समागम करत नसलो, तरी आमची वारंवारिता बरीच होती आणि त्यातून आम्हांला आनंद खूप मिळायचा.

टोनीसारखाच बेनही महत्त्वाकांक्षी होता. त्याला जन्मभर इलेक्ट्रिशियनच राहण्याची अजिबात इच्छा नाही, असं त्यानं अनेकवेळा माझ्याजवळ बोलून दाखवलं होतं. मग मी जेव्हा त्याला सहज सुचवलं, की तो एक चांगला विक्रेता होऊ शकेल, तेव्हा त्याला ती कल्पना खूपच आवडली आणि लगेचच त्यानं तशी

नोकरी शोधायला सुरुवात केली. त्याच्याकडे त्या कामाचा काहीही पूर्वानुभव नसल्यामुळे नोकरी मिळवून देणाऱ्या संस्थांनी सुरुवातीला याच्या बाबतीत फारसा रस दर्शवला नव्हता, पण एका संस्थेनं मात्र त्याला साजेलशी एक जागा आहे, असं कळवलं. आम्ही नेमके त्याच वेळेला टेनेरिफला एक आठवड्याच्या सुट्टीसाठी जाणार होतो, म्हणून मग त्यांनी मुलाखतीसाठी आम्ही परत आल्यानंतरचा एक दिवस नक्की केला. बेनला या संधीबाबत खूपच आत्मविश्वास वाटत होता. ही जागा आपल्याला मिळालीच असं त्याला वाटत होतं. आम्ही सुट्टीवरून परत आलो तेव्हा मात्र परिस्थिती बदलली होती. त्या लोकांनी मधल्या काळात दुसऱ्या कुणाला तरी नेमूनही टाकलं होतं. बिचारा बेन! त्यानं खास या मुलाखतीसाठी म्हणून नवा सूट घेतला होता आणि बरीच मानसिक तयारीही केलेली होती. मला तर त्याच्याशी काय बोलावं तेच कळेना. मुलाखत ठरली होती त्या दिवशी त्यानं अचानक उठून तो सूट चढवला आणि म्हणाला की जागा भरली गेली असली, तरी ठरल्या वेळी तिथे जायचं आणि आपल्याला ते माहीतच नाही असं सांगायचं त्यानं ठरवलं आहे. तसा तो गेला आणि ते लोकही त्याला भेटले. त्यांनी त्याला आडवे-तिडवे प्रश्न विचारले, ठरावीक मानसिक चाचण्या घेतल्या आणि त्याला ती नोकरी मिळालीसुद्धा. हे बेनच्या मनोवृत्तीचं वैशिष्ट्य होतं आणि ते खचितच कौतुकास्पद होतं. त्यावेळी खरं तर आपलं सवयीचं आणि चांगलं सुरू असलेलं काम सोडून दुसऱ्या प्रकारच्या कामासाठी त्यातून बाहेर पडण्यामध्ये तो एक मोठाच धोका पत्करत होता, कारण त्याच्या डोक्यावर तेव्हा घराचं कर्जही होतं.

खाजगी जीवनात असो की व्यवसायात, पण काही प्रमाणात धोका पत्करण्याची तयारी असणाऱ्या लोकांबद्दल मला खरोखर आदर वाटतो. आपली नोकरी बदलण्याची, शहरी जीवन सोडून परत गावाकडे जाण्याची किंवा परत शिक्षण सुरू करण्याची इच्छा आहे, पण हिंमत नाही, असे अनेक लोक आत्ता, या क्षणी देखील खूप सापडतील. एखादी कल्पना बोलून दाखवणं सोपं असतं- कुणीही ते करू शकतं, पण तुम्हांला एखादी कल्पना सुचली म्हणजे तुम्ही हुशार आहात असं नसतं. आपल्या कल्पना प्रत्यक्षात आणण्यासाठी प्रत्यक्ष कृती करण्याचं धाडस दाखवणाऱ्या लोकांचं मला कौतुक वाटतं.

'मी येत्या दोन वर्षांमध्ये हे करणार आहे..., सध्या माझ्याकडे पैसे नाहीत म्हणून..., किंवा मी योग्य वेळेची वाट पाहतो आहे,' असली वाक्यं तुम्हांला अशा लोकांकडून ऐकायला मिळणार नाहीत. खरी गोष्ट अशी आहे की कुठल्याही गोष्टीची योग्य वेळ अशी येत नसतेच. आपल्यासाठी हीच वेळ योग्य आहे, असं आपणच ठरवायचं असतं. आपण अमुक एक करायचं ठरवलं तर काय होईल

अशी भीती वा काळजी वाटण्याचा प्रसंग तुमच्यावर आला, तर त्यावेळी, आपण ती गोष्ट नाही केली तर काय होईल, असा प्रश्न का विचारू नये? नाहीतर, आपण हे करायला पाहिजे होतं असं म्हणत राहणाऱ्या लोकांच्या पंक्तीला आपल्याला बसावं लागेल.

विक्रीच्या कामातलं आपलं नवं जीवन बेन- जळात मासा, इतक्या स्वाभाविकतेनं जगायला लागला. एक वर्षभर त्याला सिटी भागात काढावं लागलं, पण नंतर रायगेटला त्याची बदली झाली. त्याचे एक्स्पिरियन्स या ग्रुपबरोबरचे संध्याकाळचे नृत्याचे कार्यक्रमही सुरूच होते, पण त्यातूनही आमच्या भेटी-गाठी आणि हिंडणं-फिरणं बऱ्यापैकी व्यवस्थित चालू होतं. मला नेहमी वाटतं, तुम्ही जेवढ्या जास्त गोष्टी कराल, तितका तुमच्याजवळचा वेळ प्रसरण पावेल. निदान आमच्या बाबतीत तरी असं नक्कीच होत होतं. आम्ही कामही भरपूर करायचो आणि मजाही तितकीच करायचो. बेन आमच्या कंपनीच्या संचामधला एक नर्तक होता, पण त्यामुळे आमच्यातल्या संबंधावर काहीही परिणाम झाला नव्हता. एक तर तो थेट माझ्या हाताखाली काम करत नव्हता आणि दुसरं म्हणजे माझ्या यशस्वितेमुळे टोनीला वाटायची तशी असुरक्षितता, बेनला अजिबात वाटत नव्हती. ही गोष्ट माझ्या दृष्टीनं खूपच समाधानाची होती, कारण त्यामुळे मला कोणताही दिखावा वा लपवाछपवी न करता जगता येत होतं.

आमच्या वार्षिक परिषदेचं उद्घाटन नेहमी आमच्या नृत्यसंचाच्या कार्यक्रमानंच व्हायचं आणि त्यातल्या नर्तकांबद्दल इतर कर्मचाऱ्यांना खूप आकर्षण वाटायचं. १९९२मध्ये माझ्या हाताखालच्या एका मुलीनं सुचवलं की उद्घाटनाच्या नृत्यामध्ये कंपनीच्या व्यवस्थापकीय संचालिका स्वत: सहभागी झाल्या, तर त्याचा अजून जास्त प्रभाव पडेल आणि अशा प्रकारे फुलहॅममधल्या एका नृत्यशाळेत, पीळदार शरीराच्या पुरुषांच्या संचामध्ये मीही घाम गाळत नाचताना दिसायला लागले. त्या संचात माझा प्रियकरही होता, हे सांगणे नलगे! त्यावेळेला मी अजूनही फारशी मोकळी झालेली नव्हते आणि माझं सगळं लक्ष माझा उद्योग चालवण्याकडेच होतं, हे इथे लक्षात घ्यावं लागेल आणि त्यामुळेच, माझं नृत्यात सहभागी होणं अस्वाभाविकच म्हणावं लागेल. आम्ही आमच्या कार्यक्रमाकडे खूप गंभीरपणे पाहायचो आणि त्यामुळे प्रत्यक्ष कार्यक्रमाच्या कित्येक महिने आधीपासूनच आम्ही सराव सुरू करायचो. टीव्हीवर 'फेकिंग इट' (आभास) नावाचा एक कार्यक्रम दाखवतात, ज्यात एका व्यवसायातल्या व्यक्तीला एका सर्वस्वी वेगळ्याच प्रकारच्या व्यवसायाचं शिक्षण घेताना दाखवतात, तसंच काहीसं माझं चाललं होतं. बेनचं नृत्यकौशल्य वादातीत होतं आणि मी त्या कार्यक्रमामध्ये सहभागी होण्यामुळे त्याला काहीही अडचण येत नव्हती पण एरवी सुटा-बुटात आणि चकाचक

दिसणारी आपली साहेबीण आता आपल्याबरोबर अंग घुसळत नाचते आहे, हे पाहून संचातले इतर लोक मात्र किंचित बावरलेले असत आणि आपण सगळ्या लोकांसमोर आपलं हसं करून घेऊ की काय, या आशंकेनं मीही अंमळ घाबरलेली असायचे. मात्र प्रत्यक्ष कार्यक्रमाच्या दिवशी, रंगमंचावर संगीत वाजायला सुरुवात झाली आणि मी अगदी सफाईनं थिरकायला लागले. प्रेक्षकांकडून मला टाळ्या मिळायला लागल्या तशी मला अजूनच स्फुरण चढत गेलं. मोठ्या अधिकाऱ्यांनी आपला नेहमीचा मुखवटा बाजूला ठेवून सर्वसामान्य कर्मचाऱ्यांमध्ये मिसळण्याला सहसा एक नाटक समजलं जातं. काही वेळा ही कृती त्या लोकांच्या अंगावरच येते आणि ते हास्यास्पद ठरून बसतात पण माझ्या बाबतीत मात्र ही गोष्ट उत्तम ठरली याचं कारण म्हणजे आमच्या उद्योगाची जी संस्कृती होती, तीत माझं नृत्य करणं अगदी फिट्ट बसलं आणि दुसरं म्हणजे लोकांना ते अगदी अनपेक्षितपणे बघायला मिळालं होतं.

एका वाढत्या उद्योगाची मी प्रमुख असले, तरी अद्याप जीवनाच्या कितीतरी अंगांच्या बाबतीत मला फारसं काही कळत नव्हतं. बेनबरोबर संबंध जोपासल्यानंतर कितीतरी वर्षांनी मला कळलं की तो अमली पदार्थांचं सेवन करतो. मला या प्रकारच्या संस्कृतीबद्दल काहीही माहिती नव्हतं. मी तर साधी सिगारेटही कधी ओढलेली नव्हती. त्यामुळेच, अमली पदार्थांचं सेवन ही ज्याच्यासाठी एक नित्याची बाब होती, अशा माणसाच्या सहवासात आपण आहोत, हा मला फार मोठा धक्का होता. मला सुरुवातीला हे कळायचंच नाही, की दिवसभर सेल्समनचं काम करायचं (ते तो चांगलंच करत होता) आणि शिवाय रात्रभर नृत्याचे कार्यक्रम करायचे, हे बेनला कसं जमतं? तो हे 'स्पीड' नावाच्या द्रव्याच्या बळामुळे करू शकायचा, हे मला आता समजतं. कालांतरानं स्पीडच्या जागी कोकेन आलं आणि नंतर तर काय, सगळ्याच प्रकारचे अमली पदार्थ तो घ्यायला लागला पण त्यावेळेपर्यंत मी त्याच्या प्रेमात पडलेले होते आणि मी दुसऱ्यांच्या वर्तणुकीबद्दल निवाडा न करत बसणारी असल्यामुळे, मला समजा त्यावेळी त्याची ही सवय माहिती असती, तरी मी ते स्वीकारलं असतं अशी मला दाट शंका आहे. त्या सवयीचा नंतर आमच्यातल्या संबंधांवर किती वाईट परिणाम होणार आहे, हेही मला तेव्हा कळलं नसतंच.

माझी पक्की खात्री आहे, त्यानं अमली पदार्थांचं सेवन सुरू केलं, तेव्हा ते केवळ बरोबरीच्या लोकांबरोबर आणि गंमत म्हणूनच असावं. कुठलाही अमली पदार्थ घेण्यासाठी त्यानं मला कधीही भरीला पाडलं नाही, पण आम्ही पहिल्यांदा भेटलो होतो, तेव्हा त्यानं माझ्या पेल्यामध्ये तसलं एक द्रव्य माझ्या नकळत मिसळलं होतं हे मला अनेक वर्षांनी कळलं. त्या दिवशी उक्सब्रिजमधल्या क्वीन्स

नावाच्या एका बारमध्ये त्यानं मला नेलं होतं आणि मी बाथरूममध्ये गेले असताना त्यानं हे काम केलं होतं. त्यानं हे त्याला त्यात गंमत वाटली म्हणून केलं की मी आणि तो एकाच प्रकारच्या अमलाखाली असलो तर आम्ही एकाच पातळीवर येऊ, असं वाटलं म्हणून– हे मला ठाऊक नाही. बाथरूममधून परत आल्यावर माझ्या कोका कोलामध्ये खूप फेस-फेस वाटतो आहे, असं मी म्हणालेही होते म्हणे!

कुठलीही गोष्ट एकदा करून बघायची, असा माझा स्वभाव आहे, त्यामुळे आमचे संबंध अधिक गहिरे झाल्यानंतर एकदा मी जाणून-बुजून स्पीड हे द्रव्य घेऊन पाहिलं होतं. तो काही वेडगळपणाचा वा मद्याच्या धुंदीत घेतलेला निर्णय नव्हता, तर खरोखर विचारपूर्वक घेतलेला होता. या प्रकारच्या विश्वात कसं वाटतं, हे मला पाहायचं होतं. मी घेतलेली द्रव्याची मात्रा खूप जास्त नव्हती त्यामुळे मला तेव्हा काहीही झालं नाही, पण दुसऱ्या दिवशी सकाळी माझी मन:स्थिती जी काही झाली होती, ती मात्र मला अजिबात आवडली नाही. त्या द्रव्याचा बाऊच जास्त केला जातो, असं माझं तेव्हा मत झालं होतं, पण माझं असं आहे, की वाईनचेसुद्धा दोन ग्लास घेतले की मला नशा चढते! नंतरच्या काळात तो अनेकदा, एक्स्टसी, वायग्रा, कोकेन आणि एक झोपेची गोळी असं सगळं एकाच रात्रभरात घेत असे. तो त्याला त्याच्या हत्यारांचा डबा म्हणायचा आणि वर म्हणायचा, यातला क्रम जर का त्यानं बदलला तर नृत्य करायला उभं राहताना त्याचं लैंगिक उत्थापन झालेलं त्याला पाहावं लागेल! आम्ही पुढे जेव्हा वेगळे झालो, तेव्हा एक दिवस 'जो बनानाज्' या क्लबमध्ये नेमकं असंच घडलं होतं. त्या दिवशी त्यानं एक्स्टसीऐवजी चुकून झोपेची गोळी घेतली आणि परिणामत: डान्सफ्लोअरवर आल्यावर तो आडवा झाला आणि गाढ झोपी गेला. या वेळेला त्याचं वजन ११९ किलो झालं होतं आणि हे एवढं मोठं वजन उचलून जिन्यानं त्याच्या खोलीपर्यंत नेण्याचं दुर्दैव त्याच्या मित्रांच्या नशिबी आलं होतं.

आमच्या सुरुवातीच्या काही वर्षांमध्ये त्याच्या अमली पदार्थांच्या सवयींचा काही विशेष वाईट परिणाम आमच्या संबंधांवर झाला नव्हता (निदान मला तरी तसं काही जाणवलं नव्हतं) आणि आम्ही त्या काळात खूप मजा केली. मला कुणीतरी मानेवरच्या जोखडातून मुक्त केलं आहे आणि हळूहळू मी स्वत:च्या बाबतीत अधिकाधिक मोकळी आणि आश्वस्त होऊ लागले आहे, असं मला वाटतं होतं. जानेवारी १९९३मध्ये, आमच्या कॅटलॉग्जवरचे फोटो ज्यानं काढले होते, त्या-व्हेनेसाचा चांगला मित्र- डॉमिनिक ओ शि, यानं आम्हा दोघींचे खाजगी फोटो काढण्याची तयारी दर्शवली. आम्ही दोघींनी आपापल्या प्रियकरांना दाखवण्यासाठी खास, उत्तान फोटो काढून घ्यावेत, अशी त्याची कल्पना होती. डॉमिनिक एक उत्तम फोटोग्राफर होता आणि आमचे फोटो काढताना त्यानं खूपच संयमानं

आम्हांला विविध विभ्रम शिकवले.

व्हेनेसापेक्षा जास्त त्याला मला शिकवावं लागलं. ॲन समर्सच्या अंतर्वस्त्रांसाठी तिनं मॉडेलिंग केलेलं होतं, पण अंगावर फारसे कपडे नसताना स्वत:चे फोटो काढून घेण्याची मला अजिबात सवय नव्हती (आमचे काही फोटो अर्धनग्नावस्थेतले होते); पण सुरुवातीला लाज वाटली तरी हळूहळू ती कमी झाली आणि मी तसे फोटो काढण्यातला आनंद पुरेपूर लुटला. आलेले फोटो पाहून आम्हांला खूपच आनंद झाला होता आणि आम्हा दोघींचे प्रियकर तर जाम खूष झाले होते. त्यानंतर काही महिन्यांनी डॉमिनिकच्या मोटरसायकलला एक मोठा अपघात झाला आणि त्याला तातडीनं दवाखान्यांत हलवावं लागलं. अपघात खूपच मोठा होता, त्यामुळे नंतर खूप काळ त्याला काम करणंच शक्य नव्हतं. आम्हांला असं कळलं की बरं होण्यासाठी आराम करायला आणि हवापालट म्हणून तो क्युबाला गेला आहे. त्यानंतर काही वर्षं आम्हांला त्याची काहीही खबरबात नव्हती.

१९९४ साल उजाडेपर्यंत माझं बेनशी फारसं बरं चाललं नव्हतं. रात्रीच्या नृत्यानंतरच्या वेळात तो माझ्यापासून जास्तीतजास्त दूर राहायला लागला. त्याऐवजी त्याचा तो वेळ काही नर्तक आणि इतर दुसरे लोक, यांच्याबरोबर जायला लागला. त्यातल्या कुणालाही वेळेचा काही धरबंध नव्हता. सामाजिकदृष्ट्या वा एरवीही मला अमली पदार्थांना माझ्या विश्वात स्थान देण्याची अजिबात इच्छा नव्हती, पण त्याच्या जीवनात मात्र त्यांचं स्थान अधिकाधिक प्रबळ व्हायला लागलं होतं आणि त्याच्या सामाजिक जीवनाचं तर ते एक अविभाज्य अंग होतं. परिणामत:, मला स्वत:ला आवडो, न आवडो, पण अमली पदार्थ माझ्याही जीवनाचा एक भाग व्हायला लागले होते. मला वाटतं तेव्हाच मला धोक्याची जाणीव व्हायला हवी होती, पण आपण बायका अशाच असतो, नाही? आपण प्रेमात पडलेले असतो, तेव्हा आपण कुठल्याही गोष्टींकडे कशा दुर्लक्ष करतो, हे पाहून आश्चर्य वाटतं. बेनचं एकूणच व्यक्तिमत्त्व आहारी जाण्याचं होतं आणि कुठलीही गोष्ट अति प्रमाणात करण्याची त्याची वृत्ती होती. आम्ही पहिल्यांदा भेटलो तेव्हा त्याचं शरीर सडपातळ आणि घट्ट होतं. त्याचं वजनही चौऱ्याऐंशी किलो होतं. दहा वर्षांनी आम्ही एकमेकांची साथ सोडली, तेव्हा तो एकशे एकोणीस किलो वजन होण्याइतका फुगला होता. कोंबडीचं मांस आणि कच्च्या कोशिंबिरी आवडणारा एक निरोगी तरुण, इथपासून त्याचा प्रवास रात्री-अपरात्री केव्हाही उठून फ्रिजवर धाड घालणं आणि चॉकलेट्स व बिस्किटांवर ताव मारण्यापर्यंत जाऊन पोहोचला होता. इतर कुणाहीपेक्षा तो दुप्पट वेगानं मद्यही प्यायचा. त्याचवेळी त्यानं उत्तेजक द्रव्यं, स्टेरॉईडस्ही घ्यायला पुन्हा एकदा सुरुवात केली होती. त्यामुळे तो अधिक आक्रमकही झाला होता. एक प्रसंग मी कधीही विसरणं शक्य नाही. एकदा तो

बाथरूममध्ये असताना मी आत जाऊन त्याच्या गळ्यात हात टाकले, तर त्यानं मला दूर लोटलं. मला धक्काच बसला. कुठल्याही संबंधामध्ये, काही क्षण असे असतात, जे सूचक असतात आणि आपण ते ठरवूनही विसरूच शकत नाही. तसाच हा क्षण होता. आम्ही एकमेकांशी नेहमी मोकळे बोलत असू, कुठलाही आडपडदा आमच्यात नव्हता, म्हणून मी त्याला विचारलं की, काय झालं आहे तरी काय? तो म्हणाला, 'तुला जर माझं शरीर असं सुंदर असायला हवं असेल, तर मला उत्तेजक द्रव्यं घेणं भाग आहे आणि त्यामुळे मी असा आक्रमक होतो. हे तुला सहन करावं लागेल!'

थोडक्यात काय, तर या विषयावर आता त्याला चर्चा नको होती. माझा आकर्षक आणि देखणा पुरुष, अनाकलनीय होत होता, मला समजायला जड जात होता.

एव्हाना तो सहसा घरी परतायचा ते दुसरे दिवशी सकाळी दहा वाजता. माझ्या जागी दुसरी कुणी स्त्री असती, तर त्याचं बाहेर कुणाशी तरी लफडं चाललं आहे, अशी शंका तिला आली असती, पण मला तशी कुठलीही शंका आली नाही. मी त्या काळी लोकांवर जरा जास्तच विश्वास टाकायचे हे मी कबूल करते. मी परिस्थितीकडे काणाडोळा करत होते असं नाही, उलट मी नेहमीच सत्याला सामोरं जात असते, पण मला वाटतं त्याच्या वागण्यातून दिसणारी चिन्हं ओळखू येण्याइतका अनुभवच माझ्याकडे नव्हता. त्याचं हल्ली माझ्याकडचं लक्ष कमी झालं होतं, मला काही सांगण्यांत त्याला तितकासा रस उरला नव्हता, तो माझ्याबद्दल पूर्वीइतकी आपुलकी दाखवेनासा झाला होता आणि एकंदरच माझ्याशी पूर्वीसारखा चांगला वागत नव्हता आणि त्याच्याकडून मला अशी वर्तणूक मिळण्याची अपेक्षा नव्हती. मी या सगळ्यामुळे आनंदी नव्हते, पण जास्त काम आणि अति घराबाहेर राहण्यामुळे असं होत असावं, अशी मी स्वत:ची समजूत घालत होते. माझ्यात दुर्लक्षित झाल्याची भावना निर्माण झाली होती आणि म्हणून, मन रमवण्यासाठी काहीतरी करावं या उद्देशानं मी एकदा व्हेनेसाबरोबर एका नाईटक्लबमध्ये गेले. तिथे एक तरुण सारखा माझ्याकडे पाहत होता. त्याचं नाव होतं पॉल आणि एखाद्या स्त्रीला एका क्षणात आपण कुणीतरी खास आहोत, असं वाटायला लावण्याची खुबी त्याच्यात होती. आपल्यात जे काही आहे, त्याचा तुम्हांला भुरळ पाडण्यासाठी कसा उपयोग करून घ्यायचा, हे अशा लोकांना चांगलं माहीत असतं आणि माझ्या बाबतीत त्यानं नेमकं तेच शस्त्र वापरलं. त्यानं जीवनात खूप काही साध्य केलं होतं, असं अजिबात नव्हतं. दिसायलाही तो चांगला होता, पण टोनीसारखा सुंदर वा बेनसारखा देखणा नव्हता. पण तो खूपच शृंगारप्रिय आणि विषयासक्त होता आणि मी त्याच्याकडे खूपच आकर्षित झाले! मला त्यावेळी बेनकडून काहीही मिळत नव्हतं त्यामुळे जे मिळालं ते मी दोन्ही हातांनी स्वीकारलं.

आता मागे वळून पाहिल्यावर असं वाटतं की आधी मी बेनपासून पूर्णपणे मुक्त व्हायला हवं होतं. माझ्या मनात अजूनही त्याच्याबद्दल प्रेम होतं आणि गोष्टी पुन्हा पहिल्यासारख्या होतील, अशी आशा मला कायम वाटायची. मी पॉलला नियमितपणे भेटायला लागले तोपर्यंत आमची ओळख होऊन तब्बल दोन महिने झाले होते. मला पॉल आवडला होता, पण त्याचबरोबर, हा माणूस आपल्यासाठी योग्य नाही हेही मला आतून जाणवलेलं होतं. त्याची जीवनशैली आणि जीवनाकडे बघण्याची दृष्टी माझ्यापेक्षा सर्वस्वी वेगळी होती. पबमध्ये जाऊन दारू पिणं म्हणजे त्याला जीवनाचं सार्थक झाल्यासारखं वाटायचं आणि मला मद्यपान फारसं आवडत नव्हतं. मला वाटतं रांगडा शब्दाच्या माझ्या परिभाषेमध्ये बसणारा, असा तो होता. एकदा तर अशी वेळ आली होती, की मी याच्या प्रेमात पडले आहे की काय अशी मला शंका आली होती, पण ते प्रेम नव्हतं, होती ती शुद्ध वासना. तो कामुक होता, स्पर्शज्ञानी होता, तो योग्य हालचाली करायचा आणि योग्य ते शब्द वापरायचा. तो एक उत्तम विरंगुळा होता.

माझ्याबरोबर असतानाही बेनची प्रेमप्रकरणं चालूच होती, पण पॉलबरोबरचं माझं प्रकरण प्रांजळपणे त्याला सांगायला गेले, तेव्हा मला ते कळलं. आपण ज्याची फसवणूक करतो आहोत, त्या व्यक्तीला त्याबद्दल सांगण्यामागची प्रेरणा मोठी गमतीशीर म्हणायला हवी. मला वाटतं ती आपल्या अपराधी भावनेचं ओझं हलकं करण्यासाठी असते किंवा काय पणाला लागलं आहे हे दाखवून देण्यातून समोरच्या व्यक्तीला त्या बाबतीत काहीतरी कृती करायला प्रवृत्त करण्याची. मी बेनला पॉलबद्दल सांगण्यामागची प्रेरणा बहुधा यातल्या दुसऱ्या प्रकारची असावी. मी पॉलबद्दल सांगताच बेन उसळला आणि आरडाओरडा करायला लागला. मला ते अजिबात आवडलं नाही आणि आम्ही दोन आठवडे एकमेकांपासून दूर राहायचं ठरवलं. त्या काळात तो बदल म्हणून त्याच्या मित्रांबरोबर इबिझाला गेला. त्याच्या या विरंगुळ्यामध्ये अमली पदार्थ असणारच हे मला ठाऊक होतं, पण त्यात इतर स्त्रियांचाही संबंध असेल, अशी पुसटशी शंकाही माझ्या मनाला शिवली नाही. आम्ही दोघं हवाईला सुटीसाठी म्हणून जाणार होतो, त्याच्या आदल्या दिवशी तो इबिझाहून परत आला. इकडे एवढं सगळं महाभारत घडत असलं तरी आम्ही आमच्या हवाईला जाण्यासारख्या योजनांमध्ये कुठलाही बदल केला नव्हता, पण मला आता बेनची चिंता वाटायला लागली होती. तो आजारी असल्यासारखा वाटत होता आणि हा अमली पदार्थांचा प्रताप आहे, हे पुन्हा एकदा मला उमगलं नाही. मी एका डॉक्टरला फोन करून बोलावलं. त्यानं बेनला तपासलं.

मादक द्रव्यांचं कारण त्या डॉक्टरला कळलं असावं. त्यानं बेनला खूप पाणी आणि द्रवपदार्थ घ्यायला सांगितले. डॉक्टर निघून गेल्यानंतर बेननं कबूल केलं की

तो रोज रात्री एक्स्टसीच्या पाच गोळ्या घेत होता.

दुसऱ्या दिवशी, आमचं ब्रिटिश एअरवेजचं विमान पकडण्यासाठी आम्ही विमानतळाकडे निघालो. बेन अत्यंत अस्वस्थ होता आणि त्याच्या सीटवर बसून राहणंसुद्धा त्याला अशक्य होत होतं. एकदा तो बाथरूममध्ये जायला म्हणून जागेवरून उठला, पण तिथपर्यंत पोहोचलाच नाही. त्याला विमानातल्या सेविकांकडे पाहून जोरजोराने हातवारे करत काहीतरी बोलताना पाहिलं आणि मी सटपटलेच. त्याचं डोकं आता सरकलेलं असावं असं मला वाटलं. त्याला खरोखरच नैराश्याचा झटका आलेला होता. मग माझी ट्यूब पेटली की त्याच्यावर अजूनही अमली पदार्थांचा प्रभाव होता. एव्हाना त्या सेविका वैतागायला लागलेल्या दिसत होत्या. त्यांनी अत्यंत सभ्यपणे त्याला जाऊन आपल्या जागेवर बसायला सांगितलं. पण त्यावर तो उत्तरला की त्याला ते शक्य नाही, कारण त्याला हृदयविकाराचा झटका येण्याच्या बेतात आहे आणि त्यांनी इमर्जन्सी लँडिंग- अर्थात विमानाला तातडीनं खाली उतरवण्याची तयारी करायला हवी. मग मात्र मी उठून तिथे गेले आणि तो शांत होईपर्यंत धीर धरण्याची विनंती केली. त्यांना हा सगळा प्रकार अजिबात आवडला नव्हता, पण मी कशीबशी त्यांची समजूत काढली. मी मग त्याला स्वच्छतागृहाकडे स्वत: घेऊन गेले. नंतर तो स्थिर होईपर्यंत त्याच्याशी शांतपणे बोलले आणि त्याला प्यायला पाणी दिलं. काही वेळानं तो एकदम शांत झाला आणि विमानाचा पुढचा प्रवास काहीही अनुचित प्रसंग न घडता पार पडला. मी अनुभवलेला तो सगळ्यांत भीतिदायक प्रसंग होता. मादक द्रव्यांच्या अमलाखालून बाहेर पडण्यासाठी विमान ही काही चांगली जागा म्हणता येणार नाही!

हवाई बेटं खूपच नयनरम्य आहेत, पण आपल्या प्रेमप्रकरणाची कबुली देण्यासाठी बेननं त्या सुट्टीचा उपयोग केल्यामुळे आम्ही तिथे फारसे आनंद लुटू शकलो नाही. तो त्या मुलीला फक्त एक-दोनदाच भेटला आहे हे त्यानं शपथपूर्वक सांगितलं आणि माझ्या कामात मी खूप बुडून जाते आणि पर्यायानं त्याच्याकडे दुर्लक्ष करते, म्हणूनच हे घडलं, असा ठपकाही त्यानं माझ्यावर ठेवला. आता, हा आरोप कुणीही कुणावरही करू शकतो, त्यामुळे माझ्या मते हे एक लटकं कारण आहे. खूपच सोयीस्कर आहे ते! मी तर पार कोलमडलेच, कारण उलट पॉलमध्ये मी गुंतण्यासाठी त्याची वर्तणूक हे एक कारण आहे असं मला वाटत होतं. माझ्या त्या प्रकरणाचा मला मुळीसुद्धा अभिमान नव्हता. मला खरं तर त्याबद्दल अपराधीच वाटत होतं. मला फक्त आमचं दोघांचं जीवन पूर्ववत व्हावंसं वाटत होतं. आमच्यात मग खूप मोठा वाद झाला आणि शेवटी त्याला तिथेच सोडून देऊन मी एकटी आधी घरी परतले.

दुर्दैवाची गोष्ट म्हणजे विमानात घडलेल्या नाट्याचा बेनवर काहीही परिणाम

झाला नव्हता आणि तो मादक द्रव्यांचं सेवन थांबवणार नव्हता - निदान नजीकच्या भविष्यकाळात तरी नाहीच. इथून पुढे आमच्यातल्या संबंधांचं भवितव्य जणू ठरलेलंच होतं. त्याच्या जीवनात माझ्याव्यतिरिक्त आणखीही स्त्रिया असल्याचं मला अजूनही माहीत नव्हतं, पण तशी शंका येण्याजोगी एक घटना मात्र घडली. पण तसं काहीही नाही, हे मला पटवून देण्यात त्यानं तेव्हाही यश मिळवलं. परिणामी आमच्यातले संबंध बिघडण्यासाठी मी स्वत:लाच जास्तीत जास्त दोष द्यायला लागले. मी हा दोष स्वत:च्या माथ्यावर घेण्याचं कारण म्हणजे आमच्या दोघांपैकी प्रतारणा करणारी मीच होते. अमली पदार्थांच्या त्याच्यावर आणि पर्यायानं आमच्यातल्या संबंधांवर होत असलेल्या परिणामामुळे चिडण्याऐवजी त्याला मी त्यातून बाहेर पडण्यासाठी मदत करायला हवी आहे, असं मला वाटत होतं.

दरम्यान बेननं स्वतंत्र राहावं असं आम्ही ठरवलं होतं आणि त्याप्रमाणे नोव्हेंबर १९९४मध्ये तो गेलादेखील. आमची भांडणं होत नसतील तेव्हा मी तिथं जायचे. मी जेव्हा जेव्हा त्याच्या घरी अशी जायचे, तेव्हा तेव्हा त्याच्या फोनचा रिसीव्हर काढून ठेवलेला असायचा. मला ते विचित्र वाटलं म्हणून एक दिवस मी त्याला त्याबद्दल छेडलं. मला अमली पदार्थ पुरवणारा विक्रेता सारखा मला फोन करून त्रास देतो, म्हणून मी फोन काढून ठेवतो असं त्यानं मला सांगितलं. मी बावळट असल्यामुळे काहीही सांगितलं तरी मी त्यावर विश्वास ठेवीन असं त्याला वाटत होतं, पण यावेळी मात्र माझा त्याच्या बोलण्यावर विश्वास बसला नव्हता. काहीतरी गडबड आहे, असा वास मला लागला. एके रात्री मी त्याच्याबरोबर असताना तो रिसीव्हर काढून ठेवायला विसरला आणि फोन वाजायला लागला. फोन तो विक्रेताच करत असणार, असं म्हणून त्यानं फोन उचललाच नाही आणि त्याक्षणी त्यानं उठून शॉवर घ्यायला जाण्याची घोडचूक केली. मी १४७१ क्रमांक फिरवून आधी आलेला फोन कोणत्या नंबरवरून आला होता, त्याची माहिती घेतली.

त्यानंतर एखाद्या खाजगी गुप्तहेरालाही अभिमान वाटावा, अशी एक चाल खेळायचं ठरवून मी त्याच्या फोनचं बिल येण्याची वाट पाहत राहिले. त्यासाठी मला फक्त तो घरी नसताना त्याच्या घराची पत्र-पेटी पाहत राहण्याची गरज होती आणि बहुतेक वेळ तो तसा घराबाहेरच असायचा, त्यामुळे हे काम अजिबात अवघड नव्हतं. व्होडाफोन कंपनीचं त्याच्या फोनचं बिल प्रत्यक्ष जेव्हा आलं तेव्हा मी ताबडतोब त्यावरचे सगळे फोन नंबर्स तपासून पाहिले. एक विशिष्ट क्रमांक बरोबर त्याच्या नृत्याच्या कार्यक्रमांच्या वेळेला त्यानं फिरवलेला असायचा. एवढ्यावर न थांबता मी मग त्याच्या क्रेडिट कार्डाचं बिल तपासलं आणि मला कळलं की तो इंटरफ्लोरा या फुलांच्या दुकानात गेला होता. मी त्या दुकानात जाऊन पोहोचले, पण ही फुलं कोणाला पाठवली गेली, ही माहिती द्यायला त्यांनी नकार दिला. मग

मी त्यांना ॲन समर्सच्या उत्पादनांची एक पिशवी भेट म्हणून दिली आणि ते लोक एकदम सहकार्य द्यायला तयार झाले. फुलांसोबत पाठवल्या गेलेल्या कार्डावर केट या स्त्रीचं नाव होतं. कार्डावर लिहिलं होतं, 'काल रात्री जे घडलं त्याबद्दल मला माफ कर, तुला आता बरं वाटत असेल अशी आशा करतो. खूप खूप प्रेम- बेन.' ती फुलं लॉइड्स बँक, लीड्स इथे पाठवली गेली होती.

बेननं नुकताच लीडसच्या एका हॉटेलमध्ये कार्यक्रम केला होता, हे मला ठाऊक होतं म्हणून मी त्याला त्या फुलांबद्दल विचारलं. त्याचा एकदम स्फोटच झाला आणि मला तसंच त्या फुलांच्या दुकानदाराला त्यानं शिव्यांची लाखोली वाहिली. तो भयंकर संतापला होता आणि त्यानं माझ्यावर शाब्दिक हल्लाच चढवला. त्यानं सांगितलेली कथा अशी होती, की ही जी मुलगी आहे, ती त्याच्या एका मित्राची प्रेयसी आहे आणि एका रात्री त्याचा मित्र तिच्याशी नीट न वागल्यामुळे बेनला तिच्याबद्दल वाईट वाटलं होतं. मग तिला फुलं पाठवल्यास तिला ते आवडेल असं वाटल्यामुळे त्यानं ती पाठवली होती. माझ्या आयुष्यातला बराच काळ एकाकी गेला हे बरोबर आहे, पण याचा अर्थ मला इतकंही कळत नाही असं त्याला वाटलं का? मी या भाकडकथेवर विश्वास ठेवीन असं त्याला वाटलं होतं का? तसं नसावं, कारण त्या केट नावाच्या मुलीला जेव्हा मी फोन केला, तेव्हा त्यानं तिला आगाऊ सूचना देऊन ठेवलेली होती हे साफच कळत होतं. तिनं मला अगदी शब्दन्‌शब्द तीच कथा सांगितली. मला नंतर कळलं की त्यानं तिला फुलं पाठवण्याचं कारण त्या सगळ्यांनी जीएचबी नावाचं एक मादक द्रव्य घेतलं होतं, त्या रात्री काहीतरी वाईट घडलं होतं. या द्रव्याला डेट रेपा ड्रग असंही म्हणतात. त्या रात्री बेन, केट आणि बेनचा एक मित्र असे तिघेही जण त्या द्रव्याचं सेवन केल्यानंतर बेहोष होऊन पडले होते. रात्री केव्हातरी बेनच्या मित्रानं केट बेशुद्ध असताना तिच्या नकळत तिच्याशी संभोग केला होता. सकाळी जेव्हा तिच्या हे लक्षात आलं, तेव्हा साहजिकच तिला खूप दुःख झालं होतं.

एप्रिल १९९८मध्ये मी आणि बेन कायमसाठी वेगळे झाल्यानंतरच मला त्याच्या अप्रामाणिकपणाची, व्यभिचाराची खरी व्याप्ती कळली. आमचे संबंध टिकवून ठेवण्यासाठी प्रयत्न करण्यामध्ये मीच कमी पडले, अशा अपराधी भावनेचं ओझं मी उगाचच मनात बाळगत होते, हे कळल्यानंतर मला वाटलं, यात कुठेतरी माझ्यातला आईचा अंश तर व्यक्त झाला नाही ना?- ती जॉनला खूष ठेवण्यात आणि तो नाराज असल्यावर त्याबद्दल वाईट वाटून घेण्यात एवढा वेळ खर्च करायची हे मला अजिबात आवडायचं नाही, पण इथे मीही नेमकं तेच करत होते. बेननं मला वाईट वागणूक दिली होती हे मला माहीत होतं, पण पॉलबरोबर प्रकरण

करण्यात मीही चुकले होतेच. अखेर एक दिवस मी बेनला म्हटलं मला वेगळं व्हायचं आहे. दरम्यान पॉलबरोबरचे संबंध दृढ करण्याचा पुरेपूर यत्न करायचं मी ठरवलं होतं. पण बेननं आम्हांला एकत्र पाहिलं आणि सगळाच विचका झाला होता. त्याला वेगळं होण्याबद्दल सांगण्यापूर्वीच मी पॉलबरोबर फिरायला लागले होते यावर बेन ठाम होता. परिणामत: मी दोघांनाही गमावून बसले आणि कदाचित जे झालं ते माझ्या भल्याचंच होतं.

माझे आणि बेनचे संबंध तुटले त्याला आम्ही दोघंही तेवढेच जबाबदार आहोत, असं मला वाटतं. हे असं होणार हे मी थोडं लवकर स्वीकारू शकले असते तर बरं झालं असतं, पण पश्चातबुद्धी नेहमीच चांगली असते. आम्ही अनेक तऱ्हेनं एकमेकांना अनुरूप होतो, पण दुर्दैवानं बेनचं मादक द्रव्यांचं व्यसन आमच्या संबंधांपेक्षा वरचढ झालं आणि आमच्या दोघांच्याही जीवनाचा केंद्रबिंदू बनून बसलं. त्यामुळे खरं म्हणजे आम्हांला सावरायची संधी मिळणं शक्यच नव्हतं. या सगळ्या दलदलीत कुठेतरी खरा बेन होता, ज्याची मला भुरळ पडली होती- तो गमतीशीर, चेतवणारा, मोहक पुरुष. मी त्याला सोडून गेल्यावर मला वाटतं त्यानं जीवनात स्थिरस्थावर होण्यासाठी खूप कष्ट घेतले. आज तो एक यशस्वी सेल्समन आहे, त्याला एक छान बायको मिळाली आहे आणि त्यांना एक मूलही आहे. आरोग्याच्या तक्रारींमुळे त्यानं आता अमली पदार्थांची सवयही सोडून दिली आहे.

सहा

अति परिचयात...

बेनबरोबरची नंतरची काही वर्षं बरीच नाट्यपूर्ण होती, पण जीवन आपल्यापुढे एकेकटी आव्हानं कधीच फेकत नसतं, हे आपण सगळेच जाणतो. १९९७मध्ये, मला दोन व्यक्तींनी वेठीला धरलेलं होतं.

मला त्यांना हवं तसं वागण्यास ते भाग पाडू शकतील असं त्या दोघांनाही वाटायचं. मला यश आणि नाव मिळाल्यानंतर- आम्ही काय, गरीब, तुम्ही किती श्रीमंत, मग दिले तुम्ही पैसे तर कुठे बिघडलं?- अशा मनोवृत्तीचे लोक वाढत्या संख्येनं मला भेटत गेले. त्यातले काही म्हणजे माझे मित्र-मैत्रिणी होते, (आता अर्थातच आमच्यातलं ते नातं संपलेलं आहे). माझ्या वडिलांच्या प्रभावाबद्दल लोकांची काय मतं असतील ती असोत, पण मी जे काही साध्य केलं आहे, ते मी तोंडात चांदीचा चमचा घेऊन जन्माला आले म्हणून नाही आणि तसं मला आवडलंही नसतं. मला माझ्या वडिलांबद्दल खूप आदर आहे आणि त्यांचा आधार आणि त्यांचं मार्गदर्शन यांचं मोल माझ्यासाठी खूप मोठं आहे, पण प्रत्येक बाबतीत मला स्वत:ला सिद्ध करून दाखवावं लागलेलं आहे. आज मी जिथे आहे, तिथवर पोहोचण्यात मला खूप अविश्वास आणि लैंगिक भेदभावाला तोंड द्यावं लागलेलं आहे, इतरांपेक्षा कदाचित काकणभर जास्तच. आजही काही लोकांचा विरोध मला सहन करावा लागतो. मी यशाची किंमत चुकवलेली आहे, आणि कुणीही संधिसाधू उपरा म्हणून येऊन माझा फायदा घेण्याचा प्रयत्न करू शकतो, या कल्पनेनंही माझा संताप होतो.

त्यातलाच एक म्हणजे डॉमिनिक ओ शि. तोच तो, ज्यानं ॲन समर्ससाठी फोटोग्राफर म्हणून काम केलं होतं आणि चार वर्षांपूर्वी माझे आणि व्हेनेसाचे उत्तान

फोटो काढले होते. १९९३मध्ये त्याला अपघात झाल्यानंतर तो गायब झाला होता आणि त्यानंतर आमचा त्याच्याशी काहीही संपर्क नव्हता आणि तो जेव्हा परत आला, तेव्हा आर्थिकदृष्ट्या तो पार कंगाल झालेला आहे, असं उडत-उडत आमच्या कानावर आलं होतं. फेब्रुवारी १९९७मध्ये अचानक मला त्याचं एक पत्र आलं. त्या पत्रात त्यानं असं लिहिलं होतं, की आजवर त्यानं ॲन समर्ससाठी जे काही काम केलं होतं, त्यासाठी त्याला वीस लाख पाउंड्स हवे आहेत. कॅटलॉग्जसाठी फोटोग्राफी करण्याची एक पद्धत असते. आम्हांला हवं तेव्हा फोटोग्राफरला बोलावलं जातं, तो फोटो काढून आम्हांला देतो आणि आपले ठरलेले पैसे घेऊन जातो. त्यानं काढलेल्या फोटोंचा स्वामित्वहक्क त्याच्याचकडे असतो, पण त्याला तसा अर्थ नसतो, कारण ते फोटो आम्ही अन्यत्र कुठेही वापरत नाही. त्यांचे गठ्ठे नुसतेच आमच्या गोदामांमध्ये धूळ खात पडून राहतात.

सहा महिन्यांनी आम्ही पुन्हा नव्यानं फोटो काढून घेतो आणि पुन्हा एकदा वर सांगितलेलीच प्रक्रिया घडते. फोटोग्राफर लोक सहसा त्यांचे फोटो परत मागतही नाहीत.

डॉमिनिकच्या डोक्यात मात्र काहीतरी वेगळंच शिजत होतं. त्याला पैसा हवा होता. त्यानं मला अशी धमकी दिली, की त्यानं ॲन समर्ससाठी काढलेले सगळे फोटो त्याला परत मिळाले नाहीत, तर तो माझे आणि व्हेनेसाचे अनावृत्त फोटो विकून टाकेल. मला वकील नेमण्याशिवाय पर्यायच उरला नाही. ते अर्थात थोडंसं लाजिरवाणं झालं, कारण त्यानं आमचे नेमके कसे फोटो काढले आहेत, हे त्यांना बघायचंच होतं आणि ते फोटो त्यांनी जरा जास्तच सावकाश आणि बारकाईनं पाहिले. माझ्या आयुष्यातली ती बहुधा सर्वांत अवघड वाटायला लावणारी बैठक असावी! या सगळ्या प्रकरणामध्ये सर्वांत दुःखदायक गोष्ट कोणती असेल, तर फोटो काढणारा माणूस ते काढताना आमचा मित्र होता. शेवटी, त्यानं आमच्या कॅटलॉग्जसाठी काढलेला एकन्‌एक फोटो मी माझ्या कर्मचाऱ्यांकरवी शोधून काढला आणि डॉमिनिक्‌चं तोंडच बंद केलं. आम्ही मग ते सगळे फोटो, आमच्या खाजगी फोटोंच्या संदर्भात एक गोपनीयता करार आणि त्याच फोटोंचे हक्क आम्हांला देऊन टाकण्यासाठी म्हणून २००० पाउंड्स असं सगळं त्याला पाठवलं. तेवढ्यावर ते प्रकरण मिटलं.

१९९७ या वर्षात काय विशेष होतं कुणास ठाऊक, पण डॉमिनिकनं मला पत्र पाठवलं होतं, त्याच सुमारास आणखी एक विचित्र मजकुराचं पत्र माझ्या कॅटरहॅमच्या घराच्या पत्त्यावर आलं. एखाद्या लहान मुलानं लिहावं अशा हस्ताक्षरामध्ये ते लिहिलेलं होतं आणि पत्राखाली कुणी जेसननं सही केली होती. जेसननं मला

लिहिलं होतं की त्याचा एक भाऊ वाया गेलेला होता आणि तो माझं काहीतरी बरंवाईट करण्याच्या प्रयत्नात होता. त्यानं पुढे असंही लिहिलं होतं, की या संदर्भात अजून माहिती हवी असल्यास माझ्या सरेमधल्या ऑफिसच्या अगदी शेजारीच असलेल्या रोझ अँड क्राउन नावाच्या पबमध्ये मी जावं. तिथे एका विवक्षित वेळी मला एक फोन येईल.

मी तर हे पत्र वाचून घाबरूनच गेले आणि आता मला असं वाटतं की मी त्याचवेळी पोलिसांना याची सूचना द्यायला हवी होती. पण त्यावेळी मात्र, माझा घरचा पत्ता आणि तोही अगदी पिनकोडसहित, कुणी कसा मिळवला असेल, हे जाणून घेण्याची उत्सुकता मला लागून राहिली होती. मला तो फोन घ्यायचा होता. मी मग माझ्या बहिणीला बोलावून घेतलं, काय झालं ते तिला सांगितलं आणि ते पत्रही वाचून दाखवलं.

मी तिला म्हटलं की मी तो फोन घ्यायला त्या पबमध्ये जाणार आहे आणि तिनंही त्यावेळी माझ्याबरोबर यावं. यात कुठेतरी बेनचा संबंध असावा, अशीही एक शंका माझ्या मनात होती. त्यावेळी आमचे संबंध तुटतच आले होते. का ते माहीत नाही, पण त्या लीड्समधल्या मुलीच्या प्रियकरानं काहीतरी योजना बनवली असावी, असं मला वाटत होतं. रोझ अँड क्राउन पबमध्ये मी कधीही गेले नव्हते, पण त्या दिवशी, एका शनिवारी मात्र मी तो फोन घेण्याच्या उद्देशानं वेळेच्या बऱ्याच आधीपासून तिथे जाऊन बसले. अचानक बारच्या काउंटरमागच्या मुलीनं माझं नाव पुकारलं.

फोनवर पलीकडून बोलणारा मुलगा आवाजावरून साधारण सोळा वर्षांचा वगैरे वाटत होता आणि त्याच्या बोलण्यामधून अंमळ निरागसता डोकावत होती. पबमध्ये अर्थातच खूप गोंगाट होता, त्यामुळे मला त्याचं बोलणं नीट ऐकू येत नव्हतं आणि जे ऐकू येत होतं, ते नीटसं कळत नव्हतं. एकीकडे, मी फोन लवकर संपवावा म्हणून ती मुलगीही माझ्या मागे लागली होती. मग मी अशी एक गोष्ट केली, जी मी कदाचित आयुष्यात पुन्हा कधीही करणार नाही- मी त्याला माझा मोबाईल-क्रमांक दिला आणि मला त्या क्रमांकावर फोन लावून बोलायला सांगितलं. अर्थात, मी जरा जास्तच उतावळी झाले होते हे मी मान्य करते, पण वेळ पडल्यास आपण मोबाईलचा क्रमांक बदलू शकतो असं त्या कृतीचं समर्थन मी केलं. तो एक तासानं मला त्या क्रमांकावर फोन करेल असं त्यानं मला सांगितलं, म्हणून मग मी घरी गेले. बरोबर एक तासानं त्याचा फोन आलाच. त्यानं मला सांगितलं की त्याचा मोठा भाऊ एक गुंड आहे आणि मला काहीतरी शारीरिक इजा पोहोचवण्याचा त्याचा इरादा आहे, असं त्यानं त्याच्याजवळ बोलून दाखवलं आहे.

माझा अजूनही त्याच्यावर विश्वास बसत नव्हता. आम्ही बराच वेळ बोलत

होतो आणि त्यादरम्यान त्यानं मला हेही सांगितलं की कुणीतरी त्याच्या भावाला हे काम करण्यासाठी पैसे देऊ केले होते. त्याला त्याच्या भावाची भीती वाटत असली, तरी त्यानं मला फोन करून हे सांगण्याचं कारण म्हणजे योग्य काय आणि अयोग्य काय हे त्याला कळत होतं. त्याचं बोलणं ऐकून मी सटपटले होते, पण माझ्याबद्दल त्याला आणखी काय-काय माहीत आहे, हे जाणून घेण्यासाठी त्याला बोलतं ठेवणं भाग होतं. तो कुठल्यातरी सार्वजनिक फोनवरून बोलत होता आणि त्याला फोन चालू ठेवण्यासाठी त्या यंत्रात सारखी नाणी टाकावी लागत होती. माझ्याबद्दल त्याला फारसं काही माहीत नाही असं तो मला म्हणाला खरा, पण बोलता बोलता एक-दोन गोष्टी ज्या त्याच्या तोंडून बाहेर पडल्या, त्यावरून त्याला माझं घर माहीत असावं. माझ्या घरात सुरक्षा कॅमेरे लावलेले आहेत, हेही त्याला ठाऊक होतं.

त्या घटकेला माझी जवळजवळ खात्री पटली होती की, तो एक कोवळा मुलगा आहे आणि त्याला माझ्याबद्दल आकर्षण वाटत असल्यामुळे माझं लक्ष आपल्याकडे वेधण्यासाठीच तो हे सगळं नाटक करतो आहे. 'हे बघ,' मी त्याला म्हटलं, 'मला वाटतं तुला माझ्याबद्दल आकर्षण वाटतं आहे. तू आता मला फोन करू नकोस.' एवढं बोलून मी फोन ठेवून दिला. दुसऱ्या दिवशी क्रॉयडनच्या मार्क्स अँड स्पेन्सर या दुकानात खरेदी करायला गेले असताना त्यानं पुन्हा मला फोन केला. त्या एका तासाभरात त्यानं मला तब्बल तीस वेळा फोन केला! मी मग माझा फोन बंदच करून टाकला आणि त्याच्याकडे दुर्लक्ष करायचं ठरवलं. हा पौगंडावस्थेतला, एक उचापत्या मुलगा आहे, बस्स! असंच मला वाटत होतं.

सोमवारी सकाळी मात्र हे सगळं चित्र बदललं. माझ्या ऑफिसच्या फोनवर आपण जेसनची आई असल्याचं सांगत एका स्त्रीनं मला फोन केला. तो जे काही सांगत होता ते सगळं खरं आहे, असं तिचं म्हणणं होतं. तिचा आवाज ती वयस्कर असावी, असा वाटला- नंतर आम्हांला कळलं की ती चौसष्ट वर्षांची होती. या सगळ्या प्रकारामुळे जेसनला खूप दुःख झालं आहे असं ती मला म्हणाली. जेसनला अस्थम्याचा त्रास होता आणि माझ्याबद्दलच्या काळजीमुळे त्याला वारंवार तीव्र उबळ येत होती. त्या क्षणी माझ्या लक्षात आलं की ही कुणा पौगंडावस्थेतल्या मुलाची उचापत नसून यामागे गंभीर असं काहीतरी आहे. त्या स्त्रीनं जेसनशी पुन्हा एकदा बोलण्यासाठी मला खूपच गळ घातली. 'मी त्याच्याशी बोलेन' असं मी तिला कबूल केलं. नंतर जेव्हा त्याचा पुन्हा फोन आला, तेव्हा मी तो घेतला. तो मला म्हणाला, की त्याच्या भावानं एखाद्या वाहतूक नियंत्रक दिव्याजवळ माझ्या गाडीला धडक देण्याची योजना बनवली आहे. 'तुम्हांला इजा पोहोचवण्यासाठी तो तुमच्या घरी येणार नाही कारण तिथे क्लोज सर्किट टी.व्ही. कॅमेरे बसवलेले

आहेत,' तो म्हणाला. माझा त्यावेळचा प्रियकर अमली पदार्थ सेवन करणारा आहे, हे त्याला ठाऊक होतं. कॅटर हॅममध्येच एका चिपपोनडेल दुकानाजवळ तो राहतो, ही माहिती त्यानं मला पुरवली. त्या भागातल्या एका चर्चच्या आवारात आपण भेटू असंही मग त्यानं मला हळूच सुचवलं. आता मात्र पोलिसांची मदत घ्यायची वेळ आली होती.

मी क्रॉयडन पोलीस ठाण्यात गेले. मी सगळं सविस्तर सांगूनही तिथल्या कॉन्स्टेबलनं माझ्या तक्रारीची फारशी गंभीर दखल घेतली नाही. आपल्या वरिष्ठांना दाखवण्यासाठी फक्त त्यानं काही नोंदी मात्र करून घेतल्या. दुसऱ्या दिवशी मला स्कॉटलंड यार्डमधून फोन आला. ते लोक मला म्हणाले की हा प्रकार काळजी करण्यासारखा आहे आणि ते माझी भेट घ्यायला येऊन दाखलही झाले. हे लोक विलक्षण आणि खूपच मदत करणारे होते. त्यांनी या मोहिमेचं नाव 'ऑपरेशन लेमन' असं ठेवलं. कुठलाही धोका पत्करण्याची त्यांची तयारी नव्हती, म्हणून त्यांनी माझ्या घराभोवती आणखी कॅमेरे आणून लावले आणि मला माझी कारही बदलायला सांगितली. मी मग एक भाड्याची कार घेतली. कुणीतरी सोबत असल्याशिवाय घराबाहेर पडू नका, असं त्यांनी मला सांगितलं होतं. मला या सगळ्यामुळे कोंडल्यासारखं, तुरुंगात असल्यासारखं वाटायला लागलं. त्या लोकांच्या सूचनेनुसार मी वेगळी गाडी जरी वापरायला लागले होते, तरी बाहेर जाताना प्रत्येक वेळी त्यांच्यापैकी कुणीतरी सोबत घेण्याचं मात्र मी टाळायचे आणि बेधडक एकटी फिरायचे. ही बंडखोरी म्हणजे माझ्या बालपणाची देणगी असावी. कुठल्याही प्रकारे, आपण बळी वा भक्ष्य न ठरण्याचा माझा पक्का निर्धार होता आणि कुणाला तरी आपल्यावर वर्चस्व गाजवू देणं म्हणजे आपण बळी ठरणंच होतं. जॉनच्या बाबतीत मी या सगळ्यातून गेलेले होते- तेव्हा तर परिस्थिती आणखी वाईट होती, आणि अशा दबावाखाली मोडून जाणं मला साफ नामंजूर होतं. मी भ्याले होते यात शंकाच नाही पण त्याचबरोबर मला प्रचंड संतापही आला होता. इतके कष्ट करून मिळवलेल्या माझ्या घरात बसून मी विचार करायचे की, हे घर म्हणजे माझं अभयस्थान असायला हवं, पण इथेच मी सुरक्षित नव्हते. या प्रकारामागे माझा कुणी शेजारी तर नाही, अशीही शंका माझ्या मनाला चाटून जायची. सतत भीतीच्या छायेखाली जगणं म्हणजे काय, हे मी माझ्या लहानपणीच अनुभवलेलं होतं. माझ्या निरागस किशोरावस्थेत, येणारी प्रत्येक रात्र- आज तरी जॉन आपल्या खोलीत येऊन आपला लैंगिक छळ करणार नाही- अशी आशा आणि प्रार्थना करत मी काढलेली आहे. तो बाहेरगावी गेलेला असतानाही ही भीती माझ्या मनात सतत ठाण मांडून बसलेली असायची आणि आज माझ्या डोक्यात एका अनोळखी माणसाचा विचार आहे, जो मला घाबरवण्याच्या संधीची वाट पाहत होता.

चर्चच्या आवारामध्ये भेटणं जेसननं अगदी ऐनवेळी रद्द केलं. पोलिसांनी त्याला तिथे पकडण्याची पूर्ण तयारी केली होती, पण ती अशा तऱ्हेनं फिसकटल्यावर त्यांनी एक वेगळीच योजना तयार केली.

माझ्या ऑफिसच्या फोनला त्यांनी एक ध्वनिमुद्रण यंत्रणा बसवली, जेणेकरून त्यांना त्याचा कॉल टेप करून ठेवता येईल. त्यामुळे आता माझ्या ऑफिसच्या फोनवर बोलण्यासाठी मला त्याला पटवावं लागणार होतं. स्कॉटलंड यार्डचे लोक खूपच चांगले होते आणि या कामासाठी मला जेसनशी फार वेळ बोलत बसण्याची अजिबात गरज नाही असं त्यांनी मला समजावलं. दोन-तीन मिनिटांच्या संभाषणातच तो कुठल्या भागातल्या कुठल्या फोनवरून माझ्याशी बोलतो आहे, हे त्यांना कळणार होतं. या मोहिमेचे प्रमुख अधिकारी स्टीव्ह ग्विलम यांनी मला खूप धीर दिला. मग आम्ही सगळी तयारी करून ठेवली. व्हेनेसा माझ्या फोनवरचं संभाषण ऐकत बाजूच्या खोलीत बसणार होती आणि जेसनचा फोन येताच ती स्टीव्हला फोन करून कळवणार होती. तिचा फोन आल्यावर ते त्यांच्या बाजूची यंत्रणा कार्यान्वित करणार होते.

माझ्या मोबाईलवर त्याचा फोन आला, आणि आपण एका मोहिमेवर आहोत याची जाणीव मला झाली. मी तेव्हा माझ्या घरी बसले होते आणि मला ऑफिसमध्ये परत फोन करण्यासाठी मला त्याला पटवावं लागलं. त्यानं पुन्हा फोन केलाच नाही तर? अशी भीती मला वाटत होती, पण मी त्याला बऱ्यापैकी पटवलं आहे, अशी आशाही मला होती. माझ्या ऑफिसच्या फोनवर कॉल करण्यापूर्वी तिथे पोहोचायला मला थोडा वेळ दे असं मी त्याला सांगितलं आणि सुसाट वेगानं गाडी हाकत ऑफिसला गेले. पार्किंग करताना माझी गाडी मागे घेत घेत मी एका गाडीला व्यवस्थित ठोकलंदेखील, इतकी मी घाबरलेली होते.

ते गाडी ठोकण्याचं प्रकरणही मी नंतर मिटवून टाकलं. अखेर ऑफिसच्या नंबरवर त्याचा फोन वाजला. आमचं बोलणं सुरू होऊन एक मिनिट झालं तरी पोलिसांना तो कुठून बोलतो आहे याचा सुगावा लागत नव्हता.

प्रत्यक्षात मी जेसनशी फोनवर एक तास बोलत होते. त्याला बोलतं ठेवण्यासाठी मी अगदी शांतपणे बोलत होते आणि त्याला त्याच्या जीवनाबद्दल प्रश्न विचारत होते. त्यानं मला सांगितलं की त्याच्या भावानं काही लोकांचे कान कापण्याचे प्रकारही केले होते. त्याच्याशी बोलत असताना मधून-मधून मी व्हेनेसाकडे पाहून तिला खुणेनं विचारतही होते की पोलिसांना काही सुगावा लागतो आहे का? पण अजूनही त्यांना ते जमलं नव्हतं. एव्हाना जेसन चांगलाच रंगात आला होता आणि त्याच्या भावाच्या कुकर्मांचं वर्णन करून-करून सांगत होता. आता माझा त्याच्यावर विश्वास बसल्यामुळे मी आणखीच घाबरून जात होते.

अचानक व्हेनेसा माझ्या खोलीत आली आणि पोलिसांना त्याचा ठावठिकाणा कळला आहे असं तिनं मला खुणेनंच सांगितलं. अखेर एकदाचं माझं फोनवरचं संभाषण थांबलं, पण मी भीतीनं अक्षरशः थरथर कापत होते. त्या क्षणी, विशेषतः जेसननं मला भेटण्याची इच्छा व्यक्त केली असल्यामुळे, मला हायसं वाटलं असं मी म्हणू शकत नव्हते. पोलीस त्याला तिथेच पकडून अटक करतील असं मला वाटत होतं, पण त्यांनी तसं काहीही केलं नाही. त्याचा आणखीही एका गुन्ह्याशी संबंध होता म्हणे आणि म्हणून पोलिसांना त्याच्यावर आणखी काही काळ नजर ठेवायची होती.

नंतर आम्हांला असं कळलं की पोलिसांना त्याचा ठावठिकाणा कळायला एवढा वेळ लागला याचं कारण म्हणजे तो प्रत्यक्षात लिंकन इथे राहत होता. त्याचं नाव डीन बेंटले, वय एकवीस आणि तो तीन रात्री माझ्या घरापर्यंत येऊन घराबाहेरच गाडीत झोपला होता. त्यानं माझ्याबद्दल कुठेतरी वाचलं होतं आणि मतदार यादीतून माझा पत्ता मिळवला होता. बेन मादक द्रव्यं घेतो ही त्यानं ठोकलेली एक निव्वळ थाप होती आणि त्यातला योगायोग भयंकर होता. हा सगळा प्रकार म्हणजे त्याच्याच सुपीक डोक्यातून निघालेली कल्पना होती, अशीही माहिती पोलिसांना मिळाली होती. 'संडे मिरर' या वृत्तपत्रात त्यानं माझ्याबद्दल वाचलं होतं आणि माझ्यावर हल्ला करण्यासाठी कुणाला तरी सुपारी देण्यासाठी त्यानं त्याच्या आईचं मन वळवलं होतं. मग तो मला त्या हल्ल्यामधून वाचवून माझा हिरो बनणार होता. त्याच्या आईनं माझ्याशी फोनवर बोलण्याचे संवादही त्यानं लिहून काढले होते. त्याची आई ओल्विन हिनं मग एका गुंडाला पकडून त्याला ४०० पाउंड्स देऊ केले आणि हे काम करायला राजी केलं. माझ्यावर हल्ला करण्यासाठी त्यांनी एप्रिल महिन्यातली एक तारीखही ठरवलेली होती. प्रत्यक्षात - मार्च महिन्यात - जेव्हा त्याला अंतिमतः अटक झाली, तेव्हा त्याच्याजवळ माझे फोटो सापडले होते. त्या फोटोंवर माझ्या अंगात नेमक्या कोणत्या जागी सुरा खुपसला जाईल आणि मग तो मला कसा वाचवेल, याच्या सगळ्या खुणा केलेल्या आढळल्या. पण हे एवढ्यावर संपलं नव्हतं. मला हल्ल्यातून वाचवल्यानंतर दुसऱ्या दिवशी तो माझ्यासाठी फुलं घेऊन येणार होता. मग आम्ही स्केगनेसला जाऊन सुखानं नांदणार होतो. पोलिसांच्या मते तो केवळ स्वप्नरंजन करणारा तरुण होता, पण माझ्यासाठी हा सगळा अनुभव एक भयंकर सत्य होता. तीन महिने त्यानं मला भिववलं होतं आणि माझ्या आयुष्यावर अतिक्रमण केलं होतं. आता तरी मला न्याय मिळेल, अशी माझी अपेक्षा होती.

त्याच्यावरचा खटला चालू असताना मी कोर्टात वगैरे जाऊन बसले नाही. मी तेव्हा पोर्तुगालला निघून गेले आणि 'स्काय न्यूज'वर त्याचा निकाल पाहिला.

त्याच्यापासून इतक्या दूर अंतरावर असूनसुद्धा टी.व्ही.वर त्या खटल्याच्या बातम्या बघताना माझ्या मणक्यातून एक थंडगार कळ जायची आणि मनावर ताणही यायचा. डीनला अटक झाल्यानंतर जणू माझ्या आत दडलेलं सगळं बाहेर पडलं. मला आधी टिनिटस आणि नंतर डरमॅटायटिस, असे त्वचारोग झाले. हे दोन्ही तणावाच्या प्रतिक्रिया म्हणून होणारे त्वचारोग आहेत. भरीसभर, डीनला तुरुंगवासाची शिक्षा दिली गेली नाही. न्यायव्यवस्थेच्या बाबतीत साधं, सरळ असं काहीच नसतं. डीन बेंटलेला आपली वर्तणूक सुधारण्यासाठी दोन वर्षांचा अवधी देण्यात आला होता आणि शंभर तास सामाजिक कार्य करण्यास सांगण्यात आलं, तर त्याच्या आईला काही शर्ती घालून सोडून देण्यात आलं. हा माझा शुद्ध, घोर अपमान होता. पद्धतशीर कट रचून मला नरकयातना भोगायला लावणाऱ्या दोन व्यक्तींची इतकी सहजासहजी सुटका होतेच कशी? या प्रश्नाचं मला जे उत्तर मिळालं, ते म्हणजे त्या दोघांवर जो खटला भरला गेला तो 'मॅलिशियस कम्युनिकेशन ॲक्ट'- अर्थात, आकस वा द्वेषयुक्त संभाषण कायद्यांतर्गत- आणि या कायद्यामध्ये तुरुंगवासाच्या शिक्षेची तरतूदच नव्हती.

अप्रत्यक्ष छळ करणाऱ्या व्यक्तीला दोषी ठरवणं किती कठीण आहे, हे मला अजून एकदा कळायचं होतं. सन २००५मध्ये आमच्या ऑफिसात माझ्या नावानं एक पाकीट आलं. त्यावेळी सेरा नावाची माझी खाजगी सचिव होती, तिनं ते उघडलं. आतमध्ये एका माणसाचं कृष्णधवल छायाचित्र होतं आणि स्वत:चं वर्णन त्यानं, वय-५६, उंची -५ फूट ११ इंच, बऱ्यापैकी सडपातळ अंगकाठी, बुटांची साईझ ११ आणि एक निराश झालेला व्यासंगी माणूस, असं केलं होतं. पत्र अत्यंत गिचमीड अक्षरात लिहिलेलं होतं आणि त्यातला मजकूर फारसा कळत नव्हता, फक्त त्यातले लैंगिक संदर्भ तेवढे कळत होते.

एक-दोन ठिकाणी व्हेनेसाचं नावही त्यात आलं होतं. मी त्याच्याशी संपर्क साधावा अशी पत्र लिहिणाऱ्या माणसाची इच्छा होती आणि माझं तसं न करणं ही एक भयंकर चूक ठरेल, असा इशाराही त्यानं दिला होता.

हा माणूस दुसऱ्या दिवशी ब्रुअर स्ट्रीटवरच्या आमच्या दुकानात गेला आणि दुकानाच्या व्यवस्थापकाकडे त्यानं माझ्या नावानं एक पार्सल दिलं. ते पार्सल माझ्या ऑफिसमध्ये पोहोचलं आणि यावेळी ते ज्युली हॅरिस, या आमच्या व्यवस्थापकीय संचालिकेनं उघडलं. पार्सल उघडून आतल्या गोष्टी पाहिल्यावर तिनं ताबडतोब आमच्या सुरक्षारक्षकांना बोलावून घेतलं. त्या पार्सलमध्ये होती काही अमूर्त चित्रं, त्याला लावलेली एक चिठ्ठी आणि आणखी एक पत्र. पत्रातला मजकूर पुन्हा एकदा अगम्य होता, पण त्यात अश्लील मासिकं, संभोगक्रिया, माझी बहीण व्हेनेसा

आणि त्याच्याच शब्दांत सांगायचं, तर त्याची गोड आणि अनीतिमान दत्तक मुलगी, या सगळ्यांचे संदर्भ होते. त्यानं पत्रात पुढे लिहिलं होतं, की त्यानं याआधी अशीच पत्रं इतर काही उच्चपदस्थ स्त्रियांनाही लिहिली होती, त्यांच्याकडून पैसेही मिळवले होते आणि आता त्याला माझ्याकडून आर्थिक मदतीची अपेक्षा होती.

ज्युली काही वेळा माझ्या बाबतीत जरा जास्तच काळजी घेते आणि त्या काळात मी एकंदरच कठीण परिस्थितीचा सामना करत असल्यामुळे, मी निश्चिंत होऊन ठरल्याप्रमाणे सुट्टीवर जावं, हे प्रकरण माझ्या वतीनं ती सांभाळेल असं तिनं मला सांगितलं. तिनं मग पोलिसांना याची खबर दिली आणि त्यांच्याकडून आलेल्या दोन अधिकाऱ्यांशी यात मला असलेल्या धोक्याविषयी चर्चा केली. पोलिसांनी सगळी चौकशी केली आणि ज्युलीला त्यासंबंधीचा आपला अहवाल दिला. ही पत्रं लिहिणारा माणूस मनोरुग्ण होता आणि त्याच्यावर उपचार चालू होते. पोलिसांच्या मते त्या माणसाकडून असलेला धोका गंभीर स्वरूपाचा होता. मला यासंबंधी थेट जाणीव करून देण्याचा पोलिसांचा इरादा होता, पण ज्युलीनं त्यांना ठामपणे सांगितलं की मला माझी सुट्टी निवांत उपभोगू द्या. त्या माणसाच्या चौकशीसाठी आणि जमल्यास मानसिक आरोग्य कायद्यानुसार त्याच्या हालचालींवर बंधनं टाकण्याच्या उद्देशानं, त्या आठवड्यामध्ये पोलीस त्याच्या घरी अनेक वेळा जाऊन आले, पण तो त्यांना तिथे भेटलाच नाही.

रविवारी मी सुट्टी संपवून परत घरी आले आणि सोमवारी ज्युली आणि पोलीस अधिकारी मला सगळी परिस्थिती समजावून देण्यासाठी माझ्या घरी आले. आम्ही पोलिसांना जेव्हा त्या माणसाच्या पूर्वीच्या गुन्ह्यांबाबत आणि मला त्याच्याकडून नेमका कुठल्या प्रकारचा धोका आहे असं त्यांना वाटतं, असे प्रश्न विचारले असता त्यांनी ज्याप्रमाणे उडवाउडवीची उत्तरं दिली आणि सहकार्य करायला टाळाटाळ केली, ते पाहून मला त्यांचा खूपच राग आला. माझ्या घराभोवतीची सुरक्षा अजून वाढवण्याची गरज होती. मी ती वाढवून टाकली. माझ्या घरात काम करणाऱ्या प्रत्येकाला मी त्या माणसाचे फोटो दिले, जेणेकरून त्या लोकांना तो आल्यास ओळखू येईल. त्याला अटक होईपर्यंत ते त्याच्या घरी जातच राहतील असं पोलिसांनी आम्हांला सांगितलं. त्यानंतर तीन दिवसांनी, म्हणजे ७ जुलै, २००५ या दिवशी लंडनमध्ये बॉंबस्फोट झाले आणि माझ्या केसमध्ये तपास करणाऱ्या अधिकाऱ्यांना स्कॉटलंड यार्डला पाठवलं गेलं.

काही आठवडे त्या माणसाकडून पुन्हा काहीही संदेश न येता शांततेत गेले. मात्र एक दिवस आमच्या ऑफिससमोरच्या रस्त्यापलीकडे असलेल्या पेट्रोलपंपावर तो दिसला, असं ज्युलीचं म्हणणं होतं. आम्ही लगेच पोलिसांना तशी सूचना दिली, पण त्याला पाहायला पोलीस तिथे वेळेवर पोहोचलेच नाहीत. सोळा

ऑगस्टला त्याचं आणखी एक पत्र आलं. हे त्याचं शेवटचं पत्र ठरणार होतं. हे पत्र याआधीच्या पत्राइतकं उघडपणे अश्लील नव्हतं आणि यावेळेला त्यातलं हस्ताक्षरही बरंच चांगलं होतं. कदाचित आधीच्या पत्रामधलं वेडवाकडं आणि असंबद्ध लिखाण त्याच्या औषधं न घेण्याचा परिणाम असावा. त्यानंतर मात्र त्याच्याकडून पुन्हा एकही पत्र आलं नाही आणि मला त्रास देण्यासंदर्भात त्याच्यावर खटलाही दाखल केला गेला नाही.

त्यावेळेला मला असा प्रश्न पडला होता, की नेमकं काय झालं म्हणजे पोलीस त्याच्यासारख्या लोकांना अटक करतील? अशा लोकांना धोकादायक केव्हा मानलं जाईल? दुर्दैवानं, असे प्रकार तोपर्यंत हव्या तेवढ्या गांभीर्यानं घेतले जात नाहीत, जोपर्यंत एखादी वाईट घटना प्रत्यक्षात घडत नाही. आता या गोष्टीला वर्ष-दीड वर्ष होऊन गेल्यानंतर, हे पुस्तक लिहीत असताना माझ्यासमोर 'ऑब्झर्व्हर' या वर्तमानपत्रातली एक अंगावर शहारे आणणारी बातमी आहे- ब्रिटनमध्ये, ज्यांच्यापासून कमी धोका आहे असं मानलं जातं, अशा मनोरुग्णांकडून आठवड्याला एक खून होतो.

सात

कॉंक्रीटचे बूट आणि जवळची नदी

पॉल ज्याप्रकारे माझ्यासाठी वेडापिसा झाला होता, ते पाहून त्याला ओळखणारे सगळेच आश्चर्यचकित झाले होते आणि त्याचबरोबर, मला भेटल्यानंतर तो इतर मुलींकडे पाहिनासा झाला, तेव्हा तर त्यांच्या आश्चर्याला पारावारच राहिला नाही. बेनपासून वेगळं झाल्यानंतर, पॉलबरोबर माझं खरोखर चांगलं जमून जाईल असा विचार मी करायला लागले होते. तो जीवनात फारसा यशस्वी वगैरे ठरलेला नव्हता हे तर खरंच, पण मी त्याला वेगळ्या संधी शोधायला, वेगळं काहीतरी करून बघायला प्रेरित करू शकले होते. त्यानं एका सुरक्षा अलार्म कंपनीमध्ये विक्रेत्याचं काम करायला सुरुवात केली होती. सर्वसाधारणत: मी अशा माणसाची निवड केली नसती, पण तो खूपच चिकणा, आकर्षक आणि मोकळा होता. आपण बायका अगतिक असताना स्वत:ला काहीही सांगून कशा मनाचं समाधान करून घेत असतो, हे पाहिलं की थक्क व्हायला होतं. एरवी आपलं जीवन जगण्यामध्ये जी बुद्धी आणि सारासार विचार आपल्याला मदत करतात, त्या दोन्ही गोष्टी जणू नेमक्या आपल्याला हव्या तेव्हाच आपली साथ सोडून जात असतात!

पॉलच्या सहवासातल्या सुरुवातीच्या काही महिन्यांतच मला काहीतरी चुकत असल्यासारखं वाटायला लागलं. त्या अवधीत मला पॉलचा खरा चेहरा दिसायला सुरुवात झाली होती. मला सगळ्यांनी त्याच्या ज्या रूपाबद्दल सावध करायचा प्रयत्न केला होता, ते त्याचं ओंगळवाणं रूप माझ्यासमोर यायला लागलं होतं. हे नातं फार काळ टिकणार नाही हे ओळखून मी त्यादृष्टीनं लवकर हालचाल करायला हवी होती. तो माझ्या घरात राहायला आला तेव्हा त्यानं फक्त त्याचे कपडे वगळता इतर काहीही चीजवस्तू आणली नव्हती आणि त्यावरून त्याच्या मनात दीर्घकाळाचा

विचार दिसत नाही, हे कळत होतं. वर पुन्हा हळूहळू तो बदलायला लागला होता आणि पूर्वीपेक्षा कमी उत्कट आणि कमी प्रेमळ होत चालला होता.

एव्हाना आपला जोडीदार आपल्याला फसवतो आहे हे कसं ओळखायचं, याचं ज्ञान मला झालं होतं आणि पॉलचे माझ्याशिवाय आणखीही कुणा मुलीबरोबर संबंध आहेत, याची मला दाट शंका आली.

त्याचा बेफिकीरपणा, त्याचं दुर्लक्ष या सगळ्या खुणा माझ्या पूर्वानुभवामुळे मला ओळखता आल्या, पण मला फक्त पुरावे मिळायचे होते. कधीही आणि कुठलीही गोष्ट अर्धवट करायची नाही हे माझं तत्त्व आणि माझा पूर्वानुभव, यांच्या बळावर मी सत्य शोधून काढायला एका खाजगी गुप्तहेराची नेमणूक करण्याचं ठरवलं. पण पॉल त्याच्या कारमध्ये वेगानं इकडून तिकडे फिरत असायचा आणि त्या गुप्तहेराला त्याच्या हालचालींच्या वेगाशी जुळवून घेण्यात अपयश आलं. पण सटनमधल्या, खेळाचं सामान विकणाऱ्या एका विशिष्ट दुकानात तो सारखा जायचा, ही माहिती मात्र त्यानं मला दिली. त्या दुकानामध्ये एक मुलगी काम करायची आणि पॉल बहुधा तिलाच भेटायला वारंवार तिथे जात असावा असं त्या गुप्तहेराचं मत होतं.

मग त्यानं त्या मुलीवर पाळत ठेवायचं ठरवलं. एकतर पॉलच्या मागे वेगानं गाडी हाकत फिरण्यापेक्षा हे सोपं होतं आणि दुसरं म्हणजे त्याला हवी ती माहिती बहुधा याही मार्गानं मिळणार होतीच. त्यानं मोठ्या हिकमतीनं त्या मुलीच्या पर्समध्ये एक ट्रान्समीटर लपवला आणि त्याच्या साह्यानं तिच्या घरापर्यंत तिचा माग काढला. याच्या काही दिवस आधीच पॉलचा किल्ल्यांचा जुडगा हरवला होता. त्याला तो शोधण्यामध्ये मदत करत असताना मला सूर्यस्नानासाठीच्या दोन आरामखुर्च्या विकत घेतल्याची एक पावती मिळाली. 'हे काय आहे?' असं पॉलला विचारता, प्राप्तिकरासाठी खर्च दाखवायला कामाला येईल म्हणून त्यानं ती पावती अशीच घेऊन ठेवली आहे, असं उत्तर त्यानं दिल्याचं मला आठवतं. मी तो प्रसंग तेव्हा विसरूनही गेले होते, पण एक दिवस माझ्या गुप्तहेरानं मला फोन केला की गेले तीन तास तो त्या मुलीच्या घराबाहेर तळ ठोकून बसलेला आहे. थोड्या वेळानं पॉल तिथे आला होता आणि आल्यावर आपल्या गाडीतून त्यानं दोन आरामखुर्च्या काढून आत नेल्या होत्या. ही त्या मुलीला वाढदिवसाची भेट होती, हे मला नंतर कळलं. पॉल त्या मुलीच्या घरात शिरल्यानंतर घराच्या वरच्या मजल्याचे सगळे पडदे बंद होताना गुप्तहेराला दिसले होते. माझी शंका खरी होती- पॉल दुसऱ्या स्त्रीबरोबर संबंध ठेवत होता.

अगदी स्पष्टच सांगायचं, तर मी जळून खाक झाले होते. त्या गुप्तहेरानं मला त्या मुलीचा फोन नंबर दिला आणि मग मी माझ्या डोक्यात शिजलेली एक योजना

अमलात आणायचं ठरवलं. एक दिवस मी ऑफिसमधून व्हेनेसाला बरोबर घेऊन आले. घरी आल्यावर आम्ही दोघींनी पॉलचे सगळे कपडे कचऱ्याच्या प्लॅस्टिकच्या पिशव्यांमध्ये भरले आणि दाराबाहेर नेऊन ठेवून दिले. आता आम्हांला त्याला कसंतरी करून लवकर घरी बोलावून घ्यायचं होतं. त्यासाठी आम्ही एक कल्पना लढवली आणि मी त्याला फोन केला. मी त्याला म्हटलं की माझ्या एका मैत्रिणीचा फोन आला आहे, तिला तिच्या घरी अलार्म यंत्रणा बसवायची आहे. तिला फक्त आत्ताच वेळ आहे आणि भेटायचं असेल, तर त्यानं ताबडतोब घरी यावं. विक्रीव्यवहार करायला नाही तो कधीच म्हणत नसे, त्यामुळे त्यानं तो लगेच येतो आहे असं मला सांगितलं.

थोड्याच वेळात त्याची गाडी घराच्या पोर्चमध्ये येऊन थांबल्याचा आवाज आला. दाराबाहेर त्याचे कपडे पिशव्यांमध्ये भरून ठेवलेले पाहून तो म्हणाला, 'हा काय प्रकार आहे?' मी त्याला घरातून हाकलून दिलेलं आहे, असं सांगितलं. त्यानं 'का' म्हणून विचारल्यावर मी सांगितलं की, कारण त्याचं दुसऱ्या मुलीबरोबर प्रेमप्रकरण चालू आहे, हे मला माहिती आहे म्हणून. मला हे कसं कळलं, हे मी त्याला अजिबात सांगणार नव्हते. तो मला सारखं विचारत होता की मला हे कुणी सांगितलं, पण मी त्याला फक्त तू आता जा, एवढंच सांगत राहिले. त्यानंतर जे घडलं, ते मात्र माझ्या कल्पनेबाहेरचं होतं. त्यानं माझ्या गाडीच्या किल्ल्या उचलल्या, आपल्या पिशव्या त्यात टाकल्या आणि चक्क माझी कार घेऊन तो तिथून निघून गेला. अरे देवा, त्यानं तर माझी गाडी चोरून नेली की! मी मनात म्हटलं.

मला खूप संताप आला, पण पोलिसांना कळवण्याव्यतिरिक्त मी काहीही करू शकत नव्हते. त्यानंतर पहिली गोष्ट मी काय केली असेल, तर व्होडाफोन कंपनीला कळवलं की माझ्या प्रियकराचा फोन चोरीला गेला असून त्यांनी त्याच्या नंबरची सेवा ताबडतोब बंद करावी. त्यांनीही तत्परतेनं ते मान्य केलं. पॉल ज्या मुलीला भेटत होता, तिच्याशी माझं बोलणं होईपर्यंत त्यानं तिच्याशी संपर्क साधायला मला नको होता.

एकदा मी असे माझे हात पोळून घेतले होते आणि तोच अनुभव परत एकदा मला घ्यायचा नव्हता.

मी सहसा पटकन न रागावणारी मुलगी आहे आणि मी त्या मुलीचा नंबर फिरवला तेव्हा माझं डोकं बऱ्यापैकी शांत होतं.

'हॅलो', मी म्हणाले, 'मी जॅकलिन गोल्ड बोलते आहे.'

'मी तुझ्याबद्दल ऐकलं आहे,' ती पलीकडून म्हणाली, जणू तिला आत्ता माझा फोन अपेक्षितच असावा.

'मला वाटतं माझ्या प्रियकराचं तुझ्याबरोबर प्रेमप्रकरण चालू आहे.' मी पुढे

बोलायला सुरुवात केली.

माझं बोलणं ऐकून मात्र तिला धक्काच बसला.

'अरे देवा, आमचा वाङनिश्चय झालेला आहे आणि मी तीन महिन्यांची गरोदर आहे,' ती म्हणाली. त्यानं मला सांगितलं की तो कॉटबेसिसवर राहतो आहे.

या ठिकाणी पॉलच्या दुहेरी फसवणुकीमुळे आम्ही दोघीही अर्थातच खूप दुःखी झालेलो होतो, पण आता पुढे काय बोलावं हे दोघींनाही कळत नव्हतं.

'आणि आणखी एक म्हणजे त्यानं माझी कार चोरली आहे,' मी थंडपणे म्हणाले.

मी मग तो फोन ठेवून दिला आणि पोलिसांचा नंबर फिरवला. सुरुवातीला त्या लोकांनी माझ्या तक्रारीमध्ये फारसा रस दाखवला नव्हता आणि माझी खात्री आहे, तिथल्या स्त्री-पोलिसाला माझी दया आली नसती, तर त्यांनी मला वाटाण्याच्या अक्षता लावल्या असत्या. पॉल दरम्यान त्या मुलीच्या घरी राहायला गेला होता आणि त्यानं माझी कार स्वतःकडेच ठेवून घेतली होती. पोलीस मला नुसतंच मदतीचं आश्वासन देत राहिले, पण प्रत्यक्षात काहीही घडत नव्हतं. हे एक नेहमीचं घरगुती भांडण असेल अशा समजुतीनं त्यांनी त्यांच्या यादीत ते सगळ्यात खाली ढकललं असावं. असाच जवळजवळ महिना उलटला आणि मी माझ्या कारचं दुःख करतच राहिले. एक दिवस, मला सहानुभूती दर्शवणारी ती महिला पोलीस तिच्या एका सहकाऱ्याबरोबर पॉलच्या घरी गेली आणि माझी कार परत देऊन टाकण्याविषयी त्याला सांगितलं. पण पॉल त्यावेळेला त्यांच्याशी इतक्या वाईट पद्धतीनं बोलला, की त्यांनी त्याला ताबडतोब अटकच केली. त्याला बेड्या ठोकून त्यांनी रायगेट पोलीस ठाण्यावर नेलं, जे त्याच्या घरापासून खूपच लांब होतं.

पण अखेर माझी कार मला परत मिळाली.

मी कुठल्याही नात्यामध्ये सहजासहजी शिरत नाही, पण एकदा का शिरले, की मग मात्र मी त्यात शंभर टक्के गुंतवणूक करते. त्यानंतर ते नातं बिघडलं, की मला खूप वाईट वाटतं. पॉल मला योग्य पुरुष वाटला होता, असं अजिबात नव्हतं; तो तसा नव्हताच- पण काही-काही वेळा तुम्ही स्वतःला थांबवू शकत नाही आणि माझं त्याच्यावर खरोखरच प्रेम होतं- निदान त्यावेळी तरी मला तसं वाटत होतं.

आम्ही वेगळे झाल्यानंतर एक दिवस माझं पोट अचानक दुखायला लागलं. पाळीच्या काळात मला रक्तस्रावही खूपच जास्त होत होता. मला ते विचित्र वाटल्यामुळे मी डॉक्टरकडे गेले. मला तेव्हा कळलं की पॉल गेल्यानंतर आठवडाभरानं माझा गर्भपात होऊन गेला होता. मी खूपच अस्वस्थ झाले होते. मानसिक ताणाचा आपल्या शारीरिक आरोग्यावर परिणाम होतो, यावर माझा पूर्ण विश्वास आहे आणि

पॉलचं दुसरं प्रकरण उघडकीला येण्याचा माझ्या गर्भपातात निश्चितच हात होता.

माझ्या आणि पॉलच्या संबंधाचं निदान एक फलित तरी निश्चितच चांगलं होतं आणि ते म्हणजे आत्ताच्या माझ्या अत्यंत जिवलग मैत्रिणींपैकी एक- सँडी, हिची माझ्याशी भेट पॉलमुळेच झाली होती; कारण ती पॉलची मैत्रीण होती. सँडी मला पॉलबरोबर माझे संबंध सुरू होते तेव्हा पहिल्यांदा भेटली होती, पण आम्ही एकमेकींना खऱ्या अर्थानं ओळखू लागलो, ते मी त्याच्यापासून दूर झाल्यानंतरच. सँडी हुशार, खूप गमतीशीर आणि आकर्षून घेणारी आहे. ती त्याचबरोबर 'हो ला हो' न करणारीही आहे, आणि मला असे लोक आवडतात. तुम्ही काहीही म्हटलं, आणि सँडीनं ते लगेच आणि सहज मान्य केलं असं होणारच नाही. तिचा विरोधही ती पद्धतशीर आणि ठामपणे मांडत असते. शिवाय ती माझ्यातल्या अवखळपणाला बाहेर आणणारीही आहे असं मला वाटतं, नव्हे तशी मला खात्रीच आहे!

मी बेनला भेटेपर्यंत मला मैत्रिणी अशा फारशा नव्हत्याच. माझं बालपण ज्या प्रकारे गेलं, त्यामुळे माझ्या मोठेपणाच्या सामाजिक जीवनावरही खूप मर्यादा पडायच्या. कुणाशी मैत्री करणं ही माझ्यासाठी एक सहज, स्वाभाविक गोष्ट नव्हतीच. टोनीबरोबर असताना, त्याचा माझ्याबद्दल खूपच संरक्षणात्मक पवित्रा असायचा आणि तो बरोबर असल्याशिवाय मी एकटीनं बाहेर फिरणं त्याला नको असायचं. त्यावेळी ही गोष्ट मलाही सोयीची होती कारण मी माझ्या आवडीच्या पुरुषाबरोबर राहण्याच्या पूर्वी कधीही न अनुभवलेल्या परिस्थितीत होते, त्यामुळे इतर कशातही मला रस नव्हता. तोपर्यंत शाळेतल्या मैत्रिणी आणि नंतर बेनच्या मैत्रिणींच्या ताफ्यातल्या मुली एवढाच त्रोटक मैत्रीचा अनुभव माझ्याजवळ होता. त्रोटक यासाठी की यात एकमेकींची निवड करण्याचा काही संबंध नव्हता, निव्वळ एकत्र मोट बांधलं जाणं होतं आणि नंतर ही मैत्री वाऱ्यावर उडूनही गेली होती.

बेनपासून वेगळं झाल्यानंतर मी जे अनेक निर्णय घेतले, त्यांपैकी एक म्हणजे माझ्या वाढदिवसाला एक मोठा समारंभ बनवणं. मी त्यादिवशी थीमपाटर्यांचं आयोजन करायला सुरुवात केली. त्यासाठी मला स्वत:ला खूप कष्ट करावे लागायचे, पण त्यातून मला खूप आनंद मिळायचा. एका वाढदिवसाला अँडा वॉरहोल, एकदा शुभ्र रंग, एकदा टेकिला (एक मेक्सिकन दारू) अशा अनेक थीम्स मी ठेवल्या होत्या आणि प्रत्येक वर्षीची पार्टी आदल्या वर्षीपेक्षा जास्त दिमाखदार असायची. यामुळे झालं असं, की माझ्या ओळखीच्या लोकांना त्यासाठी आमंत्रित करतानाच माझ्या अनेक नव्या ओळखीदेखील होत गेल्या आणि त्यांच्यापैकी काही तर माझ्या जिवलग होऊन बसल्या. कॅरोल ही त्यातलीच एक.

कॅरोलची आणि माझी भेट ॲन-मारीमुळे झाली. ॲन-मारीनं ॲन समर्ससाठी मॉडेलिंग केलं होतं आणि नंतर तिनं ली ह्युजेस नावाच्या फुटबॉल खेळाडूबरोबर

लग्न केलं. १९९८च्या माझ्या वाढदिवसाच्या पार्टीला ती कॅरोलला घेऊन आली होती. कॅरोलबाबत माझं प्रथमदर्शनी मत- ती खूप मैत्री करण्यासारखी पण जरा जास्तच आगाऊ आहे, असं झालं होतं. मला वाटतं त्यावेळी मी ज्या मन:स्थितीत होते, तिचंच हे द्योतक असावं. त्यावेळी मला खऱ्या म्हणता येतील अशा मैत्रिणीच नव्हत्या आणि लोकांनी आपल्या वैय्यक्तिक अवकाशावर अधिक्षेप करावा, याची मला सवयच नव्हती. पार्टीमध्ये कॅरोल माझ्याजवळ आली आणि म्हणाली, 'तू एक पुस्तक लिहिलं आहेस म्हणे? ('गुड व्हायब्रेशन्स' हे माझं पहिलं पुस्तक) मीही एक पुस्तक लिहिते आहे,- मी आणि माझी सावली.'

कॅरोलचं पुस्तक 'एमएस' या भयानक रोगावरचं होतं आणि ती त्याला कसं यशस्वीरीत्या तोंड देत होती, हे त्यात तिनं लिहिलं होतं. त्या दिवसानंतर आम्ही पुन्हा एकदा भेटलो आणि आमच्या तारा छान जुळल्या. माझं प्रथमदर्शनी मत सपशेल चूक होतं हे माझ्या लवकरच लक्षात आलं. कॅरोल खूपच मायाळू आणि मैत्रीपूर्ण आहे. मी तर म्हणेन की ती माझी पहिली खरी मैत्रीण. ती माझी आध्यात्मिक पातळीवरही सखी आहे, कारण मी जेव्हा केव्हा तिला भेटते, तेव्हा माझं जीवन उजळून गेल्यासारखं मला भासतं. तिच्यामध्ये सकारात्मकता खूप आहे आणि ती नेहमीच माझी मन:स्थिती आनंदी करून टाकत असते.

तेव्हापासून सँडी आणि ती माझ्या अगदी निकटच्या व्यक्ती झालेल्या आहेत आणि मला खात्री आहे, आयुष्यभर आमच्या मैत्रीमध्ये खंड पडणार नाही.

पॉलला सोडल्यानंतर मी कुणाही पुरुषाबरोबर फिरत नव्हते, पण डेव्ह नावाच्या एका मित्राबरोबर मात्र मी पुष्कळच वेळ असायचे. डेव्ह बेनच्याच कंपूतला होता आणि मी त्याला अनेक वर्षांपासून ओळखत होते. बेन अद्यापही मला फोन करायचा आणि आम्ही दोघं गप्पा मारायचो. तू डेव्हबरोबर वेळ घालवणं योग्य नाही, तो विश्वास ठेवण्याच्या लायकीचा नाही, बेन मला एकदा म्हणाला. हे तो नाही तर त्याचा मत्सर, त्याची असूया बोलते आहे, असं म्हणून मी त्याच्या बोलण्याकडे दुर्लक्ष केलं पण मी असं करायला नको होतं. डेव्ह माझ्या बेनबरोबरच्या कालखंडाचा एक अवशेष होता आणि त्यातला धोका मला जाणवायला हवा होता.

डेव्ह आणि माझं चांगलं जमायचं आणि आम्ही एकमेकांची थट्टामस्करी करायचो, पण बस तेवढंच! आपल्याला एक मित्र मिळाला म्हणून मी आनंदी होते आणि कुणामध्ये गुंतण्यास सध्या तरी उत्सुक नव्हते. बाकी काही असो-नसो, दोन पाठोपाठच्या दीर्घकालीन संबंधांनंतर मला विचार करायला स्वत:चा असा वेळ हवा होता यात शंकाच नव्हती. ख्रिसमसचा सण जवळ आला आणि असं ठरलं की यावेळी व्हेनेसा, तिचा प्रियकर स्टीव्ह, आणि डेव्ह, ख्रिसमस माझ्याबरोबर, माझ्या

घरी साजरा करतील. त्या दिवशी डेव्हचा लहान मुलगाही आमच्याबरोबर असणार होता. मी त्यावेळी कॅटर हॅमला ज्या घरात राहायचे, त्याला तीन बेडरूम्स होत्या. मी माझ्या बेडरूममध्ये, दुसरीत व्हेनेसा आणि स्टीव्ह आणि तिसरीमध्ये डेव्ह झोपेल, अशी योजना होती. ख्रिसमसच्या आदल्या संध्याकाळी आम्ही क्रॉयडनमध्येच मॅक्लस्की बारमध्ये गेलो. आम्ही सगळेच छान मूडमध्ये होतो आणि मद्यपान तसंच नृत्यामध्ये आमचा वेळ खूपच छान गेला. व्हेनेसा आणि स्टीव्ह थोडे लवकरच तिथून बाहेर पडले आणि घरी आले, तर मी आणि डेव्ह मात्र तो बार बंद होईपर्यंत तिथेच मजा करत राहिलो. डेव्हला एव्हाना चांगलीच चढली होती आणि तो व मी या ख्रिसमसला एकत्र येणार आहोत, हे तो जो दिसेल त्याला सांगत सुटला होता. आमच्यामध्ये शारीरिक जवळीक नव्हतीच आणि त्यावेळी त्याचं बोलणं मी फारसं गंभीरपणे घेतलं नव्हतं. सणाचा आनंद आणि उत्साहाच्या भरात तो काहीतरी बोलतो आहे, अशा अर्थानं मी त्याकडे बघत होते. मला त्याचं हुरळून जाणं सुखावत होतं हे खरं, पण डेव्हमध्ये भावनिक गुंतवणूक करण्याचा माझा कोणताही इरादा नव्हता. आम्ही घरी आलो तेव्हा व्हेनेसा आणि स्टीव्ह अजून जागेच होते. मी लाऊंजमध्ये जाऊन त्यांच्यात बसले आणि आम्ही असेच गप्पा मारत असताना अचानक मला एक विचित्र थकवा जाणवायला लागला. हे असं मला यापूर्वी कधीही जाणवलं नव्हतं आणि माझं डोकं तर पार बधिर झालं होतं. आत जाऊन झोपावं या विचारानं मी सगळ्यांना गुडनाईट म्हटलं. मद्यपानानंतर इतकी वाईट अवस्था पहिल्यांदाच झाल्यानं मला तर काही कळतच नव्हतं. तेव्हा पहाटेचे तीन वाजले होते.

रात्री झोपताना मी सहसा माझ्या खोलीचं दार लावत नाही, पण त्यादिवशी मात्र मी ते घट्ट लावून घेतलं होतं, न जाणो डेव्हला उघडं दार म्हणजे माझ्याबरोबर झोपायला यायचं आमंत्रण वाटायचं! आता मस्तपैकी खूप वेळ झोपण्याच्या दृष्टीने मी तयारी केली, त्या दिवशी खूप थंडी होती म्हणून अंगात नाईटशर्ट आणि उबेसाठी पायांत मोजे, अशी सगळी व्यवस्था करून मी पलंगावर पडल्याक्षणी ठार झोपी गेले.

अनेक दिवस झोपायला न मिळाल्यासारखं मला झालं होतं आणि डोळे उघडले तेव्हा मला सगळं अंधूक-अंधूकच दिसत होतं. माझ्या डोळ्यांसमोरचं मला नीट दिसत नव्हतं, पण एक चेहरा मला पुसटसा दिसत होता. तो चेहराही नेमका कुठे आहे, हे मला कळत नव्हतं. पडद्यावर एखादी टिंबांनी बनलेली धूसर प्रतिमा दिसावी, तसं काहीसं मला दिसत होतं. त्यानंतर माझ्या असंही लक्षात आलं की मला माझ्या शरीराची हालचालही करता येत नाहीये. माझं सगळं शरीर पक्षाघात व्हावा तसं बधिर, जड झालं होतं. मी मान फिरवण्याचा प्रयत्न केला तेव्हा ती मात्र

थोडीशी वळली आणि डोळ्यांच्या कोपऱ्यातून मला घड्याळ तेवढं दिसलं. त्यात सकाळचे पाच वाजल्याचं मला दिसलं. मग मला एकदम जाणवलं की डेव्ह माझ्या पलंगावर माझ्या शेजारी आहे. 'तू इथे काय करतो आहेस?' असं मी त्याला विचारल्याचं मला आठवतं. त्यावर तो म्हणाला, 'पुरे, पुरे एवढं पण नाटक नको करायला.' मला प्रचंड संताप आला होता, 'पण तू इथे आलासच कसा?' एवढं विचारण्याइतकीच शक्ती मी गोळा करू शकले. मला उडी मारून तिथून उठायचं होतं, पण मी हलूच शकले नाही. मला वाटतं आपलं छान जमेल, तो म्हणाला. मी आता आलो आहे हे व्हेनेसालाही माहिती आहे आणि आपली जोडी छान आहे असं तिचंही मत आहे.

एव्हाना मी बेशुद्धावस्थेच्या काठावर हिंदोळे घेत असल्याचं मला जाणवत होतं. त्यापूर्वी आणि त्यानंतरही, माझी अशी अवस्था कधीही झाली नाही, हे मी खात्रीपूर्वक सांगू शकते. मला अशी शंका आहे, की डेव्हनं मला त्या रात्री 'डेट-रेप' हे मादक द्रव्य पाजलं असावं. त्याच्या मित्रांच्या टोळक्यात हे द्रव्य अगदीच अपरिचित होतं असं नाही. त्याला मी माझ्या बिछान्यातून चालतं व्हायला सांगितल्याचं मला आठवतं, आणि नंतर मात्र माझे डोळे मिटलेच. थोड्या वेळानं मला शुद्ध आली तेव्हा डेव्ह माझ्या बाजूला बसून हस्तमैथुन करत असलेला मला दिसला. मी या माणसाला दहा वर्षांपासून ओळखत होते आणि आमच्यात घट्ट मैत्री आहे, असं मला वाटायचं. त्यानं माझ्यावर बलात्कार केला नाही, ही देवाची कृपाच म्हणायची. त्याचं काम झाल्यावर तो उठून बाथरूममध्ये गेला. बाथरूममधून बाहेर आल्यावर त्यानं माझ्या कपाळावर ओठ टेकले आणि म्हणाला 'मला माफ कर.' नंतर तो त्याच्या खोलीत निघून गेला. मला अजूनही डोकं हालवण्याव्यतिरिक्त इतर कुठलीही हालचाल करणं शक्य होत नव्हतं आणि माझी दृष्टी चांगलीच अधू झाली होती. मी पुन्हा एकदा अर्धवट बेशुद्धावस्थेत शिरले.

दुसऱ्या दिवशी ख्रिसमस. तो दिवस अत्यंत सामान्य वाटत होता. नेहमीच्या उत्साहाचं नामोनिशाणही माझ्या मनात नव्हतं. माझा गाऊन अडकवून मी स्वयंपाकघरात एकटीच बसले होते आणि रात्रीच्या जेवणाची तयारी करण्याचा प्रयत्न करत होते. संताप आणि अपमानानं माझं डोकं फुलून आलं होतं. डेव्हनं माझा विश्वासघात केला, या विचारानं मला भयंकर रागही आला होता आणि दुःखही होत होतं. त्यात माझ्या बहिणीनंही त्याला साथ दिली, यावर माझा विश्वास बसत नसला तरी ती शंका माझ्या डोक्यातून काही केल्या जात नव्हती. या प्रसंगामुळे माझ्या मनात लहानपणी झालेल्या लैंगिक छळाच्या आठवणी पुन्हा एकदा जाग्या झाल्या आणि अशा प्रसंगातून जावं लागलेल्या इतर लोकांप्रमाणेच मीही पुन्हा एकदा माझ्याच वर्तणुकीचा विचार करायला लागले होते. हा प्रसंग मीच आपल्यावर ओढवून

घेतला होता का? यात माझंच काही चुकलं का? डेव्हला माझ्या बेडरूममध्ये यायला मीच नकळत उद्युक्त केलं होतं का? पण मी दार बंद करून घेतलं होतं आणि त्याद्वारे, त्यानं कुठे झोपायचं हे स्पष्ट दर्शवून दिलं होतं, याचं मी स्वत:ला स्मरण करून दिलं. आम्ही बारमध्ये एकमेकांशी छेडछाड केली हे खरं, पण ख्रिसमसमध्ये सगळेच लोक थोडी मौजमस्ती करतातच की, आणि माझी पक्की खात्री होती की मी त्यावेळी निव्वळ दारू नव्हे तर इतर कशाच्या तरी अमलाखाली होते आणि ते मी स्वत:हून घेतलेलं नव्हतं. माझी नशा फक्त मद्याची असती, तर मी अशी जड होऊन कशी पडून राहिले असते? असा सगळा विचारांचा गलबला माझ्या डोक्यामध्ये माजला होता आणि वर आपल्यामुळे सगळ्यांच्याच ख्रिसमसच्या उत्साहावर विरजण पडतं आहे की काय, ही शंका! मला सणाचे दिवस मनापासून आवडतात आणि त्या काळात मी कशाचाच त्रास करून घेत नाही. आजवर मी ख्रिसमसचा सण शक्य तितका मोठा करण्यासाठी तडफड करत आले आहे आणि त्यामुळेच, नेमकं त्याच सणाचा बट्ट्याबोळ होण्याची शक्यता माझं दु:ख आणखीच वाढवत होती.

सगळ्यात आधी व्हेनेसा खाली आली. तिनं नंतर मला सांगितलं की त्या दिवशी मी एखाद्या पछाडलेल्या स्त्रीसारखी दिसत होते. 'तू त्याला काल रात्री उचकवलंस, यावर माझा विश्वासच बसत नाहीये,' मी रागानं तिला म्हणाले. माझ्या या बोलण्यावर तिचा चेहरा काहीही कळत नसल्यासारखा झालेला पाहून माझा आवेश थोडा कमी झाला आणि मी तिला काल रात्री काय घडलं, हे सविस्तर सांगितलं. ते ऐकल्यावर तिला धक्काच बसला आणि तिनं तसं काहीही केलं नसल्याचं स्पष्ट केलं. आमच्या ख्रिसमससाठीच्या योजना उधळल्या गेल्या होत्या आणि मग मी डेव्हला स्पष्ट शब्दात ताबडतोब निघून जायला सांगितलं. त्याच्या मुलाला ठरल्याप्रमाणे कुणीतरी माझ्या घरी सोडणार असल्यामुळे आणि त्यांच्या भेटीसाठी पर्यायी व्यवस्था करण्याइतका वेळ नसल्यामुळे त्याला आणखी काही वेळ तिथे थांबणं भाग होतं हा भाग अलाहिदा. आणि हे सगळं घडत असताना व्हेनेसाचा प्रियकर, जो डेव्हचा (आणि बेनचाही) मित्र होता, तो हसत नुसता तिथे उभा होता. काय करावं हे न कळल्यामुळे की आणखी काही कारणामुळे त्यानं असं केलं, हे मला माहीत नाही, पण मला त्याच्या वागण्याचं आश्चर्य वाटल्यावाचून राहिलं नाही.

मूळ योजनेनुसार आम्ही सगळे नववर्षाच्या पूर्वसंध्येला, माझ्या वडिलांच्या गोल्ड एअर कंपनीच्या विमानानं माद्रिदला सर्क दु सोलेल पाहायला जाणार होतो. ख्रिसमस आणि नववर्षदिनाच्या मधल्या काळात डेव्हनं फोन करून आणि निरोप पाठवून मला बेजार केलं. त्याच्या वागण्याचा त्याला पश्चात्ताप होतो आहे, आणि

खूप वाईटही वाटतं आहे, हे तो सांगत होता. मी योग्य वेळी त्याच्याशी बोलायचं असं ठरवल्यामुळे या काळात मी त्याचा फोनही घेतला नव्हता आणि माझ्या फोनच्या आन्सरींग मशीनवरचे त्याचे निरोपही वाचले नव्हते. नववर्षपूर्वसंध्येच्या थोडं आधी मात्र मी त्याला फोन केला आणि मला घडलेल्या गोष्टीबद्दल जे वाटत होतं, ते सगळं सुनावलं. आता आपली मैत्री संपली, आणि याचा अर्थ तो माद्रिदला आमच्याबरोबर असणार नव्हता आणि मला पुन्हा त्याला भेटण्याची इच्छा नव्हती, हेही मी त्याला सांगून टाकलं.

त्यानंतर काही काळातच व्हेनेसानंही तिच्या प्रियकराला दूर केलं. आम्ही दोघीही दोन वाईट माणसांच्या संगतीत राहत होतो आणि आम्हांला ते कळलंच नव्हतं. त्या दोघांनी छान बुरखा पांघरून घेतला होता.

पण आता ते निघून गेले होते. माझ्या मनात, दुष्ट लोकांना मी काँक्रीटचे बूट आणि जवळची नदी, असं म्हणून जिथे फेकून द्यायचे तिथे डेव्हचीही रवानगी झाली होती. याचा अर्थ या लोकांना पुन्हा म्हणून माझ्या जीवनात स्थान मिळणार नाही.

आठ

न हसणारे आयरिश डोळे

ओ कॉनेल स्ट्रीट हा डब्लिनमधला मुख्य रस्ता, एक मुख्य बाजारपेठ आणि अख्ख्या युरोपमधली सगळ्यात रुंद गल्ली आहे. या गल्लीच्या मध्यभागी टपाल कार्यालयाची मुख्य इमारत आहे. कधीकाळी या इमारतीमध्येच आयर्लंडच्या हंगामी सरकारचं मुख्य कार्यालय होतं. आयरिश लोक आणि ब्रिटिश पोलिसांमधल्या काही भीषण चकमकींचीही ही इमारत एक साक्षीदार होती आणि तिच्या खांबांमध्ये घुसलेल्या गोळ्यांनी पडलेले खड्डे आजही दिसतात. १९९९मध्ये आम्ही तिथं आमचं दुकान उघडायचं ठरवल्यावर ओ कॉनेल स्ट्रीटचा एक तुकडा मिळवण्यासाठी मलासुद्धा माझी अशी एक लढाई तिथे लढावी लागली.

ही लढाई म्हणजे माझ्या धैर्य आणि निश्चयाची कसोटी ठरणार आहे, हे मला ठाऊक नव्हतं.

प्रत्येक गावात वा राज्यात आमच्या पार्टी प्लॅन पद्धतीकडे कसं पाहिलं जातं आणि त्यातून आम्हांला किती पैसा मिळतो, यात फरक पडू शकतो; अर्थात आमच्या योजनेत ते गृहीत धरलेलं असतं. उदाहरणार्थ, आम्हांला असं आढळलं आहे की, ब्रिटनच्या उत्तरेकडे तुम्ही जसजसे सरकत जाल, तसतसे लोक लैंगिक बाबतीत अधिकाधिक मोकळे असलेले दिसतात. मला इथे दक्षिण ब्रिटनमधल्या लोकांना नावं ठेवायची नाहीत, पण असं दिसतं की उत्तरेकडचे लोक अधिक मुक्त आणि मिळून-मिसळून वागणारे आहेत आणि तिथल्या पार्ट्या नेहमीच जास्त जोरदार असतात. आणि आयर्लंडबद्दल काय बोलायचं? ती आमची सगळ्यात जास्त नफा मिळवून देणारी बाजारपेठ आहे. अगदी खरं सांगायचं तर आमचा तिथला पार्टी प्लॅन विभाग ब्रिटनच्या इतर कुठल्याही भागापेक्षा खूपच जास्त नफा

मिळवतो. पार्टी प्लॅनच्या या यशानंतर आम्ही आमची तिथली किरकोळ विक्री यंत्रणा वाढवायचं ठरवलं. योजनेची अंमलबजावणी १९९५मध्येच सुरू झाली होती आणि तेव्हापासून ते २००१ पर्यंत आम्ही त्या भागात एकूण बावन्न दुकानं उघडली होती. आमचा पार्टी प्लॅन डब्लिनमध्येदेखील चांगलाच यशस्वी ठरला होता, त्यामुळे तिकडे किरकोळ विक्रीव्यवस्था अधिक मजबूत करण्याचा निर्णय तर्कसंगतच होता.

ओ कॉनेल स्ट्रीटवर आम्हांला एक खूपच छान, त्यावेळी आमच्या इतर कुठल्याही दुकानापेक्षा मोठी जागा मिळाली. आमच्या सर्वेक्षणानुसार, आमचं ते दुकान नक्की चांगलं चाललं असतं. आम्ही भराभर मग त्या दृष्टीनं कामाला लागलो आणि सगळं काही व्यवस्थित चाललं आहे असं वाटत असतानाच, जुलै १९९९मध्ये मला डब्लिन महानगरपालिकेच्या एका नगरसेवकाकडून एक पत्र आलं. त्या पत्राचा सूर स्पष्टच कळत होता- तो नगरसेवक आम्हांला आमचं दुकान डब्लिनमध्ये उघडू नका असं सांगत होता. त्याचं, किंबहुना त्यांचं, असं म्हणणं होतं की ॲन समर्ससारखं दुकान ओ कॉनेल स्ट्रीट आणि एकूण डब्लिनच्याच दृष्टीनं अयोग्य, अप्रस्तुत ठरेल.

मला खरं तर हे आवडलं नव्हतं, पण मी लोकांशी उत्तमरीत्या संवाद साधू शकते, विशेषत: माझ्या उद्योगाच्या संदर्भात तर नक्कीच, हे मला माहीत आहे आणि आमच्या दुकानाबद्दलचे त्यांचे पूर्वग्रह मी दूर करू शकेन असं मला वाटलं. मी त्या लोकांना उत्तर पाठवलं आणि आम्हांला भेटायला येण्याचं आमंत्रण दिलं. त्यांना बोलावण्याचा हेतू आमचं काम एखाद्या मोठ्या, कॉर्पोरेट कंपनीप्रमाणे कसं चालतं, हे त्यांना दाखवणं हा होता, म्हणजे मग आम्ही म्हणजे गुपचूप, अंधारात, अनैतिक धंदे करणारे कुणीतरी आहोत ही त्यांच्या मनातली प्रतिमा दूर होईल, असा आमचा कयास होता. माझ्या कारकिर्दीत मी लोकांचे दृष्टिकोन बदलण्यात खूप वेळ घालवलेला होता आणि याहीवेळी मला ते जमेल असं मला नक्की वाटत होतं. डब्लिन महापालिकेचे प्रकल्प अधिकारी सियारन मॅक्नमारा- आपल्याबरोबर महापालिकेत वस्तूंची किंमत ठरवणारे मुख्य तज्ज्ञ अधिकारी, ॲलन टेलर यांना घेऊन विमानानं आले. त्यांच्या भेटीदरम्यान करायच्या गोष्टींची काटेकोर योजना मी बनवली होती. त्या वेळेला आमच्या किरकोळ विक्री विभागाचे संचालक जॉन क्लार्क आणि व्हेनेसा, जी आमची खरेदी-संचालिका तर होतीच, पण ब्रिटनभराच्या नगरपालिकांमधल्या लोकांशी संपर्क ठेवण्याचा चांगला अनुभवही तिला होता. या दोघांनी त्या लोकांना आमची एक-दोन दुकानं दाखवून आणायची, असं मी ठरवलं होतं. दुकानं पाहून आल्यानंतर त्यांना आमचं मुख्य कार्यालय दाखवायचं आणि मग बैठकीसाठी घेऊन यायचं, अशी एकंदर व्यवस्था होती. तोपर्यंत आम्ही अजून 'गॅडोलिन हाउस' या

मूळ इमारतीतच होतो. ही इमारत ए२२ या मुख्य रस्त्यावरची एक ठळकपणे दिसणारी इमारत होती, पण बाहेरून पाहताना ती लहान भासायची. इमारतीचा तळमजला बहुतांशी आमच्या गोदामानंच व्यापलेला होता, आणि ते गोदाम तसंच इमारतीचा वरचा कार्यालयीन भाग मागे लांब, नजरेच्या टप्प्याच्याही पलीकडे जाणारा होता. आमच्या शेजारी ब्रिटिश पेट्रोलियमचं गॅरेज होतं, त्यांच्यापेक्षा आमची इमारत खूपच लांबलचक होती.

आमच्या विविध विभागांची कार्यालयं इमारतीच्या दर्शनी भागात, तीन मजल्यांवर पसरलेली होती. आमचं गोदामही प्रचंड मोठं होतं आणि त्याच्या दोन्ही बाजूंना कार्यालयं होती. संचालक मंडळाच्या बैठकींचं सभागृह सगळ्यात वरच्या मजल्यावर, समोरच्या बाजूला होतं. त्या सभागृहात एक भलंमोठं टेबल होतं आणि आतलं वातावरणही भारदस्त होतं. बँकांचे व्यवस्थापक आणि आमच्या नावाचं दुकान चालवण्याचा हक्क घेऊ पाहणारे संभाव्य व्यावसायिक, यांच्यावर या वातावरणाचा खूपच प्रभाव पडत असे. आमच्या विक्रीविषयक बैठकाही याच सभागृहात व्हायच्या.

बोर्डरूममध्ये आम्ही सगळे बसलो आणि सुरुवातीपासूनच वातावरणात ताण निर्माण झाला. आता, एक उद्योजिका या नात्यानं मी अनेक पेचप्रसंग हाताळले आहेत आणि वाटाघाटी यशस्वी करण्यात मी कुशल आहे, हे मी नक्कीच सिद्ध केलेलं आहे, पण काही काही वेळाच अशा असतात, की तुम्ही अगदी जगातले सर्वांत अनुभवी मुत्सद्दी असलात तरी समोरच्या परिस्थितीतून आपण मार्ग काढू शकणार नाही हे तुम्हांला माहीत असतं. माझ्यासमोर बसलेले हे दोन सद्गृहस्थ अडवून धरायचं, या एकमेव उद्देशानं इथे आलेले आहेत, हे माझ्या ताबडतोब लक्षात आलं. मी त्या भल्यामोठ्या मेजाच्या शीर्षस्थानी बसले होते. व्हेनेसा माझ्या डाव्या हाताशी बसली होती आणि ॲलन टेलर तिच्या शेजारी. बैठकीच्या संपूर्ण वेळात ॲलननं एकदाही माझ्या डोळ्याला डोळा भिडवल्याचं मला तरी आठवत नाही. मला तर असं जाणवत होतं की त्याला माझ्याकडे बघायची इच्छाच नव्हती! कुणास ठाऊक, त्याला कदाचित मी एखादी वेश्या वगैरे असावी असं वाटत असेल.

सियारन माझ्या शेजारी बसला होता आणि जॉन क्लार्क त्याच्या उजव्या बाजूला होता. ही बैठक सियारनलाही माझ्यासारखीच अवघड वाटत असावी. बैठक चालू असताना तो म्हणाला, 'माझा ॲन समर्सबद्दल काहीही आक्षेप नाही. मला लैंगिक सुख आवडतं.' मी म्हणाले, 'लैंगिक संबंधांबद्दलच्या तुमच्या खाजगी मतांशी मला काहीही घेणं-देणं नाही, मला फक्त माझं दुकान आणि माझ्या उद्योगाची भरभराट यांच्यातच रस आहे.' आमचं लक्ष्य असलेली गिऱ्हाइकं कोणत्या प्रकारची आहेत आणि खालच्या वर्गातल्या हलक्या मनोवृत्तीच्या लोकांपेक्षा हे लोक कसे सर्वस्वी वेगळे आणि सर्वसाधारण आहेत, हे मी त्यांना नीट समजावण्याचा

प्रयत्न करत होते. हे लोक मोठ्या प्रमाणात कुटुंबवत्सल असतात आणि त्यांच्या लैंगिक जीवनात त्यांना थोडी निखळ गंमत आणण्याची इच्छा असते, असं मी त्यांना सांगितलं. माझ्याकडे त्यासंबंधीची आकडेवारी आणि माहितीही होती, पण सियारन माझं बोलणं ऐकूनच घेत नव्हता. तो जी घोकून आला होता, तीच मतं मांडण्यात तो मग्न होता आणि मी काय बोलते आहे, याच्याशी त्याच्या मताचा अर्थाअर्थी काहीही संबंध नव्हता. आता माझा संयम संपला होता. त्यांच्याशी एक सभ्य, सुसंस्कृत चर्चा करण्याच्या उद्देशानं मी त्यांना इथे बोलावलं होतं, पण हे लोक माझं बोलणं साधं ऐकूनही घेत नव्हते.

'हे पाहा,' मी अखेर म्हणाले, 'आपण आपली चर्चा थोडा वेळ बंद करू या. मला जे काही सांगायचं आहे, ते ऐकून घेण्यात तुम्हांला काडीचाही रस नाहीये, नाही का?'

यावर सियारननं दिलेलं उत्तर धक्कादायक होतं.

'आयर्लंडमध्ये अनेक धोकादायक लोक आहेत, आणि तुम्ही तुमचं दुकान उघडल्यावर तुम्हांला काही झालं, तर त्यासाठी मी जबाबदार राहणार नाही.'

तो काय सांगू पाहत होता? मला कसल्या प्रकारचा सल्ला देऊ पाहत होता?

अरे देवा, माझ्या मनात आलं, त्याला आयरिश रिपब्लिक आर्मीच्या लोकांची भीती वाटते आहे.

मी स्वत:ला सावरलं आणि म्हणाले, 'हे पाहा, तुम्ही इथे आमची बाजू ऐकण्यासाठी वा वाटाघाटी करण्यासाठी आलेला नाहीत असं मला वाटतं, बरोबर?'

सियारननं हे कबूल केलं.

अशा परिस्थितीत जे करण्याशिवाय तुमच्यापुढे पर्याय नसतो, तेच मी केलं. मी ती बैठक तिथेच संपवली.

मी सहजासहजी कुणाला घाबरत नाही आणि या बैठकीनंतर पुढे चालत राहण्याचा माझा निर्धार आणखी पक्का झाला. आणि आम्ही आमचं काम पुढे चालू ठेवलं. न घाबरता आम्ही आमच्या दुकानासंबंधीच्या योजना बनवण्याच्या कामाला लागलो.

आयर्लंडमधल्या धोकादायक लोकांबद्दल सियारनला वाटणारी चिंता खरीच होती. एक दिवस आमच्या लंडनमधल्या एका दुकानाच्या पत्त्यावर पोस्टानं माझ्या नावानं एक निनावी पत्र आलं. त्या पत्रामध्ये एक बंदुकीची गोळी.. खरीखुरी बंदुकीची गोळी, होती. त्यासोबत एक चिठ्ठीही होती. चिठ्ठीत लिहिलं होतं-

० 'तू आमच्या मुख्य रस्त्यावर दुकान सुरू करण्याची हिंमत केलीसच, तर केवळ काहीशे पाउंडांसाठी तुमच्या घाणेरड्या दुकानाला आग लावायला तयार

होतील असे अनेक लोक आहेत. आपला जीव वाचवण्यासाठी तुला खूप मोठ्या सुरक्षाव्यवस्थेची गरज असणार आहे. या शहरापासून लांब राहा, ए बाजारबसवे!'

माझे सहकारी आणि सुहृद हे वाचून खूपच चिंतेत पडले. त्यातल्या काहींनी तर आता पुढे न जाण्याबद्दल मला अगदी अजिजीनं विनवलं. आधी तर मीही घाबरले होते, पण मी अशी कुणाची दादागिरी सहन करणार नव्हते.

दुकानाचं उद्घाटन ऑक्टोबर १९९९मध्ये ठरलं होतं आणि उद्घाटनाच्या काही दिवस आधी मी तिथे जाणार होते. आपला सामना कुणाशी आणि कशाशी आहे हे माहीत नसल्यामुळे मी विमानतळावर उतरल्यापासूनच मला सुरक्षाव्यवस्था मिळण्याची तजवीज करून ठेवली होती. त्याचबरोबर एक डब्लिनस्थित प्रसिद्धीयंत्रणाही माझ्यासाठी तयार ठेवली होती. मला खरं तर लंडनमधले माझे लोकच माझ्या प्रसिद्धीव्यवस्थेसाठी हवे होते, पण सद्य परिस्थितीत, त्या भागाचा अनुभव असलेले लोक बरोबर असण्याचा फायदा होऊ शकेल असं मला वाटलं. द लेट लेट शो या टी.व्ही.वरच्या कार्यक्रमाच्या निर्मात्यांचाही फोन मला जाण्यापूर्वीच्या आठवड्यामध्ये आला होता. हा कार्यक्रम आयर्लंडमधला एक लोकप्रिय कार्यक्रम होता असं मला कळलं आणि अशा कार्यक्रमाच्या निर्मात्यांनी त्यात सहभागी होण्यासाठी आमंत्रित केलं होतं. त्यावेळेपर्यंत प्रसारमाध्यमांशी बोलण्याचा मला फारसा अनुभव नव्हता. मला माझ्या दुकानाकरता प्रसिद्धी हवीच असली, तरी त्यासंदर्भात आधीच खूप गदारोळ माजला होता. डब्लिन महानगरपालिकेच्या नगरसेवकांनी वर्तमानपत्रांमध्ये या विषयावर खूप काही बोलून-लिहून आणण्याचा सपाटा लावला होता, त्यामुळे अशा परिस्थितीत मी या कार्यक्रमात सहभागी न होण्याचा निर्णय घेतला.

मी डब्लिनला पोहोचले आणि तिथे मी नेमलेल्या प्रसिद्धीयंत्रणेतल्या लोकांना भेटायला गेले. लेट लेट शोच्या आमंत्रणाबद्दल मी त्यांच्याशी चर्चा केली असता, मी त्यात सहभागी व्हावं असा आग्रह त्यांनी धरला. दुकानासंदर्भात माझी बाजू माझ्या पद्धतीनं लोकांसमोर मांडण्याची ही एक उत्तम संधी आहे, असं त्यांचं मत होतं. डब्लिनच्या नागरिकांना आतपर्यंत फक्त एकच बाजू कळलेली होती. मला शोमध्ये जाण्याबाबत थोडी धाकधूक वाटत असली, तरी त्या लोकांना जर ही कल्पना चांगली वाटत असेल तर काय हरकत आहे, असा विचार मी केला. माझ्याआधी मायकेल क्रॉफर्डचा, त्याचं आत्मचरित्र प्रसिद्ध करण्याचा कार्यक्रम सुरू होता. आपल्या जीवनातले किस्से सांगून तो टी.व्ही. सेंटरवर उपस्थित श्रोत्यांचं मनोरंजन करत होता आणि लोकही त्यात छान रंगले होते. त्यानं लोकांना असं खुलवलं तर बरंच होईल, असा विचार माझ्या मनात आला. मग माझी वेळ झाली. कार्यक्रमाचा सादरकर्ता पॅट केनी स्टेजवर एका डेस्कमागे बसला होता. त्या

बैठकव्यवस्थेमुळे त्याला अर्थातच अधिष्ठान मिळत होतं. त्याच्या शेजारी माझी खुर्ची मांडलेली होती. एव्हाना माझी छाती थाडथाड उडायला लागली होती. मी श्रोतृवृंदावरून नजर फिरवली, तर सगळ्यात पुढच्या रांगेत, अगदी माझ्या समोरच मला सियारन मॅक्नमारा आणि ॲलन टेलर बसलेले दिसले. आत्ता मला कळलं की, हा सगळा बनाव काळजीपूर्वक उभा केलेला होता!

कार्यक्रमाच्या सादरकर्त्यानं सुरुवातीपासूनच माझ्याशी कठोर भूमिका स्वीकारली होती. तो म्हणजे काही जेरेमी पॅक्समन नव्हता, पण मला कोंडीत पकडण्याचा त्याचा पक्का निश्चय होता. माझी बाजू मांडण्याचा माझा निर्धारही तेवढाच पक्का होता.

ॲन समर्सच्या पार्ट्या आम्ही डब्लिनमध्ये कितीतरी वर्षांपासून घेतो आहोत, हे तुम्हांला माहिती आहे, मी म्हणाले. आम्ही त्यात यशस्वी ठरलो याचं कारण स्त्रियांना या पार्ट्या आवडतात आणि आमचं दुकानही त्यांना नक्की आवडेल. केवळ पुरुषांना हे योग्य वाटत नाही, एवढ्या कारणावरून त्यांनी त्या आनंदापासून वंचित का राहावं?

मी पुढे याकडेही त्याचं लक्ष वेधलं, की आमचं दुकान इथे सुरू न करण्याचं एकही खरं आणि चांगलं कारण अजून पुढे आलेलं नाही. सादरकर्त्यानं या ठिकाणी श्रोत्यांना यात सहभागी करून घ्यायचं ठरवलं. आणि माझ्या अगदी अपेक्षेनुसार पहिला प्रश्न त्यानं सियारनला विचारला.

सियारन उभा राहिला. नगरसेवक असल्यानं समुदायापुढे उभं राहून आग्रही भाषण करण्याचा त्याला अनुभव होताच. आता माझं काही खरं नाही, हे लोक मला फाडून खाणार आहेत, असं मला वाटून गेलं. सियारनचं बोलून झाल्यानंतर सादरकर्त्यानं जमलेल्या लोकांपैकी एका स्त्रीला तिचं यावर मत विचारलं. तो एक सोनेरी क्षण होता. ती स्त्री जणू सुटलीच.

'आम्ही स्त्रियांनी खरेदीसाठी कुठे जायचं आणि कुठे नाही, हे आम्हांला शिकवणारी डब्लिन महानगरपालिका स्वत:ला काय समजते?' ती गरजली.

मी आयरिश स्त्रियांना उगाचच कमी समजत होते. बघता-बघता आणखीही अनेक स्त्रियांनी त्या बोलणाऱ्या स्त्रीच्या सुरात सूर मिसळला आणि सगळ्यांनी मिळून सियारनवर हल्ला चढवला. आता हा वादविवाद अधिकाधिक मोकळा आणि मोठा होत चालला होता.

'एक वर्तमानपत्र विक्रेता अश्लील साहित्य खुले आम विकतो, त्याचं दुकान तुम्ही बंद केलं नाहीत ते?' एक स्त्री चित्कारली.

शहरामध्ये अमली पदार्थ सेवन करणारे लोकही उघडपणे फिरत असतात, त्याबद्दल पालिकेनं काहीही केलेलं नाही, याकडेदेखील एकीनं विचारपूर्वक अंगुलिनिर्देश केला.

माझ्या दृष्टीनं हे म्हणजे सोन्याहून पिवळं होतं. त्या कार्यक्रमाला जायला निघण्यापूर्वी नुकतंच मी दुकानाचं उद्‌घाटन केलं होतं. डब्लिन महानगरपालिकेनं आमचं दुकान बंद करण्याचा लेखी हुकूम काढला होता, पण त्याच्या विरोधात गरज पडल्यास कोर्टातही जाण्याचं मी ठरवलं होतं. त्या दिवशीच आम्ही कोर्टात सादर करायचा अर्ज तयार केला. आमचं दुकान उघडलं मात्र, आणि आम्हांला प्रचंड प्रतिसाद मिळाला. लोकांचे लोंढेच्या लोंढे आमच्या दुकानात आले आणि त्या दिवसापासून आम्ही मागे वळून पाहिलंच नाही. आज डब्लिनचं दुकान आमच्या पहिल्या तीन सर्वोत्तम धंदा करणाऱ्या दुकानांपैकी एक आहे. यथासमय आम्ही न्यायालयीन लढाईही खेळलो आणि ती जिंकलोसुद्धा आणि अंतिमत: डब्लिन महानगरपालिकेनं, नुकसान भरपाईदाखल आम्हांला २०,००० पाउंड्स दिले.

टी.व्ही.वरच्या त्या कार्यक्रमाच्या दुसऱ्या दिवशी वर्तमानपत्रांनी जनमताची री ओढली आणि डब्लिन महानगरपालिकेवर आणि त्या कार्यक्रमातल्या त्यांच्या एकंदर कामगिरीवर टीकास्त्र सोडलं. दुसरीकडे, कार्यक्रमादरम्यानचं माझं एकूण वर्तन, तसंच त्या दिवशी मी परिधान केलेला फिकट गुलाबी रंगाचा सूट, याबद्दल त्यांनी माझं कौतुक केलं. अनेकांना अपेक्षा होती, तशी हलक्या दर्जाची, भडक लाल, झिरझिरीत टॉप आणि खाली पी.व्ही.सी.ची तंग तुमान घातलेली वेश्या मी नव्हते, हे उघडच दिसत होतं.

नंतर मी आयरिश पंतप्रधानांबरोबर एक भेट आयोजित केली. ते स्वत: येतील अशी माझी अजिबात अपेक्षा नव्हती, पण त्यांनी आपल्याऐवजी आपल्या क्रमांक दोनच्या जेरी हिकी यांना पाठवलं, याचा मला खूप आनंद झाला. मी त्यांची भेट आमच्या डब्लिनमधल्या दुकानातच घेतली. त्यांनी आम्हांला खूप सहानुभूती दर्शवली, जे डब्लिन महानगरपालिकेच्या वर्तनाच्या अगदी विरुद्ध टोक होतं.

आज आयर्लंडमध्ये आमची आणखी पाच दुकानं आहेत, आणि सगळीच दुकानं चांगली चाललेली आहेत. आता काळ कसा बदलला आहे याचं उदाहरण द्यायचं, तर कॉर्क शहरात आम्ही जेव्हा आमचं दुकान सुरू केलं तेव्हा त्या शहराच्या महापौरांनी आमच्या दुकानासमोर आपला फोटो काढून घेण्याची इच्छा प्रदर्शित केली होती. चांगल्या प्रसिद्धीचं मूल्य ते जाणत होते! पर्यटकांना डब्लिनची सफर घडवणाऱ्या बस मार्गाचं, ओ कॉनेल स्ट्रीटवरचं आमचं दुकान हे एक मुख्य आकर्षण आता बनलं आहे. बसवरच्या गाइडचं निवेदन मी ऐकलेलं नाही, पण, ॲन समर्स आणि डब्लिन महानगरपालिका, यांच्यातल्या एका मोठ्या युद्धाचं हे ठिकाण आहे आणि तुम्ही बघताच आहात, की त्यात ती स्त्री जिंकली, असं काहीसं ते म्हणत असल्याची कल्पना मला सुखद वाटते.

नऊ

आपण बरं, आपलं काम बरं!

ॲन समर्समध्ये येण्याच्या माझ्या निर्णयाचा मी जेव्हा विचार करते, तेव्हा मी त्या काळी हे एक मोठं धाडसच केलं असं मला वाटतं. एक तर मी सर्वस्वी अपरिचित क्षेत्रांत उडी घेत होते, दुसरं म्हणजे कंपनीचं संचालक मंडळ माझ्या पाठीशी होतं, असं काही म्हणता येणार नाही आणि तिसरी गोष्ट, मी कंपनीच्या मालकाच्या नात्यातली होते, त्यामुळे ही उडी चुकल्यास बरंच काही गमावून बसण्याचा धोका होता.

त्याविरुद्ध माझ्याकडे जमेच्या बाजूला काय होतं, तर माझं अंतर्मन, थेम्समीड इथे मी ज्या पहिल्या पार्टीला गेले होते, तिथल्या स्त्रियांचा प्रतिसाद आणि माझा स्वत:वरचा विश्वास. ज्या उद्योगावर पुरुषांचं अधिराज्य आहे आणि ज्याची प्रतिमा तरलतेपेक्षा घाणेरडेपणाची आहे, अशा ठिकाणी पाऊल टाकणं सोपं नाही. उद्योजक होणं म्हणजे असंच असतं. त्यात तुम्हांला धोके पत्करावे लागतात आणि इतर लोकांची जे करण्याची हिंमत होत नाही, तेच तुम्हांला करायचं असतं. त्यात एक रोमांचकता असते, एक थरार असतो आणि निव्वळ कल्पकता असणारे लोक आणि कल्पनांना प्रत्यक्षात उतरवणारे लोक, यांच्यात हाच फरक असतो. कल्पनांना प्रत्यक्षात उतरवणारे लोक आरामदायक स्थिती सोडून बाहेर पडतात आणि एकदा यशाची चव मिळाली, की मग ते थांबतच नाहीत. उद्योजक होणं म्हणजे केवळ पैसे कमावणं नाही.

तेच जर तुमचं उद्दिष्ट असेल, तर तुमचा व्यवसाय अयशस्वी ठरेल. यशस्वी ठरण्याकरता तुम्हांला यशाची जबरदस्त भूक असायला हवी, काहीतरी उभं करण्याची आणि जगावर आपली काहीतरी छाप सोडण्याची इच्छा हवी.

आमचा उद्योग वाढत गेला आणि त्याबरोबरच आमच्या समोरची आव्हानं आणि आम्हांला असणारी स्पर्धाही. आम्ही कारभार सुरू केल्या केल्या सिल्व्हर रोझ नावाची एक कंपनी अशीच अचानक उपटली. कंपनीचा मालक जेफ सिल्व्हर, याचं उत्तान अंतर्वस्त्रं विकण्याचं एक दुकान होतं आणि आता त्यालाही पार्टी प्लॅन राबवण्याची इच्छा झाली होती. त्यासाठी माझ्या काही लोकांना पळवून नेण्याइतका चांगला मार्ग दुसरा कुठला असणार? ख्रिस रॉजर्स आणि ॲन गॅलिआ, या दोघांनी तिकडे जाण्याचं ठरवलं. जाताना ते आपल्याबरोबर आमच्यासाठी नेमलेल्या तीस स्त्रियांनाही घेऊन गेले. आमचं काम सुरू झाल्याच्या पहिल्या वर्षभरातच ही घटना घडल्यामुळे आमच्यासाठी ही एक वाईटच बातमी होती. प्रश्न फक्त लोकांचा नव्हता, ती पुन्हा जमवता आली असती, पण एकदम एवढे लोक कंपनी सोडून जाण्यामुळे राहिलेल्या लोकांवर, त्यांच्या उत्साहावर जो परिणाम होऊ शकतो, तो होऊ न देण्यासाठी आम्हाला खूप कष्ट घ्यावे लागणार होते. म्हणूनच, त्या क्षणी लोकांचं मनोधैर्य खच्ची न होऊ देणं हे माझं मुख्य कर्तव्य होतं. काही लोकांना या घटनेची खूपच धास्ती वाटली आणि आयुष्य कुणासाठी थांबत नसतं, असं मी कळकळीनं सांगूनही त्यांनीदेखील आमचं काम सोडून दिलं. पण हे घडत असताना आमची नवी भरतीही जोमानं चालू होती. दिवसाला सुमारे तीस नवे पार्टी आयोजक आम्ही नेमत होतो, त्यामुळे त्या परिस्थितीतून आम्ही लवकरच बाहेर पडलो.

कुठल्याही उद्योगाला विस्तार आवश्यकच असतो, पण विस्ताराबरोबर खूप धोकेही समोर येत असतात. १९८९मध्ये जॉईस ग्रीनहिल नावाच्या एका महिलेची मी आमच्या उत्तरेकडील पार्टी प्लॅन व्यवस्थेच्या प्रमुखपदी नेमणूक केली होती. उत्तरेत आमचं अस्तित्व असावं, असं मला खूप दिवसांपासूनच वाटत होतं, पण इकडे दक्षिणेत बसून तिकडचा कारभार चालवणं मूर्खपणाचं ठरलं असतं. जॉईस तिच्या कामात चांगली होती आणि आमच्या त्या भागातल्या कामाला व्यवस्थित रूप देण्यामध्ये तिची आम्हांला मदतच झाली. पार्टी प्लॅन व्यवसाय तसा आपोआप व्यवस्था निर्माण करणाराच असतो. तुम्ही काही लोकांना प्रशिक्षण द्यायचं, मग ते लोक आणखी काही लोकांना भरती करून प्रशिक्षित करतात आणि ही साखळी अशीच पुढे चालू राहते. आमचा व्यवसाय वाढायला लागला आणि मग जॉईसचा आम्हांला फारसा उपयोग होणार नाही, असं मला वाटायला लागलं. ती तिचं काम करण्यास सक्षम होती, पण ती ज्या पद्धतीनं ते करायची, त्यात काहीतरी खटकण्यासारखं होतं. आम्हांला आता आमच्या व्यवसायाची प्रतिमा अधिक सभ्य करायची आवश्यकता होती आणि त्या दृष्टीनं, आमच्या प्रतिमेचं शारीर रूप, आमची ब्रँड ॲम्बॅसेडर, म्हणून जॉईस योग्य ठरणार नाही असं मला वाटलं. मला

अधिक सभ्य, अधिक व्यावसायिक वृत्तीच्या लोकांची गरज होती. मी माझी स्वत:ची तशीच प्रतिमा जोपासण्यासाठी धडपड करत होते आणि माझ्या वरिष्ठ कर्मचाऱ्यांकडून मला तशीच अपेक्षा होती.

उद्योगामध्ये अनेक लोक बदलाच्या बाबतीत कसनुसे, नाखूष असतात आणि मला वाटतं जॉईस अशा लोकांपैकी होती. व्यवसायातल्या औपचारिकता पाळणं तिला आवडायचं नाही. पण व्यवसाय वाढत जातो, तेव्हा अशा औपचारिकता आवश्यक ठरतात, आणि ॲन समर्सच्या बाबतीत हेच घडत होतं. तुमच्याकडे जितके जास्त लोक काम करतात, तितकं तुम्हांला कामकाजाची व्यवस्थित मांडणी करणं आवश्यक होऊन बसतं अन्यथा एक गोंधळाची परिस्थिती निर्माण होऊन बसते. याउलट आहे तसंच सगळं चालू शकतं, फक्त आकार मोठा असेल बस, असं जॉईसचं मत होतं. साहजिकच, ती आमच्याकडे फार खूष नव्हती आणि लव्हलेस नावाच्या कंपनीनं तिला नोकरी देऊ केल्यावर तिला खूपच आनंद झाला. कार्ल स्लॅक नावाचा माणूस या कंपनीचा मालक होता आणि त्याच्याकडून आम्हांला खूप काही स्पर्धा आहे, असं आम्हांला वाटत नव्हतं. मूलत: जॉईसला आमच्या कंपनीमध्ये संचालिकेचं पद हवं होतं, अन्यथा ती नोकरी सोडून जाईल असं ती म्हणाली. मी तिची मागणी मान्य करायला नकार दिला आणि ती गेली.

तिच्याबरोबर आमचे अनेक पार्टी आयोजकही आम्हांला सोडून गेले. जॉईस आमच्या लोकांना उघड उघड चिथवत होती आणि त्यामुळे मला हा प्रकार थांबवण्याची मोहीम उघडावी लागली. मी आमच्या आयोजकांशी बोलले आणि जे लोक कंपनी सोडून जात आहेत, त्यांना चांगलं वागवण्यास सांगितलं. तुम्हांला वाटलं तर ॲन समर्सची दारं तुमच्यासाठी सदैव उघडी राहतील आणि तुमचं इथे स्वागतच होईल, हे त्यांना आवर्जून सांगण्याच्या सूचना मी त्यांना देऊन ठेवल्या. आमच्या एकूण पाचशे स्त्रिया काम सोडून गेल्या होत्या. त्यानंतर वर्षभरातच लव्हलेसचा उद्योग अडचणीत सापडला. ती कंपनीच विकत घेऊन माझे लोक परत मिळवण्याची आयती संधी मला मिळाली, पण ते तितकं सोपं नव्हतं. आम्ही लव्हलेस पार्टी प्लॅन विभाग विकत घेतला, पण या सगळ्या राजकारणानं विटून जाऊन अनेक स्त्रियांनी हे कामच सोडून दिलं. या खरेदी व्यवहाराचा अर्थ फक्त आमचे आणखी लोक सोडून जाणार नाहीत आणि जे सोडून गेले होते त्यातले काही परत मिळतील, एवढाच झाला. माणसं पळवण्याची समस्या १९९४मध्ये पुन्हा एकदा आपलं डोकं वर करणार होती. यावेळी इंट्रिग नावाच्या एका कंपनीनं बेधडक एक जाहिरात छापली, *'ॲन समर्सच्या मुली पाहिजेत.'* त्याबरोबर त्यांनी आमच्या पार्टी आयोजिकांना पळवण्याचं कामही सुरूच ठेवलं होतं. त्यांनी आमच्या एका विभाग प्रमुखाला घेतलं होतं आणि तिच्याकडे असलेल्या आमच्या विक्रेत्यांच्या

यादीतून नावं पाहून एकेकीला बोलावण्यात येत होतं. थोडक्यात म्हणजे ते लोक काहीही कष्ट न घेता, प्रशिक्षण वगैरेंसाठी एकही पैसा खर्च न करता, आमच्या चोरलेल्या याद्या आणि लोकांच्या जिवावर आपली कंपनी उभी करू पाहत होते. आम्ही त्यांच्यावर खटला भरण्याची तयारीच करत होतो, तेवढ्यात आम्हांला कळलं, त्यांचं दिवाळं निघालं आहे. आमचा व्यवसाय हडपण्याचा प्रयत्न करणाऱ्यांशी लढायला सर्वोत्तम वकील नेमायला मी मागे-पुढे बघणार नाही आणि जो कुणी बेकायदेशीररीत्या किंवा अनैतिक मार्गानं ॲन समर्सच्या नावावर डल्ला मारू पाहील, त्याच्यापासून आमचं संरक्षण करण्यासाठी मी काहीही करू शकते.

ॲन समर्स जसजशी यशस्वी होत गेली, तसतसा व्यवसायामध्ये पुनर्गुंतवणूक करण्यासाठी जास्त पैसा माझ्याकडे यायला लागला. १९९०च्या दशकाच्या सुरुवातीला, आम्ही दरवर्षी वीस टक्के, या दरानं विकास करत होतो. २००१ साली ॲन समर्सची बावन्न दुकानं झाल्यानंतर, आमचा किरकोळ विक्री विभाग आमच्या पार्टी प्लॅन विभागाच्या व्यवसायाला मारक ठरत नाही, हे सिद्ध करण्यासाठी पुरेशी आकडेवारी आमच्याकडे जमा झाली होती. उलट आमची दुकानं आमच्या पार्ट्यांच्या मागण्या नोंदवण्यात साहाय्यभूतच ठरत होती. पुढच्या चार वर्षांमध्ये आम्ही आणखी ८३ दुकानं सुरू केली. पार्टी प्लॅनमध्ये आम्ही आमच्या ग्राहकांशी ज्या पद्धतीनं संवाद साधायचो, तसाच तो आमच्या दुकानांच्याही मार्फत साधला जाईल याची आम्ही काळजी घ्यायचो. याचा अर्थ, आमचा व्यवसाय म्हणजे मजेशीर, खास स्त्रियांसाठी आणि स्त्रियांना भेट द्यायला आवडेल, अशी जागा आहे हे वैशिष्ट्य आणि हीच प्रतिमा आमच्या दुकानांतूनही लोकांपर्यंत पोहोचेल, याकडे आम्ही लक्ष द्यायचो. फेब्रुवारी २०००मध्ये निकरबॉक्स, ही दुकानांची साखळी विक्रीला निघाली. मला ती साखळी विकत घ्यावीशी वाटत होती, आणि ती स्वस्तात मिळू शकेल एवढंच कारण त्यामागे नव्हतं. त्यावेळेला ॲन समर्स आपली विश्वासार्हता सिद्ध करण्याकरता धडपडत होती आणि निकरबॉक्स केवळ आमच्या व्यवसायात चपखल बसत होती एवढंच नव्हे, तर ती विकत घेण्यामुळे आमच्या नावाला काहीएक सकारात्मक मूल्यही मिळू शकणार होतं. काही वर्षांपूर्वी ही साखळी विक्रीला निघाली होती, तेव्हा मी ती विकत घेण्याचा प्रयत्न केला होता, पण त्यावेळी मला त्यात अपयश आलं होतं. आता मात्र ते खूपच अडचणीत होते आणि ती साखळी विकत घेण्याकडे गंभीरपणे पाहण्याची वेळ आलेली होती.

त्यावेळी निकरबॉक्सला वर्षाला पाच लाख पाउंड, एवढं नुकसान होत होतं आणि या लोकांना लवकरच दिवाळखोरी जाहीर करावी लागणार आहे हे मला माहीत होतं.- हे ऐकाताना गिधाडी मनोवृत्तीचं वाटेल, पण उद्योगात असंच चालतं.

एखादी कंपनी स्वस्तात मिळू शकणार असेल, तर घाई करून त्यासाठी उगीच जास्त पैसे कशाला मोजा? अर्थात, अशी वाट पाहणं हा एक जुगार ठरू शकतो; कारण ऐन वेळी दुसरं कुणी अचानक येऊन तुमच्या नाकाखालनं ती कंपनी घेऊन जाऊ शकतं. 'ला सेन्झा' या कंपनीच्या बाबतीत मी ही चाल खेळले तेव्हा नेमकं हेच घडलं होतं. रायमन्स कंपनीचा मालक थिओ पॉफ्टिस तेव्हा माझ्या डोळ्यांदेखत ती कंपनी घेऊन गेला होता. 'थिओ' म्हणजे 'ड्रॅगन्स डेन', या टी.व्ही.वरील कार्यक्रमातला एक ड्रॅगन. पण या वेळेला मात्र मला हार पत्करायची नव्हती. मी 'निकरबॉक्स'च्या मालकाला भेटायला गेले. गॅरी क्लेश्च, निकरबॉक्सचा मालक, हे एक उद्धट आणि रंगीबेरंगी व्यक्तिमत्त्व आहे. गॅरी सर्वार्थानं प्रत्यक्षाहून अतिभव्य प्रकारचे लोक असतात, तसा आहे आणि मला भेटताना त्यानं काऊबॉय हॅट आणि काऊबॉय बूट, असा पेहराव केला होता. तो कमीतकमी ६ फूट ५ इंच उंच असावा आणि त्याच्या स्वागतकक्षामध्ये एक रुपेरी केसांची सुंदरी उपस्थित होती. मला तर वाटलं मी चुकून जे.आर. एविंगच्या ऑफिसात तर नाही आले?

क्लेश्चनं कर्जबाजारी दु:खितांचा त्राता असा स्वत:चा लौकिक बनवला होता. तो कर्जात बुडालेल्या कंपन्या विकत घ्यायचा. पण निकरबॉक्स विकत घेतल्यानंतर त्यानं त्या कंपनीत विशेष असं काही केलं नव्हतं. आमच्या त्या दिवशीच्या भेटीनंतर दोन आठवड्यांत मी निकरबॉक्सची मालकीण झाले होते आणि तेही खूपच स्वस्तात. कंपनी विकत घेताना झाडावरून चांगली फळं निवडून तोडावीत, तसं मी त्यांच्या पन्नास दुकानांपैकी, निवडून दुकानं ताब्यात घेतली. या दुकानांचा मी आमच्या स्वत:च्या संरचनेत समावेश केला त्यामुळे ती चालवणं आम्हांला सोपं झालं. आमच्या ॲन समर्सच्या दुकानांमध्ये निकरबॉक्सच्या उत्पादनांसारख्या सवलत योजनाही मी राबवल्या. निकरबॉक्सच्या गिऱ्हाइकांना त्यांच्या पद्धतीनं ॲन समर्सची उत्पादनं विकत घ्यायला सुरुवात करून देण्यासाठीच ही युक्ती मी योजली होती. या लोकांना एरवीही ॲन समर्सच्या दुकानात जायला आवडलं असतं, पण अजून आमच्या प्रकारच्या दुकानांमध्ये पाऊल ठेवायची त्यांची मनाची तयारी झालेली नव्हती. आता मात्र निकरबॉक्सची उत्पादनं तिथे असल्यामुळे त्यांना आत यायला आणि त्यांच्या आवडीच्या गोष्टी निवडायला फारसं कठीण गेलं नसतं. आणि एकदा का ॲन समर्सच्या दुकानात जाण्याबाबतची भीड मोडली, की मग ते अधिक मोकळे होऊन त्यांच्या मनातली सुप्त इच्छा- ॲन समर्सच्या वस्तू हाताळून पाहणं, पूर्ण करू शकले असते. यामुळे आमच्या दुकानातली वर्दळ आपोआपच वाढली आणि निकरबॉक्सची उत्पादनं विकण्यामुळे आमची एकूण विक्रीही वाढली, एवढंच नव्हे तर त्याच्या जोडीनं आमच्या उत्पादनांची विक्रीदेखील दणदणीत १५ टक्क्यांनी वाढली.

१४५ दुकानं आणि १४५ दशलक्ष पाउंडांची विक्रीची उलाढाल, यांच्या जोरावर आम्ही आता मुख्य कंपन्यांपैकी एक झालो आहोत, मुख्य रस्त्यावरचं एक अग्रणी नाव. याचाच अर्थ आम्हांला आता अर्थचक्राचे उतार-चढाव लागू आहेत. अर्थात इतर दुकानांइतके नाही आणि याचं एक कारण म्हणजे लैंगिक संबंधविषयक गोष्टींची मागणी कधीच कमी होत नसते आणि अर्थव्यवस्थेत मंदीचं वातावरण असलं, तरी लैंगिक संबंधातली गंमत वाढवणारी खेळणी आणि अंतर्वस्त्रांची विक्री चांगलीच होत राहील कारण त्या परिस्थितीत स्त्री-पुरुष जास्त काळ घरातच राहायला लागतील, त्यामुळे आपलं लैंगिक जीवन अधिक रंगतदार करण्याची गरज त्यांना भासेलच. किरकोळ विक्रीतल्या लाटांच्या आम्ही नेहमीच विरुद्ध जात आलो आहोत- जेव्हाजेव्हा बाजारपेठेतली इतर दुकानं धंदा करण्यासाठी धडपडत असायची, तेव्हा आम्ही मात्र छान गल्ला जमा करत असायचो.

पण इतर दुकानांप्रमाणेच जागेचं प्रचंड भाडं, हा आमचाही दुखरा भाग आहे. नफ्यावर या गोष्टीचा खूप प्रभाव पडू शकतो. दुकानासाठी जागा शोधताना आणि निवडताना सगळ्यात आधी आम्हांला हे ठरवावं लागतं की आम्हांला आमचं दुकान डेस्टिनेशन स्टोअर करायचं आहे की नाही? डेस्टिनेशन स्टोअर म्हणजे सहसा मुख्य बाजाररस्त्यापासून वा दुकानांच्या कोंडाळ्यांपासून (संकुल) दूर, वेगळ्या ठिकाणी असलेलं दुकान. इथे येणाऱ्या गिऱ्हाइकांना दुकानाचं नाव, पत्ता व्यवस्थित माहीत असतं आणि मुद्दाम याच दुकानात जायचं म्हणून तिकडे यायची त्यांची तयारी असते. याला पर्याय म्हणजे अ दर्जाच्या एखाद्या ठिकाणी, म्हणजेच एखाद्या मोठ्या शॉपिंग सेंटरमध्ये जागा घेणं. अशा ठिकाणी लोक तसेही फिरत असतात आणि फिरता-फिरता किंवा इतर खरेदीबरोबरच, दुकान दिसतं आहे तर अमुक एखादी वस्तूही खरेदी करून टाकावी म्हणून लोक आपल्या दुकानात शिरतात. त्याचा फायदा आपल्याला होतो.

महागड्या, अ दर्जाच्या ठिकाणच्या शॉपिंग सेंटरमध्ये जागा घेण्यापेक्षा, थोडं दूर दुकान थाटणं अनेकदा फायद्याचं ठरतं. एकदा तुमच्या दुकानाच्या भाड्याइतका धंदा झाला, की नंतर निव्वळ फायदाच असतो. लेकसाईडसारख्या मोठ्या शॉपिंग सेंटरमध्ये दुकान असलं, तर लोकांची तिथे वर्दळ आहे की नाही, याचा इतर दुकानांप्रमाणेच आमच्यावरही परिणाम होतोच, म्हणजेच, काही कारणानं जर लोक त्या सेंटरवर येईनासे झाले, तर आमचा गल्लाही कमी होतोच.

बहुतांश व्यापारी जागामालक ॲन समर्सचं आपल्या जागेत स्वागतच करतात, पण काही लोक मात्र अजूनही आपल्या या पवित्र जागेमध्ये असलं दुकान नको, या मताचे असतात. आत्ता मी हे लिहीत असताना, 'ब्लूवॉटर' या संकुलाचे लोक

आम्हांला थोडा त्रास देत आहेत. विरोधाभासाची गोष्ट अशी, की त्यांनी केलेल्या एका सर्वेक्षणामध्ये, ॲन समर्सच्या दुकानाची मागणी सर्वांत जास्त होती.

पार्टी प्लॅन योजना आमच्यासाठी खूप चांगली आहे आणि त्यामध्ये तर अर्थव्यवस्थेतल्या चढ-उताराचा प्रभाव आणखीच कमी असतो. १९८४-८५मध्ये खाणकामगारांच्या ब्रिटनव्यापी संपादरम्यान आमची ही योजना जोरात चालली होती. याला मुख्यत: दोन कारणं होती. एक म्हणजे घरातली पुरुषमंडळी घरी बसून असल्यामुळे संसार चालवण्यासाठी स्त्रियांना काहीतरी पैसे मिळवणं आवश्यक झालं, त्यामुळे त्या मोठ्या संख्येनं आमच्या पार्टी आयोजिका बनल्या. त्या काळात आम्ही चांगला व्यवसाय करण्याचं दुसरं कारण म्हणजे त्या काळात जास्तीतजास्त स्त्रिया आमच्या पार्ट्यांना येत होत्या. काहीही खरेदी करण्याचं बंधन वा इच्छा नसली, तरी त्यांना आणि त्यांच्या नवऱ्यांना आनंद देतील अशा गोष्टी स्वस्तात मिळताहेत म्हटल्यावर त्या काही ना काही खरेदी करूनच घरी परतायच्या.

स्त्रियांची, आणि पुरुषांचीही लैंगिक संबंधविषयक मानसिकता थोडीफार बदलण्यामध्ये आमचा हातभार आहे, असा विचार करायला मला आवडतं, पण लोकांना वस्तू मुळात नकोच असतील, तर तुम्ही त्या त्यांच्या गळ्यात जबरदस्तीनं मारू शकत नाही. त्यामुळे आमची उत्पादनं विकत घेताना लोकही आपल्या मर्यादा थोड्या वाढवत असतात. आजकाल आपल्या लैंगिकतेचा शोध घेण्याबाबत स्त्रिया स्वत: पुढाकार घेत आहेत आणि माझ्या मते आमची दुकानं आम्ही भर बाजारपेठेत मांडली, त्याची यात मदतच झाली आहे. लैंगिक संबंधांकडे लपवण्याची गोष्ट वा पाप म्हणून बघण्याऐवजी (दुर्दैवानं ही मानसिकता अजूनही जात नाही.) आता त्याकडे मजेची गोष्ट आणि ज्यात आनंद, उत्सव आणि साहस आहे असं काहीतरी, म्हणून बघितलं जात आहे. आमच्या दुकानांमधलं वातावरण उबदार, भरपूर प्रकाश असलेलं आणि स्वागतोत्सुक असं असतं. दुकानात आलेला ग्राहक त्याच्या त्याच्या पद्धतीनं इथल्या वस्तू पाहू, हाताळू शकतो पण त्याला जर काही प्रश्न वा शंका असतील, तर आमचे प्रशिक्षित विक्री साहाय्यक त्याला अवघड न वाटू देता मदत करायला हजर असतात. आमच्या विक्रीचे आकडे कुणालाही हेवा वाटावेत असे आहेत, पण म्हणून आम्ही बेफिकीर झालेलो नाही. आमच्या वस्तू व सेवांबद्दल अभिप्राय देण्याच्या बाबतीत मी सुरुवातीपासूनच आमचे ग्राहक आणि कर्मचाऱ्यांवर भिस्त ठेवत आले आहे आणि त्यांचं म्हणणं ऐकून घेणं, हा कुठल्याही उद्योगाच्या यशाचा एक मूलभूत भाग असतो.

काही लोक- यात काही स्त्रियाही आहेत, असं म्हणतात की स्त्रियांना उत्तान अंतर्वस्त्रं घालायला देणं म्हणजे त्यांचं सबलीकरण अजिबात नाही, कारण ही कृती

निव्वळ पुरुषांना रिझवण्याकरताच असते. थोडक्यात म्हणजे हे उलट एक पाऊल मागे घेणंच आहे, असं त्यांना म्हणायचं आहे. मला ही समजूत अंमळ हास्यास्पद वाटते, कारण त्यात असं गृहीत धरलं जातं की लैंगिकदृष्ट्या आकर्षक दिसणं, आपल्या लैंगिकतेचा शोध घेणं स्त्रियांना आनंददायक वाटत नाही आणि त्या हे केवळ आपल्या पुरुषाच्या समाधानासाठीच करत असतात. आनंद मिळवण्याची स्त्रीची इच्छा आणि त्यासाठी आवश्यक ते करू शकण्याची तिची क्षमता, यांकडे ही कल्पना संपूर्ण दुर्लक्ष करणारी आहे. जीवनातल्या अनेक क्षेत्रांप्रमाणेच, इथेही स्त्रीनं पुढाकार घेण्याचा संबंध आहे, आणि ही गोष्ट केव्हाही चांगलीच.

त्याचबरोबर याचा अर्थ असाही आहे, की लैंगिक संबंधांच्या बाबतीत स्त्रिया आपले निर्णय आणि आपल्या मागण्या स्वत:च मांडू शकतात आणि मांडू लागतील, हे पुरुषांना आता समजायला लागलं आहे. काही वर्षांपूर्वी लैंगिक संबंधांमध्ये स्त्रियांना आनंद, सुख मिळतं आहे की नाही, याचा विचार पुरुष करत नसत. आता मात्र त्यांना आपल्या लैंगिक जोडीदाराला सुख मिळावं असं वाटतं आणि त्यासाठी ते प्रयत्नही करतात. स्त्रियांमध्ये आत्मविश्वास असणं त्यांना आवडतं. अर्थात काही जणांना अजूनही स्त्रीनं स्वत:च्या लैंगिकतेचा आनंद उपभोगण्याची कल्पना सहन होत नाही आणि त्यात कमीपणाही वाटतो; पण बहुतांशी पुरुष, विशेषत: येणाऱ्या प्रत्येक नव्या पिढीतले तरुण, आता हे स्वीकारायला लागले आहेत की संभोग हा कुणी कुणावर नव्हे, तर दोघांनी मिळून करायचा असतो. ॲन समर्सची दुकानं आणि उत्पादनांच्या बाबतीतल्या मनोभूमिकेची समस्या सहसा अधिक वयस्कर लोकांचीच असते, हे लक्षात घेणं मनोरंजक ठरेल. दुकानासाठी जागा पाहताना जागेचा मालक आणि पार्टी आयोजिका नेमताना माणसं पुरवणाऱ्या कंपन्यांमधले वरिष्ठ लोक, यांचा मला खूप त्रास झालेला आहे. ॲन समर्सचं अस्तित्व या लोकांना एक प्रकारे भीती वाटायला लावणारं असावं आणि त्यांना न्यूनत्व तसंच असुरक्षिततेची भावना येत असावी, एवढाच निष्कर्ष मी यातून काढू शकते.

अजूनही काही जागा अशा आहेत, जिथे आपल्या लैंगिकतेविषयी आपण बोलू इच्छित नाही. काही वर्षांपूर्वी 'बूट्स' ही औषधांच्या दुकानाची साखळी, आपल्या दुकानांमध्ये लैंगिक खेळणी ठेवण्याचा विचार करत होती. मला खरं म्हणजे बूट्सची दुकानं आवडतात, पण मला हवी असलेली लैंगिक खेळणी त्या दुकानांमधून विकत घ्यायला मला आवडणार नाही. मी लोकांना नेहमी सांगते, मी मांस खाटकाकडून, पादत्राणं पादत्राणांच्याच दुकानातून आणि लैंगिक खेळणी मूळव्याधीवरचं मलम न विकणाऱ्या दुकानातूनच विकत घेते. मध्यंतरी एकदा 'टेस्को' ही सुपरस्टोअर साखळीही असा विचार करत होती. टेस्कोबद्दल माझ्या मनात आदर, यापलीकडे

दुसरी कुठलीही भावना नाही, त्यांचं नाव खूपच चांगलं आहे. पण माझ्या डोळ्यांसमोर एक चित्र आलं, की मी टेस्कोच्या भव्य दालनात फिरते आहे, माझ्या ट्रॉलीमध्ये अंडी, बेकन (डुकराचं खारवलेलं मांस), फ्रेंच ब्रेड असं सगळं टाकते आहे आणि... रॅम्पान्ट रॅबिट (कृत्रिम पुरुष लिंगप्रकार) देखील जाता जाता त्यात ठेवते आहे. मग मी बिल बनवण्याच्या काउंटरवर जाते, तिथे नेमका रॅम्पान्ट रॅबिटवरचा बारकोड वाचण्यात काहीतरी गडबड होते आहे आणि आसपासचे लोक माझी खरेदी पाहून स्वत:च लाजत आहेत, त्यांचे चेहरे ती वस्तू पाहून गोरेमोरे होत आहेत. लोक अशा ठिकाणी अशा खरेदीकडे निर्विकारपणे पाहू शकतील का? मला नाही तसं वाटत.

दहा

डॅड आणि मी- एक परिपूर्ण संघ

गोल्ड समूहात माझा समावेश होण्यामागे माझ्या वडिलांचा प्रभाव आहे, असं बरेचदा गृहीत धरलं जातं; पण सत्य हे आहे की, ही निवड माझी मीच केली होती आणि १९८२मध्ये माझ्या पार्टी प्लॅन संकल्पनेचं सादरीकरण करेपर्यंत मी आमच्या कौटुंबिक उद्योगाचा एक अविभाज्य घटक होईन, याची त्यांना कल्पना होती असं मला नाही वाटत. झालेली दोन्ही अपत्यं मुलीच निघाल्या; एकही मुलगा नाही हे पाहून आपल्यानंतर आपला व्यवसाय सांभाळायला कुणी वारस नाही, असंच त्यांना वाटत असावं. आता मात्र मी आहे. मला ही माझ्यावरची एक जबाबदारीच वाटते आणि मी आत्ता जे काम करते आहे, त्याचंच अधिक मोठं स्वरूप म्हणून मी त्याकडे पाहते. हे आव्हान मी सहजगत्या पेलू शकेन कारण या उद्योगांमध्ये आजही मी सहभागी आहे. माझं सध्याचं व्यावसायिक तत्त्वज्ञान आणि हीच कौशल्यं, तेव्हाही कामाला येणार आहेत, पण त्याचबरोबर, ते निवृत्त झाल्यानंतरच मी सूत्रं हातात घ्यावीत अशी माझी इच्छा नाही. आज गोल्ड उद्योगसमूहाचे ते अध्यक्ष आहेत आणि मी मुख्य कार्यकारी अधिकारी. आम्ही खऱ्या अर्थानं व्यवसायातले भागीदार आहोत. आज, वयाच्या सत्तराव्या वर्षीही ते त्यांच्या वयाच्या मानानं खूपच तरुण आहेत, कृतिशील आहेत; त्यामुळे आम्ही अजून खूप काळ बरोबर काम करत राहू अशी मला आशा आहे.

माझ्या आई-वडिलांचा घटस्फोट होण्यामुळे आम्हा बाप-लेकींमध्ये खूपच मोठी दरी निर्माण झाली होती. आमच्यातले वैय्यक्तिक पातळीवरचे संबंध खूप उशिरानं, म्हणजे आजपासून साधारण पंधरा वर्षांपूर्वी सुरू झाले. मी लहान असताना, संस्कारक्षम वयात माझ्यावर त्यांचा थेट असा कुठलाही प्रभाव पडला

नव्हता, पण शेवटी रक्त ते रक्तच आणि मला वाटतं मी त्यांच्या खूप गोष्टी उचलल्या आहेत. मला त्यांच्याबरोबर काम करायला खूप आवडतं आणि आम्ही व्यवसायातल्या समस्यांवर चर्चा करत असताना आमच्यात जी काही थट्टामस्करी चालते, ती खूप गमतीशीर असते. आमच्यातले संबंध दुरावा किंवा ताण यांपासून सुरू होऊन अत्यंत जवळिकीचे झाले, कारण अचानक आम्हांला आमच्यातला एक समान दुवा सापडला, आणि तो म्हणजे व्यवसाय करण्यातली उत्कटता. एक तऱ्हेनं याच समान दुव्यानं आम्हांला वैय्यक्तिक पातळीवरही जवळ आणलं आणि आज- त्यांनी, मी आणि माझ्या बहिणीनंही- आमच्यातल्या सहवासाच्या अभावाची पूर्ण भरपाई केली आहे असं म्हणता येईल. आम्ही तिघं व्यवसायानिमित्त तर भेटतोच पण त्याचबरोबर नियमितपणे एकत्र जेवायला, फुटबॉलचे सामने बघायला, आणि सुट्टीसाठी बाहेरही जातो.

इतक्या वर्षांमध्ये त्यांनी मला वेळोवेळी दिलेले सल्ले माझ्या दृष्टीनं मौल्यवान होते, हे केवळ ते हुशार आहेत म्हणूनच नव्हे, तर मला चार लोकांमध्ये मिसळण्याच्या संधीही खूप कमी मिळायच्या म्हणूनही होते. याचं एक कारण म्हणजे ॲन समर्सला- तेव्हा आणि आतासुद्धा- विवादास्पद उद्योग समजलं जात असे, त्यामुळे इतर व्यावसायिक लोक आमच्याशी जरा फटकूनच राहत असत. एकदा 'डायरेक्ट सेलिंग असोसिएशन' (डीएसए) या संघटनेची मी सभासद झाले होते. ते घेत असलेल्या परिषदा खूप प्रेरणादायी असत. 'ॲव्हॉन'सारख्या यशस्वी कंपन्या त्यांचे अनुभव त्यात सर्वांसमोर मांडत असत. एका परिषदेत, आमच्याबद्दल कुतूहल असलेल्या तिथल्या लोकांपुढे मीही भाषण केलं, आणि आमच्या उलाढालीचे आकडे ऐकून ते उडालेच. आमच्या व्यावसायिकतेचं आणि यशाचं मूल्य जाणण्यामध्ये त्यांची चूक झाली होती. भाषणानंतर मला अनेक प्रश्न विचारले गेले. 'आम्ही आमच्या ग्राहकांच्या अभिप्रायावर, त्यांनी दिलेल्या माहितीवर खरोखर विश्वास ठेवतो का?' 'आमचे कर्मचारी म्हणजे खरोखर सगळ्या स्त्रियाच आहेत का?' हा नंतरचा प्रश्न विचारणारा एक पुरुष होता, जो 'जाफ्रा कॉस्मेटिक्स' या सौंदर्यप्रसाधनं बनवणाऱ्या कंपनीचा मालक होता. त्याच्याशी बोलताना असं कळलं की, त्याच्या कंपनीमध्ये अधिकारी वर्गात एकही स्त्री-अधिकारी नव्हती. माझ्या मते, तुम्ही सौंदर्यविषयक व्यवसायात असाल तर ही गोष्ट म्हणजे तुमची एक घोडचूक आहे. नंतर लवकरच, त्याच्या व्यवसायाचं दिवाळं वाजलं. अंतिमत: आम्ही त्यांचे सभासद आहोत ही गोष्ट डीएसएवाल्यांना चांगलीच वाटत असली, तरी इतर उद्योगांबाबत त्यांची जी मनोभूमिका होती, त्या तुलनेत आमच्या यशाची नोंद घेण्यात मात्र ते सातत्यानं अपयशी ठरत होते. उत्पादन कुठलं का असेना, मलाही इतर उद्योगांसारख्याच व्यावसायिक आणि विक्रीविषयक समस्या असतात, हे

त्यांनी कधी समजूनच घेतलं नाही. इतरांपेक्षा आमचं कौतुक जास्त झालं, तर त्यांच्या बाकीच्या सभासदांना काय वाटेल, याचीच चिंता त्यांना जास्त वाटायची. मी जेव्हा त्यांचं सभासदत्व सोडते आहे असं त्यांना सांगितलं, तेव्हा त्यांनी मला तसं न करण्याविषयी खूप विनवलं; पण मला तिथे ज्या प्रकारची वागणूक मिळाली, त्यानं मी खूपच व्यथित झाले होते. मी एकदा मनाशी ठरवलं, की मग माझा निर्णय फारच क्वचित बदलते.

एक व्यक्ती म्हणून माझे वडील मोहक व्यक्तिमत्त्व, स्वच्छ वाणी, आणि गोष्टी सांगण्याची हातोटी असलेला एक सभ्य-गृहस्थ, असे आहेत. लंडनच्या ईस्ट एण्डसारख्या भागात जन्मल्यानंतर, त्यांनी हळूहळू स्वत:मध्ये खूप सुधारणा घडवून आणली आणि चार लोकांमध्ये वागण्या-बोलण्यासाठी लागणारी कौशल्यं आत्मसात केली. डॅड संधीचा फायदा घेणारे आहेत आणि एक व्यावसायिक या नात्यानं आपल्या बाजारपेठेची त्यांना उत्तम जाण आहे. गोल्ड उद्योगसमूहाकडे आज 'सण्डे स्पोर्ट' सारखं वृत्तपत्र तसंच राल्फकाका, डेव्हिड सुलिव्हन आणि ते, अशी संयुक्त मालकी असलेला बर्मिंगहॅम सिटी फुटबॉल क्लब आहेत. त्याचबरोबर छपाई व्यवसाय, वेगानं वाढणारी, जमीन खरेदी-विक्री करणारी कंपनी आणि इतर अनेक कंपन्यांचे समभागही त्यांच्याकडे आहेत. सन २००६ पर्यंत गोल्ड एअर इंटरनॅशनल, या ब्रिटनमधल्या सर्वांत मोठ्या खाजगी जेट विमान कंपनीचीही मालकी गोल्डकडे होती. आमचा एक प्रकाशन आणि वितरण उद्योगही होता, ज्यात आम्ही अनेक प्रतिष्ठित मासिकांचं प्रकाशन आणि वितरण करायचो. २००६ साली हा उद्योग विकून टाकण्यामध्ये माझी भूमिका खूप महत्त्वाची होती. आता एवढ्या वर्षांमध्ये सेक्सच्या व्यवसायात खूप स्थित्यंतरं घडून आली आहेत आणि त्यातलं एक मोठं स्थित्यंतर म्हणजे छापील शब्दापेक्षा इंटरनेट जास्त लोकप्रिय आणि प्रभावी माध्यम ठरलं आहे.

अशा वातावरणात, मोठी मासिकं चालवायची म्हणजे जो व्यवसाय पूर्वीइतका नफा देत नाही, त्यात आपली संसाधनं गुंतवत राहणं. विविध संसाधनांची उपलब्धता, हलवाहलव इ.ची काळजी घेणं, हा माझ्या वडिलांचा आवडीचा विषय आहे आणि त्यातलं त्यांचं कौशल्य वादातीत आहे, त्यामुळेच ॲन समर्सच्या सुरुवातीच्या काळात आमच्या गोदामामधल्या उत्पादनांच्या साठ्यावर नियंत्रण ठेवण्यात ते खूपच गुंतलेले असायचे आणि अनेकदा रविवारी दुपारी देखील ते फोर्कलिफ्ट ट्रक स्वत: चालवत. वस्तूंची पुनर्मांडणी आणि इतर व्यवस्थांमध्ये सुधारणा आणण्याच्या कामात गढलेले दिसायचे. मी करत असलेल्या कामाबद्दल त्यांना खूप आदर आहे आणि मलाही त्यांच्याबद्दल तितकाच आदर आहे. कुठल्याही दोन व्यावसायिक भागीदारांप्रमाणेच, आम्ही समोरासमोर बसून अनेक गोष्टींवर विचार करत असतो. व्यवसायाच्या बाबतीत मी भावनांमध्ये न गुंतता समोरच्या गोष्टीवरच आपलं ध्यान

केंद्रित करते. प्रत्येक प्रश्न मी धोरणीपणानं आणि अक्कलहुशारीनं हाताळते, पण एखाद्या कर्मचाऱ्याला शिस्तीचा बडगा दाखवायचा असेल वा कामावरून काढून टाकायचं असेल, तर माझे वडील शक्यतो त्यात हात घालत नाहीत. त्यांना ते अजिबात आवडत नाही. एवढा यशस्वी उद्योगपती, ज्यानं एक आश्चर्यकारक औद्योगिक साम्राज्य उभं करून ब्रिटनमधल्या सर्वांत श्रीमंत व्यक्तींच्या नामावळीत स्थान मिळवलं आहे, त्याला लोकांच्या उदरनिर्वाहाबद्दल अजूनही काळजी वाटते, ही गोष्ट मला त्यांच्याबद्दल खूप प्रेम वाटायला लावणारी आहे. लोकांना कामावरून कमी करणं त्यांना इतकं अवघड जातं, की मला वाटतं त्यांच्यावर सगळं सोडलं असतं तर आज आमच्याकडे दोन हजारऐवजी चांगले पाच हजार कर्मचारी झाले असते.

व्यवसायात काही वेळा लोकांना दूर करणं तुम्हांला भाग असतं. लोक कामाच्या दृष्टीनं योग्य आणि ते करायला सक्षम असणं खूप आवश्यक असतं.

लोकांना आपल्यापासून दूर करण्याच्या संघर्षपूर्ण प्रसंगांबद्दलची माझ्या वडिलांची नावड त्यांच्या खाजगी आयुष्याच्या बाबतीतही तशीच होती. एक किस्सा मला आठवतो. डॅड त्यावेळी माझी त्यावेळची जिवलग मैत्रीण लॉरेन, हिच्या बरोबर फिरत होते. सुरुवातीला या भेटी-गाठी सहज आणि उद्देशरहित स्वरूपाच्या होत्या, पण नंतर लॉरेननं त्याकडे जरा जास्तच गंभीरपणे पाहायला सुरुवात केली आणि मग मात्र डॅडना ते झेपेनासं झालं. काही महिन्यांनंतर त्यांनी हे प्रकरण संपवायचं ठरवलं आणि आता लॉरेनला हे कसं सांगायचं असा पेच त्यांना पडला. त्यांनी मग मला विश्वासात घेऊन आपली समस्या माझ्यापुढे मांडली. मी त्यांना घेऊन बसले आणि काही वाक्यं त्यांना एका कागदावर लिहून दिली. ती वाचून तिला कोणत्या शब्दांत आणि काय सांगायचं, हे त्यांना सुचेल असं मला वाटलं होतं. त्यांनी तिला फोन केला तेव्हाही मी त्यांच्या ऑफिसात त्यांच्या समोरच बसून राहिले. आता ते आठवताना मला खूप हसू येतं, कारण डॅडना अजिबात नीट काही बोलता येईना. शेवटी मी इकडून नाटकातल्या प्रॉम्प्टरसारखं एक-एक वाक्य बोलायला लागले आणि ते तसंच्या तसं फोनवर तिच्याशी बोलत राहिले. नंतर मी लॉरेनशीही बोलले. ती काही फार दु:खी वगैरे झालेली नव्हती. मला वाटतं तिला ते अपेक्षितच असावं, पण डॅड तिच्याशी बोलताना अगदी माझ्याचसारखं बोलत होते, असं मात्र तिनं बोलून दाखवलं!

तसं पाहिलं तर आमच्या दोघांमध्ये मतभेदही होतात, पण ते वाईट वळण घेत नाहीत कारण मला वाटतं, आम्हा दोघांनाही एकमेकांबद्दल मनापासून आदर आहे आणि समोरचं माणूस जे काही बोलतं आहे, त्याचं मोल आम्हा दोघांनाही जाणवत असतं. माझ्या वडिलांचा प्रचंड अनुभव आणि त्यांची रूढीपेक्षा वेगळी कार्यशैली, यांपासून मी खूप काही शिकले आहे. त्याचबरोबर तेदेखील सुसंवाद आणि

संरचनेचं महत्त्व माझ्याकडून शिकले आहेत, असं मला वाटतं. आमच्यामध्ये अनेक साम्यस्थळं आहेत आणि जिथे आम्ही वेगळे आहोत, तिथे आमचे गुण आणि आमची कौशल्यं यांमध्ये एक प्रकारचा समतोल असतो आणि ते परस्परपूरक असतात. संचालकमंडळाच्या बैठकी वगळता, मी अनेकदा त्यांच्या सहनशक्तीचा अंतही पाहिलेला आहे. उदाहरणार्थ फुटबॉल. १९९८ साली मी आयुष्यातला पहिला फुटबॉल सामना पाहिला. हा खेळ आणि ते अध्यक्ष असलेला बर्मिंगहॅम सिटी कब, यांवर त्यांचं वेड्यासारखं प्रेम आहे. एक दिवस त्यांनी मला त्यांच्याबरोबर सामना पाहायला नेलं. आम्ही संचालक कक्षात बसलो होतो आणि डॅड सवयीप्रमाणे सामन्यात रंगून गेले. मी त्यांना प्रश्नावर प्रश्न विचारून भंडावून सोडलं होतं. तो असा चेंडू मागे का मारतो आहे? आता त्या पंचानं शिट्टी कशाकरता वाजवली? मी काय बघते आहे हे कळून घेण्यासाठी माझी धडपड चालली होती आणि मी गप्प राहावं यासाठी त्यांची! पण तरी त्यांनी संयम राखून माझ्या सगळ्या प्रश्नांना उत्तरं दिली. मी म्हणजे जिची जिज्ञासा कधीच संपत नाही अशी व्यक्ती आहे आणि एखादी गोष्ट मला समजावून घ्यायची असेल, तर मी मला वाटेल तेवढे प्रश्न विचारल्याशिवाय सोडत नाही, पण फुटबॉलमधला ऑफ-साईडचा नियम मला फक्त दोनच वेळा सांगितल्यावर समजला - आणि ही काही माझी फुशारकी म्हणून मी सांगत नाही. आजकाल मला फुटबॉल खूप आवडतो आणि आमच्या कुटुंबाच्या मालकीचा क्लब आहे, म्हणून नाही, पण मला कुणी आमंत्रण दिलं, तर मी कुठल्याही क्लबच्या सामन्याला आनंदानं जाईन.

माझं माझ्या वडिलांवर खूप प्रेम आहे आणि मला त्यांच्याबद्दल खूप अभिमानही आहे. माझ्यासारखा त्यांना त्यांच्या वडिलांचा कुठलाही आधार नव्हता, उलट असला तर त्रासच होता म्हटलं तरी चालेल, पण असं असतानाही जीवनात त्यांच्यापुढे आलेलं प्रत्येक आव्हान पेलत ते वर चढत राहिले आणि आज ब्रिटनमधल्या सर्वाधिक यशस्वी व्यक्तींमध्ये त्यांची गणना होते. माझ्या कारकिर्दीमध्ये जेव्हा कधी निराशेचे क्षण आले, तेव्हा डॅडनी मला सांगितलं की, जगात भिण्यासारखं काहीच नसतं, फक्त भीती वाटण्यालाच आपण भ्यायला हवं. डॅड माझ्यासाठी नेहमीच एक अविचल आधारस्तंभ असत आले आहेत. भरपूर प्रेरणा, भरपूर प्रोत्साहन मिळवण्यासाठी जिच्याकडे बेलाशक जावं, अशी व्यक्ती ते आहेत; पण या सगळ्यापेक्षाही अधिक, ते माझ्याशी अत्यंत प्रामाणिक असतील असा माझा विश्वास आहे; मग त्यांना जे बोलायचं असेल, ते कदाचित मला न आवडणारं असलं तरी. त्यांनी माझ्यावर नेहमीच खूप विश्वास टाकला आहे आणि मी त्यांच्या त्या विश्वासाला तडा जाऊ दिलेला नाही, याचं मला आत्यंतिक समाधान आहे.

अकरा

डेट्स आणि अरिष्टं

मला डेटिंग करायला आवडतं. वेगवेगळ्या लोकांना भेटायचं, त्यांच्याबरोबर जेवायला, पेयपान करायला जायचं आणि केवळ त्यांची ओळख करून घ्यायची, ही कल्पनाच मला आवडते. प्रत्येक डेटच्या माध्यमातून प्रणय किंवा एक उत्कट रात्र मिळण्याची अपेक्षा करणाऱ्या लोकांपैकी मी नाही, पण बरोबरच्या पुरुषांच्या बाबतीत मी खूप चोखंदळ आहे, माझ्या मैत्रिणी तर मला 'कीस पाडत बसणारी' म्हणतात. असं म्हटलेलं मला आवडत नाही, कारण आवड-निवड प्रत्येकालाच असते आणि आपल्याला काय आवडतं, याकडे लक्ष पुरवण्यामध्ये काही चूक आहे असं मला तरी वाटत नाही. मला तडजोड करायला आवडत नाही. माझ्याकडे करण्यासारख्या इतक्या गोष्टी आहेत आणि त्या करण्याच्या इतक्या संधी आहेत, की माझ्या आवडीच्या गोष्टींमधून मला बाहेर ओढून काढायला समोरचा माणूस खूप खासच असायला हवा.

बेनपासून विभक्त झाल्यावर आणि पॉलचा अडसर दूर केल्यानंतर, बहुतेक स्त्रिया जे करतील तेच मी केलं- मी माझ्या मैत्रिणींबरोबर बाहेर जायला सुरुवात केली. जास्त करून मी कॅरोलबरोबर असायचे. कॅरोलही एकटीच होती आणि एकत्र भटकणं आणि निव्वळ आनंदात वेळ घालवण्यामध्ये आम्ही खूप मजा केली. माझ्यासाठी हा एक नवाच अनुभव होता, कारण कॅरोल ही माझी खऱ्या अर्थानं जवळची अशी पहिलीच मैत्रीण होती. अनेक स्त्रियांना जिवाभावाच्या मैत्रिणी असतात आणि आपली सुखदुःखं एकमेकींमध्ये वाटून घेणं, एकमेकींच्या साथीनं त्यांना सामोरं जाणं, हे त्या करत असतात असं मला वाटतं. माझ्या बाबतीत मात्र हाही माझा पहिलाच अनुभव होता. २००० सालाच्या सुरुवातीला डीजे आणि

सादरकर्ता टोबी ॲन्स्टिसची आणि माझी भेट झाली. मी निकरबॉक्स विकत घेतल्यानंतर केन्सिंग्टन इथल्या निकरबॉक्सच्या दुकानाच्या खिडकीतून आपला ब्रेकफास्ट शो चालवायचं टोबीनं ठरवलं. त्या दुकानाच्या खिडकीशी एक पलंग होता आणि मी दुकानात प्रवेश केल्यावर टोबी आणि मी त्या पलंगावर बसायचो आणि तो माझी मुलाखत घ्यायचा. माझ्याबरोबर डेटवर बाहेर जायला आपल्याला आवडेल असं टोबी माझी प्रसिद्धिप्रमुख, घिसलेन पास्कल हिच्याजवळ बोलला होता. मी तेव्हा नुकतीच मोकळी, म्हणजे जोडीदाराविना झाले होते आणि डेटिंगशी माझा संबंध बऱ्याच कालावधीनंतर येत होता, पण माझ्या मते टोबी एक मस्त माणूस होता आणि त्याच्याबरोबर जायला मजा येईल असं मला वाटलं.

टोबी प्रेमळ, मित्रत्वाची भावना असलेला आणि खरा सभ्य गृहस्थ आहे - पण तो सारखा धडपडत असतो. आमच्या पहिल्या डेटला त्याच्या हातून वाईनचा अख्खा ग्लास माझ्या अंगावर उपडा झाला. दुसऱ्या वेळी आम्ही सिनेमाला गेलो होते, तिथे पॉपकॉर्नचा कोन त्यानं माझ्या मांडीवर पालथा केला. तिसऱ्या भेटीत आम्ही रिचमंडला गेलो, तर रस्ता ओलांडताना त्याच्यामुळे मी गाडीखाली येता-येता वाचले. तो मस्त माणूस असला, तरी अंगावर वीज कोसळणं किंवा चालता-चालता वरून काहीतरी अचानक डोक्यात पडण्याची शक्यता खूप चांगली म्हणता येणार नाही आणि टोबीबरोबर डेटिंग करायचं म्हणजे असं घडणं फारसं अशक्य नव्हतं!

त्यानंतर मला भेटला Flip-Flop किंवा फट-फट माणूस. आमच्या एका चीड आणणाऱ्या डेटनंतर मी त्याला हे नाव ठेवलं होतं- नाही, या नावाचा संबंध सेक्सशी नाही. त्याचं नाव होतं पॉल आणि तो देखणा होता, पण मी कोण आहे आणि माझ्या कामाचं स्वरूप काय, हे ऐकल्यानंतर तो चांगला हबकला होता. माझ्याशी कसं वागावं, कसं बोलावं, हे जणू त्याला सुचेनासंच झालं.

एकदा आम्ही अटलांटिक बारमध्ये जायचं ठरवलं होतं आणि जाण्यापूर्वी त्याचा फोन आला. 'हे पाहा, हॉकी खेळताना मला जरा अपघात झालाय आणि माझा एक पाय चांगलाच दुखावलाय. मी कुबड्या घेऊन चालतो आहे. तरीही बाहेर जाण्याची तुझी इच्छा आहे का, की पुन्हा केव्हातरी जाऊ या?' 'तुझ्या कुबड्या घेऊन चालण्याचं मला काहीच वाटणार नाही', असा दिलासा मी त्याला दिला. अखेर तो कुबड्यांशिवायच आला. ते तसंही काही चांगलं दिसत नव्हतंच, त्यात त्याला पाय ओढत चालावं लागत होतं. मला ते अजिबात आवडलं नव्हतं. ॲटलांटिकमधून बाहेर आल्यावर आम्हांला लेस्टर चौकाकडे चालत जाणं भाग पडलं. त्याच्याबरोबर चालणं म्हणजे नुसता वैताग होता. त्यापेक्षा त्यानं कुबड्या आणल्या असत्या तर बरं झालं असतं, असा विचार मी पावला-पावलाला करत

होते. टोकाडेरो या दुकानाजवळच्या वाहतूक नियंत्रक दिव्याशी आम्ही पोहोचलो, तेव्हा तो म्हणाला, 'तुला माहीत आहे का काय झालं आहे? तू त्याची कल्पनाही करू शकणार नाहीस.' मला जेव्हा कळलं, की त्याच्या जखमी पायातल्या बुटाचा अर्धा तळ फाटून लोंबतो आहे, तेव्हा मला त्याचं मुळीच आश्चर्य वाटलं नाही. त्या लोंबत्या, फट-फट आवाज करणाऱ्या बुटाच्या तळामुळेच मी त्याला फट-फट माणूस असं नाव दिलं! मी तरीही संयम राखला आणि त्याला म्हटलं की आपण ट्रोकाडेरोत जाऊ, तिथे नवीन बूट घेऊ आणि हे जुने, फाटलेले बूट फेकून देऊ. त्यानं याला साफ नकार दिला आणि म्हणाला त्याला त्याचे बूट फेकायचे नाहीत. त्याऐवजी तो तळ चिकटवण्यासाठी काहीतरी घेतलं तर काम होऊ शकतं. त्यानंतर तो बुटाचा तळ चिकटवण्यासाठीचा डिंक शोधण्यामध्ये आम्ही एक युग घालवलं, पण तो काही आम्हांला मिळाला नाही. पुन्हा मी त्याचं तोंडच पाहिलं नाही!

मी मोठ्या मनाची स्त्री आहे, त्यामुळे ज्या पुरुषांची मूल्यं आणि आदर्श माझ्यासारखे आहेत, ते मला आवडतात. याचा अर्थ तेही माझ्याइतकेच श्रीमंत असावेत असा नाही पण आपल्याला कुणी खास वागणूक दिली की बरं वाटतं. मी डेटला जाते तेव्हा मी नेहमी अर्धे पैसे देऊ करते. बहुतेक पुरुष, पहिल्या डेटच्या वेळी ते स्वीकारत नाहीत आणि सगळे पैसे स्वत:च देतात. अशा वेळी, 'ठीक आहे, पुढच्या वेळी बिल मी भरीन,' असं मी सहसा सांगते. परिस्थितीनुसार वागायला मला आवडतं, त्यात असंच हवं, तसंच नको, असल्या अटी मी घालत नाही, पण चिंगुसपणा करणारे, पैशा-पैशासाठी जीव काढणारे पुरुष मात्र मला अजिबात आवडत नाहीत. अशातच मी या प्रकारच्या एका माणसाबरोबर डेटवर गेले होते. माझी मैत्रीण व्हॅल, हिनं एका नटाबरोबर माझी डेट ठरवून दिली होती. त्यानं आपल्याला दाढी असल्याचं सांगितल्यावर मी जरा साशंकच होते, कारण चेहऱ्यावरच्या केसांचं मला फारसं आकर्षण नाही. त्याऐवजी स्वच्छ, गुळगुळीत चेहरे मला आवडतात (डिझायनर स्टबल किंवा विशिष्ट पद्धतीनं राखलेले खुंट, याला अपवाद आहेत.) फोनवर त्यानं मला सांगितलं की, एका चित्रपटातल्या भूमिकेसाठी त्याला दाढी राखणं भाग पडलं होतं आणि त्याला त्याचा नाइलाज होता. माझे विचार उथळ वाटतील, पण त्याच्या दाढीमुळे मला खरोखरच चिंता वाटत होती. मात्र मला लोकांना नाराज करायला आवडत नसल्यामुळे मी डेटला गेले. मँडरीन ओरिएण्टलमध्ये जाऊन ड्रिंक घेऊ या, असं त्यानं सुचवलं आणि मला त्याची निवड आवडली. मी प्रत्यक्ष भेटले तेव्हा त्यानं आपली दाढी थोडी कमी केली होती आणि आता तो ठीक दिसत होता.

'कुठलं ड्रिंक आवडेल' असं त्यानं विचारल्यावर मी 'शँपेन', असं उत्तर दिलं.

मी घाईघाईनं पीत नसल्यामुळे मला खूप ड्रिंक लागत नाही. बोलण्याच्या ओघात, माझी डेट कुणाशी आहे वगैरे तपशील ड्रायव्हरला कळू नये या हिशेबानं मी माझा ड्रायव्हर ब्रायन, याला गाडीसह परत पाठवलं असल्याचं त्याला सांगितलं. ब्रायन खूपच व्यावसायिक वृत्तीचा आणि विश्वासू आहे, पण मला ही गोष्ट खाजगीच ठेवावी वाटली. तिथून बाहेर पडल्यावर आम्ही एक टॅक्सी पकडून फुलहॅममधल्या एका रेस्तराँमध्ये गेलो. मला खूप भूक लागली होती आणि मी जेवणाची आतुरतेनं वाट पाहत होते. आम्ही रेस्तराँमध्ये येऊन टेकल्याक्षणीच तो नट म्हणाला, 'मला गोड आवडत नसल्यामुळे मी काही डेझर्ट घेणार नाही.' मलाही गोडाचं तितकंसं प्रेम नाही, त्यामुळे 'चालेल', असं मी म्हटलं. मग तो म्हणाला, 'मी स्टार्टरही घेणार नाहीये, कारण मला त्यातही फारसा रस नाही. तू घेणार आहेस का?' आता एवढ्या लांब येऊन लगेच आणि फक्त मुख्य जेवणाला भिडण्याची माझी इच्छा नव्हती, त्यामुळे 'मी स्टार्टर डिश घेणार,' असं त्याला सांगितलं. खरं सांगायचं तर, काय मागवायचं हेही मी एका टेबलावर पाहून ठरवलं होतं. एव्हाना मला त्याच्या कंजूषपणाचा वास यायला लागला होता. मग त्याचा फोन वाजला आणि त्यानं तो घेतला. फोनवर तो 'धन्यवाद, धन्यवाद' म्हणत होता. त्याच्या अभिनयासंबंधी काहीतरी असेल या अंदाजानं मी त्याला विचारलं की कुणाचा फोन होता, तेव्हा तो म्हणाला, 'माझ्या आईचा! डेटसाठी ती मला शुभेच्छा देत होती.' ...ही डेट फारशी चांगली ठरत नव्हती.

बिल आल्यावर याहून वाईट अजून व्हायचं होतं. मी जेव्हा माझ्या सवयीप्रमाणे अर्धे पैसे देऊ केले, तेव्हा त्यानं लगेच, 'वा, फारच छान, ठीक आहे', असं म्हणत बिनदिक्कत माझा प्रस्ताव स्वीकारला. त्यानंतर क्षणाचाही विलंब न करता त्यानं बिलाच्या आकड्याला बरोबर दोननं भागायला सुरुवात केली. बिल झालं होतं ६४.४२ पाउंड्स आणि त्याचा अर्थ प्रत्येकी ३२.२१ पाउंड्स होतील, हा साधा हिशोब करायला त्याला बराच वेळ लागला. मला प्रचंड धक्का बसला; त्याच्या गणितातल्या गतीचा नव्हे, तर त्याच्या कंजूषपणाचा. मी माझ्या पर्समधून ४० पाउंडांच्या नोटा काढल्या आणि टेबलावर ठेवल्या. 'जवळ रोख पैसे बाळगून असणाऱ्या स्त्रिया मला आवडतात,' तो म्हणाला. त्याला त्याच्या क्रेडिट कार्डावर बरोबर अर्धेच पैसे यायला हवे होते आणि ते वेटरला पुन्हा-पुन्हा नीट समजावून सांगण्यात त्यानं बराच वेळ घालवला. तो वेटर बिचारा माझ्याहूनही जास्त शरमिंदा झालेला दिसत होता. वेटर माझ्यासाठी सुटे पैसे परत घेऊन आला, तेव्हा मी चटकन त्यातलीच दहा पाउंडाची एक नोट त्याला टीप म्हणून दिली.

'तू हे काय करते आहेस?' नट किंचाळला. 'ते तुझे पैसे आहेत.' 'मला माहीत आहे. मी त्याला टीप म्हणून ती ठेवली आहे.' 'ही टीप खूपच जास्त आहे,

मी टीप आधीच दिलेली आहे,' असं तो म्हणाला. पण काही सुट्या नाण्यांपलीकडे त्यानं ठेवलेलं मला दिसलं नव्हतं. मी माझी नोट उचलली नाही.

बाहेर आल्यावर आपल्या संधिसाधूपणाचा नमुना दाखवत तो विचारता झाला की मी माझी कार बोलावणार आहे का? मी त्याला 'हो' म्हणून सांगितलं आणि म्हणाले की इथून घरी पोहोचायला मला किमान तास-सव्वा तास लागेल. त्यानं ताबडतोब मी त्याला ग्रीन पार्कपर्यंत सोडेन का म्हणून विचारलं. मला तो भाग फारसा परिचित नसल्यामुळे ग्रीन पार्क माझ्या रस्त्यावर आहे किंवा कसं याची मी त्याच्याकडे चौकशी केली. तो म्हणाला 'हो' माझा ड्रायव्हर आला, तेव्हा त्यानं मला सांगितलं की ग्रीन पार्क अगदी विरुद्ध दिशेला आहे, पण तरी आम्ही त्याला हवं तिथे सोडलं आणि त्याच्यापासून एकदाचा सुटकारा मिळवला. मला त्या माणसाला पुन्हा भेटण्याची अजिबात इच्छा नाही, पण त्याच्याबद्दल माझ्या मनात कुठलीही वाईट भावना नाही.

पण ज्याच्या तावडीतून माझी नशिबानंच सुटका झाली, अशा दुसऱ्या एका माणसाबद्दल मात्र मी असं म्हणू शकणार नाही. या प्रकरणाची सुरुवात ऑक्टोबर, २००६मध्ये झाली. त्यानं माझी प्रसिद्धिप्रमुख, घिसलेन पास्कल हिच्यामार्फत माझ्याशी संपर्क साधला. तो मँचेस्टर सिटीत काम करत होता आणि माझा मावसभाऊ ब्रॅडली त्याचा शाळासोबती होता म्हणे. पूर्वी कधीतरी एकदा त्यानं माझं चुंबनही घेतलं होतं, असंही त्याचं म्हणणं होतं. घिसलेननं त्याची ई-मेल मला पुढे केली. त्यानं माझं नव्हे, तर माझी मावसबहीण टीनाचं चुंबन घेतलं होतं, हे माझ्या लक्षात आलं म्हणून मग मी त्याला उत्तर पाठवलं की तो चुकीच्या मुलीबरोबर बोलतो आहे.

त्यानंतर त्याच्या-माझ्यात अनेक गमतीशीर ई-मेल्सची देवाण-घेवाण झाली. नेहमी बरोब्बर चुकीच्याच मुलीशी गाठ पडत असल्याबद्दल तो आपल्या ई-मेलमध्ये स्वत:ला खूप दूषणं द्यायचा. माझी त्यामुळे खूप करमणूकही झाली आणि मला त्याच्याबद्दल अंमळ आकर्षणही निर्माण झालं. व्हेनेसा जरा व्यवहारी असल्यानं ती म्हणाली, 'जॅक, हा माणूस नक्कीच ओंगळवाणा असेल. एवढा गमतीशीर माणूस दिसायला देखणा असणं शक्य नाही'. मी त्याच्याबद्दल विचारही करू नये, असं तिचं मत होतं. माझ्या बहिणीचा सल्ला दुर्लक्ष करण्यासारखा नसतो हे मला माहीत होतं, पण मी ते केलं आणि त्याच्याशी संवाद चालूच ठेवला. एका समाजकार्यासाठी माझी प्रायोजक होशील का, असं विचारणारी एक मेल त्यानं मला पाठवली. मी त्याला मदत करण्याचं मान्यही केलं, पण मग त्यानं कबूल केलं की माझ्याशी संवाद चालू ठेवण्याकरताच त्यानं केवळ ते लिहिलं होतं, प्रत्यक्षात तसं काहीही नाही. त्याची विनोदबुद्धी खूपच चांगली होती. आपल्याला मोठ्यानं हसायला

लावणारे त्याचे विनोद असायचे आणि मला आता तो आवडायला लागला होता. त्याच सुमारास माझ्या आजीच्या अंत्यसंस्कारांच्या वेळी मला टीना भेटली. तो तिला आठवत होता, म्हणून मग आम्ही त्याला माझ्या फोनवरून एक एसएमएस केला. आता त्याच्याकडे माझा फोन नंबर गेला होता. असाच एक शुक्रवार उजाडला. घरी बसून मी 'आय ॲम अ सेलेब्रिटी' कार्यक्रमाचे पाहायचे राहून गेलेले भाग पाहत होते आणि अचानक त्याचा एसएमएस आला. 'त्याचा एक फोटो बघायला आवडेल का?', असं त्यानं विचारलं होतं. मी लगेच होकार दिला. पुन्हा त्यानं विचारलं की चावट की सभ्य? मी म्हटलं 'कुठलाही', आणि याची परिणती कशात होईल हे लक्षात घेऊन लगेच पुन्हा त्याला कळवलं की बघताना मला लाज वाटेल असा नको. त्यावर दहा मिनिटं गेली आणि मी जरा काळजीत पडले. आणि मग त्याचा फोटो माझ्या फोनवर आला. फोटोमध्ये त्याचा खांद्याच्या वरचा भाग नव्हता, फक्त नग्न शरीर होतं. त्यानं मला असा फोटो का पाठवला होता कुणास ठाऊक. काही मिनिटं माझ्या प्रत्युत्तराची त्यानं वाट पाहिली असावी पण इकडून कुठलाही प्रतिसाद न मिळाल्यानं त्यानं पुन्हा एक शाब्दिक संदेश पाठवला, 'एव्हाना तुझी कामपूर्ती झाली की नाही?' मला एकदम कसेतरीच झालं. मी त्याला एसएमएस केला, की विनोदावरून तू घाणेरडेपणाकडे झुकला आहेस. माफ कर, तू चुकीच्या मुलीशी संपर्क साधला आहेस.

त्यावर त्याचं उत्तर आलं की, या दोन्हींमधली बारीक रेषा मला सांभाळता आली नाही, माफ कर. त्यादरम्यान त्यानं स्वत:चा चेहरा असलेला फोटोही मला पाठवला होता आणि व्हेनेसा म्हणाली ते खरंच होतं हे माझ्या लक्षात आलं. त्याच्या त्या कृतीमुळे दुसऱ्या दिवशीसुद्धा माझं लक्ष लागत नव्हतं. माझ्या फोनमधून मी त्याचे सगळे एसएमएस काढून टाकले होते आणि मला पुन्हा त्याच्याशी कुठलाही संपर्क ठेवायचा नव्हता. माझ्या गाडीतून मी लंडनला निघाले असताना त्याचा मला पुन्हा एसएमएस आला, त्यात झाल्या प्रकाराचा सगळा दोष त्यानं मलाच दिला होता. मी त्या संदेशाकडे दुर्लक्ष केलं म्हटल्यावर त्यानं कडवटपणे पुन्हा लिहिलं, 'गेली तीस वर्षं मला चुकीच्याच मुली भेटत आल्या आहेत'. मी यातून केवळ नशिबानंच वाचले, अशी माझी भावना झाली होती.

बारा

अखेर खरं प्रेम सापडलं?

मला पार्ट्या आवडतात. मग त्या मी दिलेल्या असो की दुसऱ्या कुणी. साजरे करण्याजोगे मोठे प्रसंग मला आवडतात. प्रत्येकजण त्यासाठी नटण्यात खूप कष्ट घेत असतो आणि त्या प्रसंगाला अनुरूप मनोभूमिकेत शिरत असतो, ते मला आवडतं. २००० साली माझा चाळिसावा वाढदिवस साजरा करण्यासाठी मी 'अरेबियन नाइट्सच पार्टी' आयोजित केली होती. पार्टी माझ्या वडिलांच्या घरी ठेवली होती. आमंत्रितांमध्ये माझ्या जवळच्या मैत्रिणी आणि नातेवाईक तर होतेच पण सिड ओवेन, ल्युसी बेन्जामिन, स्टीव्ह मॅक्फॅडेन, डीन गॅफनी, मायकेल ग्रेको, टोबी ॲन्स्टीस, बॅरी फ्राय आणि त्याची पत्नी कर्स्टी, रॉन नोड्स आणि त्याची पत्नी नोव्हेलो आणि जेस्पर कॅरट- जी मोठ्या दिमाखात, हेलिकॉप्टरनं समारंभस्थळी आली होती- अशा अनेक नामवंत लोकांचाही समावेश होता.

पार्टीसाठी केलेली सजावट सुंदर म्हणावी अशीच होती. एका इव्हेण्ट मॅनेजमेंट कंपनीला आम्ही याचं कंत्राट दिलेलं होतं. घरासमोरचं अंगण संपूर्णपणे बदाऊनी पद्धतीचा तंबू टाकून आच्छादलं होतं आणि आत शिरल्यावर नृत्यासाठी बनवलेल्या जागेच्या दोन्ही बाजूंना दोन अत्यंत देखणी कारंजी ठेवली होती. उंची आणि भव्य गाद्या, लोड, मौल्यवान खड्यांनी सजवलेल्या वस्तू अशा सगळ्या शाही सरंजामामुळे एकूणच वातावरण अगदी थेट अरेबियन नाइट्समधून उचलल्यासारखं भासत होतं. तंबूच्या छताला लावलेल्या पडद्यातून चांदण्या रात्रीचा आभास निर्माण केला गेला होता आणि हे कमी वाटलं म्हणून की काय, उंटाचा एक पुतळाही तिथे ठेवला होता. येणाऱ्या पाहुण्यांच्या हातात कॉकटेल्सचे ग्लास देऊन त्यांचं स्वागत करणाऱ्या मुलींना बेली-डान्सर्सचे पोषाख दिले गेले होते. फिअर्स, हा मुलींचा बॅंड

त्यांची एकापेक्षा एक लोकप्रिय गाणी सादर करत होता. सिड ओवेननंही आपली मैत्रीण लोन्यो हिच्याबरोबर एक गाणं गायलं. सेल्सडन पार्क हॉटेलमध्ये आमचे बरेच पाहुणे उतरले होते, त्यामुळे त्यांना तिथून आणायला आणि परत सोडायला आम्ही खास बसेसची व्यवस्था केली होती आणि स्वत:च्या गाड्या घेऊन येणाऱ्या पाहुण्यांसाठी त्यांच्या गाड्या पार्किंगमध्ये लावणारे मदतनीस ठेवले होते. मी नील कनिंगहॅमनं डिझाईन केलेला एक नितांत सुंदर, काळा ड्रेस घातला होता आणि पायात मॅनोलो ब्लाहनिकचे बूट घातले होते.

सगळ्यांना तिथे आनंदानं जमलेलं पाहाणं हाच एक मोठा आनंद होता. व्हेनेसा खूपच छान, आनंदी दिसत होती; कारण एक म्हणजे ती दिसायला सुंदर आहेच पण दहा वर्षांच्या सहवासानंतर नुकताच तिनं स्टीव्हला आपल्या जीवनातून डच्चू दिला होता, आणि निक नावाच्या एका पोलिसाशी तिचं सूत जुळलं होतं. निक मला पाहताक्षणीच आवडला. त्याला आणि व्हेनेसाला एकत्र पाहून ही दोघं एकमेकांना अगदी साजेशी आहेत, असं मला वाटलं. निक पुढे चालून माझा जिजा होणार होता, पण तत्पूर्वी, आज त्यानं माझ्या वाढदिवसाचा आनंद द्विगुणित करणारी एक गोष्ट केली होती. त्यानं बरोबर त्याच्या एका मित्राला आणलं होतं, जो जणू मदनाचा पुतळाच होता. खरं म्हणजे तो नुसता देखणाच नव्हता- पुरुषांना सुंदर हे विशेषण लावता येत असेल, तर मी त्याला सुंदर म्हणेन, असा होता. काळेभोर केस आणि निळे डोळे. त्याचा चेहरा, अनिमिष नेत्रांनी पाहत राहावा असा होता. मी पुढे जाऊन त्याच्याशी ओळख करून घेतली आणि समोरच्यालाही आपोआप स्मित करायला लावणारं त्याचं गोड हसू, त्याचं लाघवी आणि मैत्रीपूर्ण व्यक्तिमत्त्व पाहून मी तर पुरती घायाळ झाले. त्याचं नाव होतं डॅन. एकमेकांना पाहून आम्हा दोघांनाही काहीतरी वेगळं, विशेष वाटलं; पण मी यजमान असल्यामुळे सगळ्या पाहुण्यांचं हवं-नको पाहणं, त्यांच्या सरबराईत कुठेही, काहीही कमी पडत नाही याकडे लक्ष पुरवणं, हे सगळं मला करायचं होतं, त्यामुळे त्या दिवशी तरी आमच्यात काहीच घडलं नाही.

व्हेनेसा आणि निक त्यांच्या एका ग्रुपबरोबर बाहेर जात असत आणि त्यात डॅनही असायचा. मी तेव्हा एकटीच असल्यामुळे मीही बरेचदा त्यांच्याबरोबर जायचे, त्यामुळे आमच्या खूप भेटी-गाठी झाल्या. आम्हा दोघांना एकमेकांबद्दल आकर्षण वाटत होतं, हे एक उघड गुपित होतं. एव्हाना आम्ही एकमेकांशी प्रणयचेष्टा करायला लागलो होतो, पण तो त्याच्यापुढे जात नव्हता. मला वाटतं आमच्या वयातल्या अंतराची आम्हा दोघांनाही जाणीव होती. आमच्यात तब्बल सतरा वर्षांचं अंतर असल्यामुळे मला अंमळ काळजी वाटायची पण डॅन त्याच्या वयापेक्षा मोठा दिसायचा, शिवाय बौद्धिकदृष्ट्या आम्ही एकाच पातळीवर होतो.

मला सामान्यत: माझ्यापेक्षा काही वर्षांनी लहान असलेले पुरुषच आवडतात. माझी जीवनशैली माझ्या प्रत्यक्ष वयाच्या तुलनेनं तरुण आहे आणि पंचेचाळीशीच्या बऱ्याच पुढच्या पुरुषांची माझ्याशी नाळ जुळणं कठीण आहे. लहान वयाचे पुरुष मला आवडण्याचं कारण म्हणजे त्यांच्यात खूप ऊर्जा असते, त्यांना मजा करायला आवडते आणि फक्त लैंगिक संबंधच नाही, तर इतरही सगळ्या गोष्टींबाबत त्यांचा दृष्टिकोन खुला असतो. मला एवढंच म्हणायचं आहे, की त्यातून पुढचं काही निष्पन्न होईतो, डेट ही फक्त डेटच असते.

एप्रिल २००१मध्ये डॅन आणि मी गटातल्या इतर लोकांबरोबर ग्लासहाऊस, या रेस्तराँमध्ये गेलो होतो, तेव्हा नेमकं हेच घडणार होतं. आम्ही एकमेकांचं पहिलं खरं चुंबन तिथे घेतलं. रेस्तराँमधून बाहेर निघाल्यावर, मी त्याला बोलावू शकण्यासाठी त्यानं मला त्याचा फोन नंबर देऊ केला. मी म्हणाले, 'नाही, डॅन. तुला जर मला घेऊन बाहेर जावंसं वाटलं, तर तूच मला फोन कर.' मी स्वत: पळापळ करणार नव्हते. यापूर्वी त्याला असे कष्ट करावे लागले नव्हते, हे तर दिसतच होते, पण मला आशा होती त्याप्रमाणे त्यानं मला अखेर फोन केलाच.

आमची पहिली डेट ही माझ्या आयुष्यातली सर्वोत्तम डेट होती. आम्ही रात्रभर गप्पा मारत आणि हसत-खिदळत होतो. ते इतकं स्वाभाविक वाटलं- काही लोकांबरोबर असताना मजा येण्यासाठी तुम्हांला मुद्दाम काही करावंच लागत नाही, सगळं आपसूक घडतच जातं, तसंच आमचं झालं. त्या रात्रीची सुरुवात आम्ही एका बारमध्ये जाऊन शँपेनसह केली. मग 'दुसरीकडे कुठेतरी जाऊ या' असं म्हणून आम्ही तिथून बाहेर पडलो आणि टॅक्सी शोधायला लागलो. कितीतरी वेळ आम्हांला टॅक्सीच मिळेना. तेवढ्यात एक रोल्स-रॉईस आमच्याजवळ येऊन थांबली. तिचा चालक सात पाउंड दिले, तर आम्हांला हवं तिथे तो सोडेल असं म्हणाला. ती गाडी काही भाड्याची नव्हती, आमचं नशीब म्हणूनच ती आम्हांला मिळाली होती. तासन्‌तास आम्ही नुसते या बारमधून त्या बारमध्ये जात फिरत होतो. आम्ही संध्याकाळी सहा वाजता भेटलो होतो आणि थेट पहाटे चार वाजताच घरी परतलो. आम्ही इतका वेळ बाहेर भटकतो आहोत, यावर डॅनचा तर विश्वासच बसत नव्हता कारण नुकतीच माझ्या गुडघ्यावर एक शस्त्रक्रिया झाली होती, हे त्याला माहीत होतं, पण आमच्यापैकी एकालाही ती रात्र संपावी असं वाटत नव्हतं, हे मात्र नक्की.

आमचे संबंध असेच दृढ होत गेले. एक दिवस बर्मिंगहॅम सिटी क्लबचा फुटबॉलपटू बॉब लॅचफोर्ड, जो नंतर इंग्लंडच्या संघाकडूनही खेळला होता, त्यानं मला फोन करून त्याच्याबरोबर डेटवर बाहेर येण्यासंबंधी विचारलं. ट्रेव्हर फ्रान्सिसची बायको हेलन, हिनं त्याला माझा नंबर दिला होता. पण मी डॅनबरोबर फिरायला

लागले होते आणि आम्ही एकमेकांसाठी अगदी पागल झालो होतो. वयातल्या फरकाबद्दल मला वाटणारी चिंता वेगानं कमी होत चालली होती. खरं तर मला सतरा वर्षांच्या अंतराचं एवढं काही विशेष वाटत नव्हतं, पण पंचविशीचा डॅन दीर्घकालीन नात्यात गुंतणं मान्य करेल का? हा प्रश्न मला छळत होता. आम्ही दोघं एकमेकांकडे गंभीररीत्या पाहत आहोत हे स्पष्ट झाल्यावर तीही चिंता मिटली. डॅनला मुख्य काळजी लोक काय म्हणतील, ही होती. मँचेस्टर सिटीमधल्या एका बँकेत तो शेअर्सची खरेदी-विक्री करण्याचं काम करत होता आणि त्याच्या सहकाऱ्यांनी याबद्दल त्याला चांगलंच झापडलं होतं. आजकालच्या अनेक स्त्रियांप्रमाणेच मी खूप मोठी वगैरे दिसत नव्हते- आजही दिसत नाही- पण मी प्रसिद्ध व्यक्ती असल्यामुळे लोकांना माझं वय माहीत होतं. माझ्या वयाबद्दल मारल्या जाणाऱ्या टोमण्यांना कसं तोंड द्यायचं, हेच डॅनला कळत नव्हतं. मला या गोष्टीचं नाही म्हटलं तरी वाईट वाटलं, कारण माझ्या जागी त्याच्या कुटुंबातल्या कुणा व्यक्तीबद्दल कुणी वाईट बोललं असतं, तर तो नक्की त्यांच्या अंगावर धावून गेला असता. मला वाटतं काय करावं हे त्याला कळत नव्हतं.

कुठल्याही नव्या संबंधाच्या पहिल्या टप्प्यात तो संबंध आल्हाददायक वाटणं आवश्यक असतं आणि आमची पहिली दोन वर्षं तशीच होती. या काळात आम्ही अगदी सहज स्वाभाविकपणे एकमेकांबरोबर राहिलो. संबंध टिकवण्या वा वाढवण्यासाठी आम्हांला मुद्दाम काहीही करायची गरजच पडली नव्हती. आमच्या मित्रमंडळींबरोबर बाहेर भटकणं, पार्ट्या देणं, या आमच्या दोघांच्याही आवडीच्या गोष्टी होत्या. त्याबाबतीत आम्ही नशीबवानही होतो, कारण व्हेनेसा आणि निक जोडी जमल्यामुळे आम्हा चौघांच्या मित्र-मैत्रिणींचा कंपू सामायिक होता. मी खूप आनंदात होते आणि प्रेमात पडले होते. मला अगदी मनापासून वाटत होतं की मी याच पुरुषाबरोबर कायम राहणार आहे. डॅनबरोबर त्याच्या कुटुंबीयांचा बोनसही मला मिळाला होता. मी जेव्हा त्याच्या आई-वडिलांना भेटले, तेव्हा ते माझ्याशी इतके आपुलकीनं बोलले की मला आयुष्यात कधीच न मिळालेल्या कौटुंबिक वातावरणाचा मी आता भाग बनले आहे, असं मला वाटलं. त्यांनी मला खूपच अगत्यानं वागवलं. डॅनची आई लिन खूपच आवडण्याजोगी आणि उत्साही होती. आलेल्या व्यक्तीसाठी ती काहीही करायला सदैव तयार असायची आणि तिच्यामुळे एकंदर वातावरण खूप उबदार होऊन जायचं. मला तर ती खूपच आवडली. डॅनचे वडील रॉजरही मला आवडले. एका कुटुंबवत्सल माणसातल्या सर्वोत्तम गुणांचा पुतळा असावा, असे ते होते. कुटुंबातल्या कुणाच्याही पाठीशी ते कायम आहेत, असं वाटायचं. ख्रिसमसाच्या सणात तर या कुटुंबाशी आपली ओळख आहे, याबद्दल मला धन्यच वाटायचं. त्यादिवशी लिन सगळ्यांना आपल्या घरी बोलावून ज्या पद्धतीनं तो

साजरा करायचा, ते मला माझ्या लहानपणी कधीच अनुभवायला मिळालं नव्हतं. मी तिथे पोहोचताच घट्ट विणीचं ते कुटुंब मला आपल्यात सामावून घ्यायचं. मला बघून भुंकणारी घरातली कुत्री, उष्णतेसाठी घरात प्रज्वलित केलेला तो अग्नी... एकूणच त्या घराचा आपणही एक भाग असल्याबद्दल खूप खूप आनंद वाटायचा.

'मला स्वत:चं कुटुंब उभं करायचं आहे,' असं डॅन नेहमी म्हणायचा. मलाही स्वत:चा संसार थाटायची इच्छा होतीच, पण मुला-बाळांचा सोस मी कधी केला नाही, कारण त्यासाठी आधी योग्य पुरुष मिळायला हवा असं माझं मत होतं. मला वाटतं त्याचीच वाट मी पाहत होते. मी माझ्या आयुष्याबद्दल कृतज्ञ होते, आणि बऱ्यापैकी समाधानी होते. माझं स्वत:चं कुटुंब तयार झालं तर छानच वाटेल, पण समजा तसं नाही झालं, तर जीवनात सगळ्यांना सगळं काही मिळतंच असं नाही, असा मी विचार करायची. काहीवेळा तुम्हांला ज्या चांगल्या गोष्टी मिळाल्या आहेत, त्यांच्यावरच लक्ष केंद्रित करणं बरं असतं. मला मूल झाल्यावर त्याचा सांभाळ करणं आर्थिकदृष्ट्या मला नक्कीच शक्य होतं, पण त्याचे बाबाही त्याच्या जवळ असायला हवेत, त्यामुळे कुटुंबामध्ये सक्रिय सहभाग देऊ शकणारा जोडीदार मिळाल्याशिवाय मला आई व्हायचं नाही असं माझं स्पष्ट मत होतं. मूल होऊ देण्याचा विचार मनात येऊ देण्याची माझ्या आयुष्यातली ही पहिली वेळ होती. माझं डॅनवर प्रेम होतं आणि आमचे संबंधही एव्हाना चांगले स्थिरावले होते. म्हणून मग मी गर्भनिरोधक गोळ्या घेणं थांबवून टाकलं. आमच्या आयुष्यातल्या या नव्या वळणामुळे आम्ही दोघंही खूप उत्तेजित झालो होतो. त्याचवेळेला आम्ही एकत्र राहण्याचाही निर्णय घेतला.

आम्ही एकमेकांना भेटलो, तेव्हा मी कॅटरहॅमच्याच घरात राहत होते आणि डॅननं बेक्स्लेहीथला नुकतंच एक घर घेतलं होतं. आत्तापर्यंत आम्ही कधी इकडे तर कधी तिकडे, असे राहायचो पण एकत्र राहण्याचा निर्णय घेतल्यावर आम्ही आमच्यासाठी एका आणखी चांगल्या घराचा शोध घ्यायला सुरुवात केली. काही महिन्यांच्या शोधाशोधीनंतर वेस्टरहॅम, केण्ट इथे एक सुंदर, जुनं फार्महाऊस आम्ही नक्की केलं. या घराची माहिती डॅनलाच मिळाली होती आणि माहिती मिळताच आम्ही दोघं गाडी काढून थेट तिथे जाऊन पोहोचलो. आधी नुसतं बाहेरून तर बघू, असा आमचा विचार होता. आतमधून ते पाहायला आम्ही नंतर पुन्हा जेव्हा गेलो, तेव्हा कुंद, अंधारी रात्र होती. पाऊस धो-धो पडत होता आणि जोडीला सोसाट्याचा वाराही सुटला होता. पण त्या तसल्या वाईट वातावरणातही ते घर पाहिल्यानंतर, हे आपल्याला हवं तसंच असल्याची आमची खात्री पटली. त्यानंतरच्या शनिवारी आम्ही मध्यस्थाबरोबर पुन्हा ते घर पाहायला गेलो. ओक वृक्षाच्या लाकडाच्या तुळया आणि प्रत्येक खोलीला स्वतंत्र व्यक्तिमत्त्व देणारे, नेहमीपेक्षा

वेगळेच वास्तुविशेष असलेलं ते घर प्रसन्न होतं. एका जुन्या धान्यकोठाराचं राहण्याच्या घरामध्ये केलेलं रूपांतर नुकतंच करण्यात आलेलं असल्यामुळे आतल्या भागात तरी तातडीनं कुठलंही काम वा बदल करण्याची गरज नव्हती. फक्त बाग मात्र वाईट अवस्थेत होती. त्यात खूप घुशी झाल्या होत्या. जागोजाग त्यांची बिळं दिसत होती. बागेच्या भोवती आणि मधोमध, गारगोटीच्या दगडांनी सजवलेली भिंत होती आणि त्यामुळे ती बाहेरून सहज न दिसणारी गुप्त बाग झाली होती, पण त्या घराचं मुख्य वैशिष्ट्य होतं एक भलेमोठं नैसर्गिक तळं. तीन-चार वीपिंग विलो झाडांच्या फांद्या त्या तळ्यावर झुकलेल्या होत्या. त्या तळ्यात जंगली बदकांच्या रूपात दोन रहिवासीही आमच्या आधीच मौजूद होते. माझ्याकडे डॅनपेक्षा जास्त पैसा होता, पण तरी आम्ही त्या घराच्या व्यवहारामध्ये दोन न्याय्य वाटे केले. तुम्ही एकत्र राहण्याचं ठरवत असाल, तर त्यात दोघांचीही पूर्ण बांधीलकी असणं खूप महत्त्वाचं आहे असं मला वाटतं. या नात्यामध्ये आपली काहीतरी गुंतवणूक आहे, असं दोघांनाही वाटायला हवं, त्यामुळे हे घर जितकं माझं आहे, तितकंच त्याचंही आहे असं डॅनला वाटण्याची काळजी घेणं माझ्यासाठी खूप महत्त्वाचं होतं. मे २००२मध्ये आम्ही त्या घराच्या किल्ल्या ताब्यात घेतल्या. घराचा मालक जास्तीतजास्त किंमत मिळवण्याच्या हेतूनं शेवटपर्यंत माघार घेण्याची धमकी देत राहिल्यामुळे हा व्यवहार खूप तणावपूर्ण ठरला. पण आम्ही त्याला त्याची जागा दाखवून दिली आणि ठरल्याप्रमाणे त्या घराचा ताबा मिळवला. असं सगळं झाल्यामुळे पहिल्या रात्री आमचा आनंद साजरा करण्याएवढी शक्तीच आमच्यात उरली नव्हती. ज्यासाठी एवढा आटापिटा केला, त्या घरात पाऊल ठेवता आलं, याचंच आम्हांला खूप समाधान होतं. सुमारे महिनाभरानंतर आम्ही एक पार्टी दिली. आमचे मित्र-मैत्रिणी, नातेवाईक आणि अर्थातच आमचे नवे शेजारी अशा सगळ्यांना आम्ही बोलावलं होतं. आमचं घर त्या जमिनीवरच्या चार घरांपैकी एक होतं. तिथल्या मुख्य इमारतीतल्या घरात राहणाऱ्या ॲश्टन आणि मार्क या जोडगोळीनं त्या जमिनीबाबत आम्हांला खूप मनोरंजक इतिहास सांगितला. एके काळी ही चारही घरं आणि त्यांच्या आसपासची जमीन मिळून एकच मालमत्ता होती. काही वर्षांपूर्वी तिथे एक न्यायालय होतं, ज्यात विविध गुन्ह्यांचे खटले चालत आणि गुन्हेगारांना शिक्षा फर्मावली जाई. ॲश्टन आणि मार्क राहत असलेल्या घराच्या मागे फाशी देण्यासाठी उपयोगात आणलं जाणारं झाड अजूनही बघायला मिळतं.

आपलं कुटुंब निर्माण करण्याचा निर्णय घेणारं जोडपं जणू व्यायामशाळेतल्या चालण्याच्या यंत्रावर उभं राहत असतं. त्यावरून खाली उतरणं त्यांना खूप अवघड असतं. अचानक तुमच्या डोक्यात तेवढा एकच विषय उरतो, विशेषत: महिन्यातले काही विशिष्ट दिवस! आमचं सगळं लक्ष या महिन्यात माझी पाळी चुकेल का

आणि मला दिवस राहिले आहेत हे कळेल का, याकडेच होतं. आम्ही एकत्र येऊन आता नऊ महिने होत आले होते आणि अजून काहीच होत नव्हतं. डॅन मला दर महिन्याला माझी पाळी आली का म्हणून विचारायचा. हळूहळू त्याला होकारार्थी उत्तर द्यायची मला भीती वाटायला लागली, कारण ते ऐकल्यावर त्याच्या चेहऱ्यावरची निराशा पाहून मलाच कसेतरी व्हायचं. माझ्या स्वभावानुसार मी सगळ्या गोष्टींकडे सकारात्मक दृष्टीनंच पाहत होते, तरी डॅनचा धीर मात्र लवकरच खचला. त्याच्या स्वभावातली हीच गोष्ट पुढे चालून आमच्यासाठी त्रासदायक ठरणार होती.

डॅनची चिंता मला अजिबात सुखावह नव्हती. खरं तर दर महिन्याला त्याचा तोच तो प्रश्न ऐकून आता माझ्यावर उलट दबाव येत चालला होता. शेवटी एक दिवस मी त्याला म्हटलं, 'ठीक आहे, चल, आपण डॉक्टरांकडे जाऊन आपली तपासणी तरी करून घेऊ या. आपल्याला मूल होण्यात कसला अडथळा आहे, ते तरी जाणून घेऊ या.' आम्ही दोघं माझ्या डॉक्टरांकडे गेलो, ज्यांनी आम्हांला त्यांच्या माहितीतल्या सर्वोत्तम सल्लागार, कु. हॅना, यांच्याकडे पाठवलं. आमच्या तपासण्यांचे निष्कर्ष यायला दोन आठवडे लागणार होते. डॅनला ऑफिसात खूप काम असल्यानं रिपोर्ट घ्यायला मी एकटीच गेले. दवाखान्यात गेले तेव्हा मी बऱ्यापैकी आश्वस्त होते. मला गर्भधारणा होऊ शकते हे मला माहीत होतं, कारण पॉलबरोबर असताना मी एकदा गरोदर राहिले होते. आता माझं वय बेचाळीस असल्यामुळे दिवस न राहण्याचा माझ्या वयाशीच काहीतरी संबंध असल्याबद्दल माझी खात्री होती. सल्लागार डॉक्टरांनी मला माझी अंडी बत्तीस वर्षं वयाच्या स्त्रीसारखी आहेत असं सांगितलं- जी एक चांगलीच बातमी होती.

तिच्या मते आमची समस्या काय आहे, असं मी तिला विचारलं तर ती म्हणाली 'कधीकधी असं होतं, त्याला कुठलंही कारण वा तर्क लावता येत नाही. वैद्यकशास्त्रात इतकी प्रगती होऊनही मूल होणं ही अजूनही एक रहस्यमयच गोष्ट आहे.' गर्भधारणेची शक्यता वाढवण्याकरता तिनं आम्ही 'आयव्हीएफ', म्हणजेच गर्भनलिकेत गर्भ वाढवणं, या तंत्राचं साहाय्य घेण्याविषयी विचार करायला सुचवलं. घरी गेल्यावर मी डॉक्टरांशी झालेलं माझं बोलणं डॅनला सांगितलं. तो खूपच निराश झाला, आणि ते समजण्यासारखं होतं. मी आशा सोडलेली नव्हती आणि एवढ्यात हताश होण्यासारखं काहीही नाही, असं मी त्याला समजावण्याचा प्रयत्न केला. आपण अजूनही प्रयत्न करू शकतो. मूल होण्याचा हा एक वेगळा मार्ग आहे इतकंच आणि त्यामुळे तो विशेषही ठरेल.

'नॅशनल इन्स्टिट्यूट फॉर हेल्थ ॲण्ड क्लिनिकल एक्सलन्स' (नाइस)नुसार, ब्रिटनमध्ये प्रत्येक सातपैकी एका जोडप्याला गर्भधारणेविषयी समस्या असते. यांपैकी काही जोडप्यांच्या बाबतीत पुरुषामध्ये शुक्रजंतूंची संख्या कमी असणं किंवा

स्त्रीची फॅलोपियन नलिका खराब असणं, यांसारखी कारणं असतात, पण काहींच्या बाबतीत मात्र समस्येचं कारणच सापडत नाही. आज ब्रिटनमध्ये, नैसर्गिकरीत्या गर्भधारणेस अक्षम ठरणाऱ्या प्रत्येक स्त्रीला वैद्यकीय उपचारांच्या किमान एका फेरीचे पैसे राष्ट्रीय आरोग्य योजनेतून मिळतात. अर्थात, तशी मदत मिळण्यास ती पात्र ठरली तरच. एखाद्या स्त्रीला खाजगी उपचार परवडत नसले आणि उपचारांच्या पुढच्या फेऱ्यांसाठी लागू शकणारी पाच हजार पाउंडांच्या आसपासची रक्कम उभी करणं तिला शक्य नसलं- आणि बहुतेक स्त्रियांना ते शक्य नसतंच- तर अन्य मार्गांनी गर्भधारणा करून घेण्याची तिला फक्त ही एकच संधी असते आणि ही एकच संधी पुरेशी नसते, याचं कारण म्हणजे गर्भनलिकेमध्ये गर्भ वाढवण्याचं तंत्र यशस्वी ठरण्याकरता सहसा सरासरी तीन वेळा प्रयत्न करावा लागतो.

डॅननं आयव्हीएफचा मार्ग मान्य केला आणि त्यादृष्टीनं लगेच हालचाल सुरू करायची इच्छा व्यक्त केली. मला खरं तर आणखी काही काळ वाट पाहायची होती, पण त्यानं माझ्यामागे धोशाच लावला. मला इतरही बरीच कामं असल्यामुळे आणखी काही महिने थांबायचं आणि २००३च्या जानेवारीमध्ये हे काम हातात घ्यायचं, असं माझं म्हणणं होतं. थोड्याच दिवसांत, म्हणजे नोव्हेंबर, २००२मध्ये, व्हेनेसा आणि निकचं लग्न होतं आणि त्यापूर्वी मला तिच्यासाठी हेन नाइटचं, म्हणजेच- लग्नाआधी मुलीनं फक्त तिच्या मैत्रिणींबरोबर एक रात्र नुसती धमाल करणं, या कार्यक्रमाचं आयोजन करायचं होतं, त्याची तयारी करायची होती आणि इतरही अशीच काही कामं पडली होती; पण डॅनची तेवढा वेळ वाट पाहायची तयारी नव्हती. तो आता पूर्वीपेक्षा जास्तच अधीर झालेला दिसत होता. मग मी विचार केला, ठीक आहे, हे सगळं एकाच वेळी सांभाळणं जरा कठीण आहे, पण मी ते करू शकेन. मी केण्टमधल्या चेल्सफिल्ड पार्क हॉस्पिटलमध्ये गेले आणि आम्हांला ताबडतोब आयव्हीएफसाठी उपचार सुरू करायचे आहेत, असं सांगितलं. आता ताबडतोब हा शब्द खरं तर या ठिकाणी निरर्थक आहे कारण या उपचारासाठी योग्य ठरण्यासाठी तुम्हांला खूप काही करावं लागतं. अपेक्षेप्रमाणेच तुम्हांला आधी अगणित फॉर्म्स भरावे लागतात आणि तुम्ही चांगले पालक होऊ शकता अशी शिफारस करणारी पत्रं पैदा करण्यापासून इतर अनेक निकष पूर्ण करावे लागतात; जणू काही गर्भधारणेसाठी तडफड करणाऱ्या जोडप्यांना आधीच कमी ताण असतो! नंतर मुख्य प्रक्रियेच्या रूपात त्यांना आणखीनच ताणाला तोंड द्यावं लागतं. या उपचारासाठी काही निकष असणं चूक आहे असं माझं म्हणणं नाही- ते असावेतच, पण इतर अनेक गोष्टींप्रमाणेच यातही सुधारणा करणं, ही प्रक्रिया अधिक सोपी आणि सुटसुटीत करणं नक्कीच शक्य आहे. एखादी बेजबाबदार किशोरवयीन मुलगी सहज गरोदर राहू शकते, पण प्रौढ, समजदार जोडप्यांना मात्र त्यासाठी

हजार लोकांची मान्यता मिळवावी लागते, हा केवढा विरोधाभास आहे! ही गोष्ट खटकल्यावाचून राहत नाही.

मी सहसा कशामुळेही वैतागून जात नाही, पण या बाबतीत मात्र खरोखर जेरीस आले होते. निव्वळ सतराशे साठ फॉर्म्स भरण्याचा प्रश्न नव्हता, तर प्रत्येक गोष्टीचा जो बाऊ केला जातो, तो मात्र भयानक प्रकार आहे. आता कुठल्याही वैद्यकीय उपचारात, त्यातल्या संभाव्य धोक्यांबद्दल तुम्हांला जाणीव करून देणं संबंधित डॉक्टरांचं कर्तव्यच असतं, पण मला राग कशाचा आला, तर हे लोक काहीतरी भयंकर शक्यतेबद्दल सांगून तुम्हांला आधीच घाबरवून सोडतात आणि सगळं झाल्यानंतर तुम्हांला कळतं की असं होण्याची शक्यता खूपच कमी होती. प्रक्रियेचा पहिल्या टप्पा पार करताना मी प्रचंड थकून गेले होते. आज ज्या कुणा स्त्रीला या दिव्यातून जावं लागत असेल, तिच्याबद्दल मला फक्त कीवच वाटू शकते. कागदाची रिमामागून रिमं भरून काढल्यानंतर आणि आमच्या आयुष्याचे तपशील सगळ्या जगाला सांगून झाल्यानंतर अखेर आमच्या प्रत्यक्ष उपचारांना सुरुवात झाली, पण आयुष्यातल्या या सगळ्या उलथापालथीमुळे माझ्यावर एवढा ताण आला होता की त्यामुळे घाबरून माझी पाळी वेळेवर आलीच नाही आणि आयव्हीएफ चालू करण्यासाठी, पाळी येईपर्यंत आम्हांला थांबणं भागच पडतं. माझी पाळी नेहमी एवढी वेळेवर येत असे, की ती आली नाही तेव्हा आपल्याला दिवस राहिले असावेत हाच विचार पहिल्यांदा माझ्या मनात आला, पण तसं झालं नाही. अखेर, एवढं सगळं करून उपचारांना सुरुवात व्हायला जानेवारी उजाडलाच.

तेरा

व्हेनेसाचं लग्न आणि ट्रेसीचा तमाशा

व्हेनेसाचं लग्न २३ नोव्हेंबर, २००२ला न्यूबरी, बर्कशायरच्या 'हायकेरे कॅसल'मध्ये झालं. लग्नसमारंभासाठी ते किल्ल्याचं नेपथ्य अत्यंत सुंदर वाटत होतं. त्या दिवशी खूपच थंडी होती, पण सूर्य मात्र तळपत होता - आणि व्हेनेसाही. कॅरोलाईन कॅस्टिग्लियानोनं डिझाईन केलेला पारंपरिक वधूपोषाख तिनं घातला होता. हस्तिदंती रंगाचा, फ्रिल लावलेली चोळी आणि पूर्ण उंचीचा स्कर्ट - असा तो पोषाख घातलेली व्हेनेसा खरोखरच सुंदर आणि उत्फुल्ल नववधू दिसत होती. व्हेनेसा आपल्या सौंदर्याबद्दल खूपच अनभिज्ञ असते, त्यामुळे ती आणखीनच सुंदर दिसते असं माझं मत आहे. निक आणि तिची जोडी अगदी 'एक दुजे के लिए' अशा प्रकारची आहे आणि लग्नाच्या विधींनंतर ती दोघं चर्चच्या बाकांच्या रांगांमधून एकमेकांचा हात धरून निघाली, तेव्हा मला अक्षरश: भरून आलं. विधीच्या सुरुवातीला मी काही स्तोत्रं म्हटली आणि मग, सगळे औपचारिक विधी पार पडल्यानंतर मेजवानीला सुरुवात झाली, पण या सोहळ्याचा दिमाख आणि सुसंस्कृतता ट्रेसी नावाच्या एका नतद्रष्ट स्त्रीला मात्र भावली नाही. ट्रेसी आमची व्यवस्थापकीय संचालिका ज्युली हॅरिस, हिची खाजगी मदतनीस म्हणून आमच्याकडे काम करायची. माझा चुलतभाऊ ब्रॅडलीबरोबर तिच्या तेव्हा भेटी-गाठी सुरू होत्या. तोही गोल्ड समूहातच काम करायचा. तिची आणि ब्रॅडलीची जोडी, हे सगळ्यांच्या दृष्टीनं एक आश्चर्यच होतं, कारण ब्रॅडली खूपच शांत आणि नेमस्त असा होता, तर ट्रेसी म्हणजे न्यूझीलंडहून इथे आलेली एक सळसळती मुलगी होती. ती जगभर फिरलेली होती आणि तिला काहीही सांगितलं तरी ती करू शकेल, असं तिच्याबद्दल मत तयार झालं होतं. मला तर ती खूपच आवडायची. तिच्यात जोश होता आणि

आनंदबुद्धी होती. तिच्या कामात काहीवेळा ती जरा जास्तच स्वातंत्र्य घ्यायची, पण सर्वसाधारणपणे ती वागायला चांगली आहे असं ज्युलीचं मत होतं. हे अर्थात व्हेनेसाच्या लग्नापूर्वीचं मत होतं!

लग्नाच्यावेळी अगदी सुरुवातीपासूनच आपल्या विशेष व्यक्ती असण्याचा फायदा घ्यायला ट्रेसीनं सुरुवात केली. ती हायकेरे कॅसलला आली ते राल्फकाका आणि रोझीआजीबरोबर, त्यामुळे रस्त्यात तिला भरपूर उंची शॅंपेन पिण्याची आयतीच संधी मिळाली होती. न्याहारी झाली तेव्हा ट्रेसी खुशीत होती, मग आनंदी झाली आणि एवढ्या श्रीमंतीपूर्ण समारंभात आपण सहभागी असल्याचं पाहून उन्मादी झाली. रात्र जसजशी चढायला लागली, तशी ती अधिकाधिक मद्यधुंद होत गेली आणि पहिल्या नृत्याची वेळ होईतो समारंभामध्ये, नेमकं सांगायचं तर डान्सफ्लोअरवर तीन लोक झाले होते. ट्रेसीची अवस्था हळहळू नियंत्रणाबाहेर गेलेल्या रेल्वेसारखी होत चालली होती, म्हणजेच याचा शेवट विनाशामध्ये होणार होता. आता खरं म्हणजे अलेक्झांडर ओ नील या गायकाची रंगमंचावर येण्याची वेळ होती, पण ट्रेसीला तो रंगमंच आपल्याला आंदण दिल्यासारखा वाटत होता. तिनं अलेक्झांडरचा हात पकडला आणि त्याला एका गाण्याची फर्माईश कली- ती त्याची सगळ्यात मोठ्ठी चाहती असल्यामुळे तो तिच्यासाठी ते गाणं सादर करेल का, प्लीज?- त्यानं तिला झटकून टाकलं आणि म्हणाला की ती सांगत असलेलं गाणं त्याचं नसून ल्यूथर व्हॅण्ड्रॉचं आहे. हे भगवान! आता धोक्याची घंटी वाजायला सुरुवात झाली होती, असं म्हटल्यास ती अतिशयोक्ती ठरणार नव्हती आणि ज्युली चांगलीच वैतागली असल्याचं मला दिसत होतं. फारसा तमाशा न होऊ देता मी ट्रेसीला डान्सफ्लोअरवरून ओढून काढण्यात यश मिळवलं खरं, पण अगदी ऐन आणीबाणीच्या वेळी, असं म्हणायला हवं, कारण त्यावेळेला ती नव्वद वर्षांच्या रोझीआजीला नाच करण्यासाठी वर ओढण्याच्या बेतात होती. बिच्चारी आजी व्हॅक्युम क्लीनरच्या नळीसारखी वेडीवाकडी, गदागदा हालवली जात असल्याचं दृश्य माझ्या डोळ्यापुढे तरळलं!

अपेक्षेप्रमाणे ट्रेसीची भाषादेखील खालच्या पातळीवर उतरली होती आणि एव्हाना, तिच्या आसपास फटकण्याइतकं कमनशीब (किंवा मूर्ख) असलेल्या लोकांच्या अंगावर ती रेड वाइन ओतायला लागली होती. त्याक्षणी मला वाटतं ज्युली मध्ये पडली आणि सगळ्यांना शांत करण्याचा प्रयत्न करायला लागली. ट्रेसीनं आता पाणी प्यायला हवं असं तिनं सुचवलं आणि तिला घरी जायला सांगितलं, पण हे ऐकल्यावर, इथे ती काही तिची साहेब नाही आणि ती एक महत्त्वाची पाहुणी आहे, असं ट्रेसीनं ज्युलीला सुनावलं. त्यानंतर त्या रात्रभरात ट्रेसी मलाही पुन्हा दिसली नाही आणि ज्युलीलाही, पण तिच्या एकेका चाळ्याबद्दल

दुसऱ्या दिवशी आम्हांला खूप ऐकायला मिळालं. डोकं पूर्णपणे कामातून गेलेल्या मुलीच्या मानानं तिनं खूपच काही-काही उद्योग केले होते. ॲडम फेथला मिठी मारून झाल्यानंतर तिनं माझ्या वडिलांकडे आपला मोर्चा वळवला होता आणि त्यांच्या गुप्तांगाभोवती हात फिरवत ब्रॅडली अगदी तुमच्याचसारखा दिसतो, म्हणजे हा तुमचाच चावटपणा होता की काय असंही त्यांना विचारलं होतं. त्यानंतर, कंपनीमध्ये ब्रॅडलीला योग्य ते वरिष्ठ पद आणि पुरेसं महत्त्व दिलं जात नसल्याबद्दल तिनं मोठमोठयानं बडबड केली आणि वर, जो ऐकेल त्याला ब्रॅडलीच्या पगाराबद्दल माहिती पुरवली. तो अत्यंत हलकट आहे असंही तिनं सगळ्यांना सांगितलं. मी तर असंही ऐकलं की माझ्या वडिलांसमोर तिनं स्त्री-लिंगासाठी वापरल्या जाणाऱ्या अर्वाच्च्य शब्दांचाही सढळ वापर केला होता. एकदा तिनं वाइनचा ग्लास एवढ्या जोरानं पाडला, की त्याचा छोटासा स्फोटच झाला आणि मी तिला डान्सफोअरवरून खाली खेचल्यानंतरही काही वेळानं ती पुन्हा तिथे गेलीच आणि सगळ्यांसमोर अत्यंत अश्लील अंगविक्षेपही केले. इतका सगळा गोंधळ माजवूनही तिचं समाधान झालं नव्हतंच. घरी परतताना कारमध्ये-तिला आधी कारमध्ये बसवण्यासाठीसुद्धा खूपच दिव्य करावं लागलं होतं- तिनं आमच्या खाजगी ड्रायव्हरकडे पाहून चावट खाणाखुणा केल्या होत्या आणि एकंदरीतच ती खूप बेताल आणि आक्रमक झाली होती. बिचारी रोझीआजी तर घाबरूनच गेली होती.

दुसऱ्या दिवशी, ॲन समर्सच्या उत्पादनांची नवी मालिका सादर करण्यासाठी ज्युली दोन आठवड्यांच्या ब्रिटन दौऱ्यावर निघणार होती. तिची खाजगी मदतनीस म्हणून ट्रेसीसुद्धा तिच्याबरोबर जाणार होती, पण सकाळी नऊच्या सुमारास, बरं वाटत नाही म्हणून मी ऑफिसला येणार नाही, असा ट्रेसीचा फोन आला. तोवर आदल्या रात्रीचा सगळाच प्रकार काही ज्युलीच्या कानावर आला नव्हता, त्यामुळे ट्रेसीनं जेव्हा राजीनामा दिला, तेव्हा ज्युलीनं तो स्वीकारला नाही. ट्रेसी मग त्या दिवशी रात्री ज्युलीबरोबर दौऱ्यावर गेली. त्यावेळी ती- वृत्तपत्रीय भाषेत ज्याला थकलेली आणि भावनावश झालेली असं म्हणतात, तशी दिसत होती. दुसऱ्या दिवशी ज्युलीला पार्टीच्या दिवशीच्या सगळ्या घटना आणि ट्रेसीनं जमलेल्या लोकांसमोर उधळलेली मुक्ताफळं, याबद्दल समजलं. तिनं तत्क्षणीच ट्रेसीला कामावर ठेवणं शक्य नसल्याचा निर्णय घेतला आणि तिला घरी पाठवण्यासाठी टॅक्सी बोलावली!

एकीकडे ट्रेसीचा गोंधळ आणि दुसरीकडे व्हेनेसाला आनंदात असलेलं पाहण्यातलं सुख, यात मला का कुणास ठाऊक, पण कुठेतरी खूप अस्वस्थ वाटत होतं. माझा जीव घाबरा झाल्यासारखं मला वाटत होतं. खरं म्हणजे असं घाबरून जाणं, अस्वस्थ होणं माझ्या स्वभावात नव्हतं, पण मला तसं झालं होतं हे मात्र खरं.

व्हेनेसाचं लग्न म्हणजे माझी माझ्या छळकर्त्याबरोबर पुन्हा एकदा भेट होणार होती. तो लग्नाला नक्की येणार हे मला माहीत होतं आणि अगदी क्वचितप्रसंगी त्याला भेटायची वेळ यायची तेव्हा मी जसं मन घट्ट करायचे, तसंच याही वेळी केलं होतं, पण आज मात्र मला नेहमीपेक्षा जास्त भीती वाटत होती. या भीतीमध्ये जॉनशी होणाऱ्या भेटीपेक्षा काहीतरी अधिक होतं, हे मला जाणवलं होतं. थोड्याच दिवसांवर आलेले आयव्हीएफचे उपचार आणि आत्तापर्यंत त्याच्या पूर्वतयारीसाठी आमची झालेली कुतरओढ, यांमुळे माझ्या मनावर प्रचंड ताण आला होता. कित्येक वर्षांत पहिल्यांदाच मला खूप थकल्यासारखं वाटायला लागलं. आपलं आपल्या आयुष्यावर पूर्वीइतकं नियंत्रण राहिलेलं नाही, असंही मला वाटायला लागलं होतं. माझ्या अपेक्षेप्रमाणे लग्नात माझी जॉनशी समोरासमोर गाठ पडलीच. मी त्याची नजर टाळत होते, पण त्याच्या धारिष्टाचं मला आश्चर्य वाटत होतं. त्यानं माझा छळ केला होता हे सत्य होतं आणि मला तो माझ्या आसपाससुद्धा नको आहे, हेही त्याला माहिती होतं, पण तरीही त्यानं माझ्याकडे येऊन मला 'हॅलो' म्हटलं. बरं तो एवढ्यावरच थांबला नाही, तर माझ्या गालाचा मुका घ्यायला तो पुढे आला. प्रिन्स चार्ल्स आणि प्रिन्सेस डायना यांच्यात जसं तिनं मान वळवून त्याचा मुका चुकवला होता, तसंच आमच्यात झालं. आमच्या आसपास अनेक लोक उभे असताना, हा प्रकार सगळ्यांच्याच दृष्टीनं अवघड, लाजिरवाणा, असा झाला. मी त्याला का चुकवलं, हे कदाचित माझी आई सोडून इतर कुणालाही माहीत नव्हतं, तरी त्यांना ते विचित्र वाटलं हे दिसतच होतं, पण माझ्याशी अशी सलगी दाखवून त्यानं माझ्या मनाची जी अवस्था केली, तिच्या तुलनेत लोकांचं अवघडलेपण काहीच नव्हतं.

त्या एका आठवड्यात त्याला दोन वेळा भेटण्याचा प्रसंग माझ्यावर आला आणि त्यासाठी मी मानसिकदृष्ट्या तयार नव्हते. व्हेनेसाच्या लग्नानंतर लगेचच मारीमावशीच्या साठाव्या वाढदिवसाची पार्टी होती. जॉन तिथेही हजर असणार आहे हे जर मला आधी माहीत असतं, तर मी तिथे गेलेच नसते. त्याला मी जेव्हा आत येताना बघितलं, तेव्हा माझं हृदय जोरात धडधडायला लागलं आणि मला अचानक बरंच वाटेनासं झालं, खूप अशक्तता जाणवायला लागली. कुणीतरी माझ्या सगळ्या अंगात हजारो सुया खुपसतं आहे आणि माझ्या अंगातल्या सगळ्या शिरा थाडथाड उडताहेत, असं मला वाटायला लागलं. एकदम माझ्या छातीत दुखायला लागलं आणि माझं शरीर आधी खूप गरम झालं आणि मग अचानक थंडगार पडलं. मला नंतर कळलं की हा एक जोरदार भीतीचा झटका होता. असंही असतं हे जर तुम्हांला माहीत नसेल, तर तुम्हांला वाटेल की तुम्हांला हृदयविकाराचा झटका येतो आहे. काही लोकांना असे झटके वारंवार बसत असतात आणि त्यामुळे त्यांची इतकी

वाईट अवस्था होते की आपली नित्यकर्मं करणंही त्यांना खूप अवघड जातं. मी तर या झटक्यामुळे पूर्ण गलितगात्र झाले होते. मी डॅनला मला ताबडतोब घरी घेऊन जायला सांगितलं. त्याला माझ्या अशा तीव्र प्रतिक्रियेचं कारण समजलं नाही, पण काहीतरी फारच बिनसलं आहे, एवढं त्याला निश्चितच जाणवलं आणि आम्ही लवकर घरी परतलो. त्या रात्री, मी एवढी वर्षं जे टाळत होते, ते करून टाकलं- डॅनला मी माझ्या लैंगिक छळाबद्दल सांगितलं. कुणाला त्याबद्दल सगळंकाही संगतवार सांगण्याची ही माझी पहिलीच वेळ होती आणि आता एकदा ही गोष्ट बाहेर पडलीच आहे म्हटल्यावर, व्हेनेसा तिच्या मधुचंद्राहून परतताच मी तिलाही ती सांगून टाकली. मला वाटलं गेल्या इतक्या वर्षांच्या आमच्या सहवासात मी अनेकदा या विषयावर थोडं-थोडं बोलले होते, त्यामुळे तिला हे सगळं माहीत असेल, पण ते प्रत्यक्षात किती वाईट होतं याची तिला अजिबात कल्पना आलेली नव्हती. डॅनची यावरची प्रतिक्रिया माझ्या अपेक्षेपेक्षा खूपच वेगळी होती. त्याला हे ऐकून अर्थातच धक्का बसला, पण त्याचबरोबर त्यानं माझी परिस्थिती आणि मानसिक स्थिती खूपच छान समजून घेतली. त्याला माझी कहाणी ऐकून प्रचंड दु:खही झालं होतं आणि संतापही आला होता आणि तो ताबडतोब माझ्या आईच्या घरी जाऊन जॉनला त्याबाबत खडसावायला निघाला होता. कुणीतरी इतक्या आपुलकीनं पहिल्यांदाच मला पाठीशी घालू पाहत होतं. माझ्या जवळच्या कुणीतरी माझी वेदना समजून घ्यावी यासाठी मी कितीतरी वर्षांपासून वाट पाहत होते. डॅन तसा हिंसक म्हणण्यासारखा नाही, पण माझी खात्री आहे, त्याक्षणी जर जॉन त्याच्यासमोर आला असता, तर डॅननं मारून-मारून त्याचं भुस्कट पाडलं असतं. माझ्या भावनांना कुणाचातरी पाठिंबा, पहिल्यांदाच मिळाला होता.

डॅनच्या कुटुंबाबरोबर मला आणखी एका ख्रिसमसची मजा लुटता आली आणि त्यानंतर, जानेवारीमध्ये, माझ्या आयव्हीएफ उपचाराची सुरुवात होणार होती. उपचार चालू करण्यापूर्वी आम्ही, असे उपचार करून घेणाऱ्या जोडप्यांशी बोलणाऱ्या एक तज्ज्ञ समुपदेशकाला भेटावं, असं आम्हांला सुचवलं गेलं. हा उपचारप्रक्रियेचाच एक भाग असावा. याचा काय फायदा, असं सुरुवातीला मला आणि डॅनला वाटत होतं, पण सगळं नीटच करायचं आम्ही ठरवलं होतं. त्या समुपदेशकाशी आम्ही काय बोलणं अपेक्षित आहे, हे आम्हांला माहीत नव्हतं, पण त्यामुळे काहीही फरक पडला नाही, कारण तो एक अत्यंत उत्साहभंग करणारा प्रकार ठरला. आमच्याशी समुपदेशकाच्या भूमिकेतून बोलणारी ती एक स्त्री होती आणि माझ्या मते ती त्या कामाला अत्यंत नालायक होती. खरं तर ती नुसती नालायकच नव्हती, तर त्याहीपेक्षा वाईट होती- तिच्यामध्ये अनुकंपा नावाचा काहीही प्रकार नव्हता आणि आमच्या भावना जाणून घेण्यात तर तिला यत्किंचितही

रस नव्हता. ती स्वत:चंच घोडं पुढे दामटवत होती आणि तिची प्रश्न विचारण्याची पद्धत (किंवा समुपदेशनाच्या नावाखाली ती जे काही करत होती, ते) शुद्ध शत्रुत्वाची होती.

आमच्या मनात आधीच उपचारांबद्दल धाकधूक होती, पण अशा प्रसंगाला तोंड देण्यापूर्वी खूप अनुभव असलेल्या व्यक्तीला भेटायला मिळेल, म्हणून आम्ही तिथे गेलो होतो. त्या समुपदेशिकेनं, 'चाळीशी ओलांडण्याचं नेमकं तुम्हांला काय दु:ख आहे?' असा प्रश्न मला कशासाठी विचारला असावा, हे मला आजतागायत समजलेलं नाही. तो प्रश्न ऐकून डॅन आणि मी एकमेकांच्या तोंडाकडे बघतच राहिलो. त्यानं मग जणू मला धीर देण्यासाठी माझा हात हातात धरून ठेवला. मी तिला म्हटलं, 'मला चाळिशीचं काहीही दु:ख नाहीये.' आमच्या बोलण्यामध्ये माझ्या वयाबद्दल मी एका शब्दानंही, कुठलीही चिंता व्यक्त केली नसताना, हा प्रश्न तिच्या मनात आलाच कसा, हे मला काही केल्या समजेना. 'ठीक आहे,' ती म्हणाली, 'बऱ्याच लोकांना त्याचं दु:ख वाटत असतं, मग तुम्हांलाच ते का वाटू नये?' मी तिला म्हणाले, 'मला त्याचं अजिबात काहीही वाटत नाही.' एव्हाना मला तिचा राग यायला लागला होता, पण मी गप्प बसले. मी तिला पुन्हा सांगितलं की मला माझ्या वयाची काळजी कधीही वाटली नाही आणि मी बेचाळीस वर्षांची आहे, याबद्दल मला उलट आनंदच वाटतो. भावनिक पातळीवरही आणि शारीरिकदृष्ट्याही, पण तिला जणू माझ्याशी भांडायचंच होतं. ती मला म्हणाली, 'तू फार उग्र आहेस, नाही का? पण मी तुला सांगते जॅकलिन, मी तुला भीत नाही.' मला धक्काच बसला. मी तिला भीती दाखवली नव्हती. माझ्या वयाचा विषय तिनंच काढला होता आणि मी तर तिला वयाविषयी मला काहीही समस्या नाही एवढंच स्पष्टपणे सांगितलं होतं. मी एक दीर्घ श्वास घेतला आणि तिला म्हणाले, की तिला नक्कीच माझी भीती वाटत असली पाहिजे, अन्यथा ती असं म्हणालीच नसती. मी कोण आहे हे तिला कळलं असावं आणि माझ्याविषयी तिच्या काही पूर्वकल्पना असल्यामुळे ती माझ्याशी आक्रमकतेनं वागत असावी, असं मला आता वाटायला लागलं होतं. मी मग ही संधी साधून तिला सुनावलं की ती इथे एक तज्ज्ञ म्हणून बसलेली असणं अपेक्षित होतं. मी एक मामुली रुग्ण होते. ती आता मला खरोखरच संताप आणत होती आणि माझ्याशी आढ्यतेनं आणि असहकाराच्या भावनेनंच वागायचं तिनं ठरवलेलं दिसत होतं. मग तिनं आपला मोर्चा डॅनकडे वळवला आणि म्हणाली, 'बाप होण्यात आलेल्या अपयशाबद्दल तुला काय वाटतं?' मी आता पुरती खवळले होते आणि मला डॅनबद्दल वाईटही वाटलं. 'तू असं कसं म्हणू शकतेस? तो काही अपयशी ठरलेला नाही. तू हे काय चालवलं आहेस तरी काय?' असं मी तिला विचारलं. आमच्या भेटीची वेळ संपत आली

होती आणि तिची हिंमत तर पाहा, 'पुन्हा केव्हा भेटायचं?' असं तिनं आम्हांला विचारलं! आम्ही तिला पुन्हा भेटायला नकार देऊन तिथून सरळ बाहेर पडलो.

आम्ही दोघंही खूपच कष्टी झालो होतो. हे योग्य असो की अयोग्य, पण डॉक्टर आणि समुपदेशकांना समाजात केवढा मान असतो! त्यांचं वागणं उच्च दर्जाचंच हवं, पण दुःखाची गोष्ट म्हणजे सहसा तसं नसतं. याच सगळ्या दिव्यातून जाव्या लागणाऱ्या इतर सगळ्या जोडप्यांचा विचार पुन्हा माझ्या मनात आला. त्यातल्या अनेकांसाठी आपल्या भावनांचं प्रदर्शन तिसऱ्या कुणा व्यक्तीसमोर करण्याचा हा पहिलाच प्रसंग असणार आणि त्यांना बिचाऱ्यांना जर मला आलेलाच अनुभव आला, तर त्यांचं काय होत असेल, या विचारानं मलाच खूप वाईट वाटायला लागलं. मी यापूर्वीच लिहिल्याप्रमाणे, आयव्हीएफची ही एकूणच प्रक्रिया ज्या पद्धतीनं चालते, त्यात खूपच त्रुटी आहेत असं मला वाटतं. संबंधित स्त्री-पुरुषांमधल्या परस्परसंबंधांवर या प्रक्रियेला सामोरं जाताना जो ताण येत असतो, त्याविषयी फारशी चर्चा या प्रक्रियेत कुठेही होत नाही. आणि ती व्हायला हवी. प्रक्रियेच्या सुरुवातीला जे नातं अगदी घट्ट वाटतं, प्रक्रिया पूर्ण होईतो त्याच नात्यातल्या सगळ्या लहानमोठ्या बाबींबद्दल त्यांना प्रश्न पडण्याची शक्यता आहे, हे त्या जोडप्याला माहिती असणं आवश्यक आहे. याचं कारण म्हणजे आयव्हीएफ प्रक्रियेदरम्यान त्या दोघांमध्ये आपल्याला ही प्रक्रिया का करायची आहे, याच्या कारणांचाच फक्त कीस पडेल असं नाही, तर आपण दोघं एकत्र का आहोत, याबद्दलदेखील त्यांना कदाचित विचार करावासा वाटू शकेल. आपल्या मनातल्या आशेचं रूपांतर निराशेत किती झटकन होऊ शकतं, हे त्या दोघांनाही व्यक्तिशः आणि एकत्रितरीत्याही कळेल. ते जोडपं जर नशीबवान असेल आणि आपला दृष्टिकोन बदलू न देणं त्यांना जमलं, तर आयव्हीएफ उपचार यशस्वी ठरेल, त्यांची जोडी टिकून राहील. पण दुर्दैवानं तसं झालं नाही, तर सध्यापेक्षा जास्तच दुःख त्यांच्या पदरी पडू शकतं.

आमच्या उपचारांच्या निष्कर्षाची आम्ही वाट पाहत असतानाच कधी नव्हे तो मला जॉनचा फोन आला. तो म्हणाला की आईला खोकताना रक्त पडतं आहे, त्यामुळे तिला ब्रॉमली हॉस्पिटलला नेण्याकरता त्यानं आत्ताच रुग्णवाहिका बोलावली आहे. बोलताना त्याच्या आवाजात मला फार काही काळजी जाणवली नाही. खरं सांगायचं तर, उगीच एवढंसं रक्त पडलं आहे, ती त्याचा उगाचच बाऊ करते आहे, असा त्याचा तिला वेड्यात काढण्यासारखा स्वर होता. तो तिला फक्त ॲम्ब्युलन्समध्ये बसवून देणार होता, तिच्याबरोबर स्वतः जाणार नव्हता. त्याचा फोन ठेवल्यानंतर मी मग व्हेनेसाशी बोलले आणि आम्ही दोघीही धावतच ब्रॉमली हॉस्पिटलमध्ये जाऊन पोहोचलो. आई अगदीच गप्प आणि चिंताक्रांत होती. ती खूपच घाबरलेली,

अगतिक अशी दिसत होती.

साधारण चार वर्षांपूर्वी, म्हणजे १९९९मध्येही आम्ही अशाच परिस्थितीतून गेलो होतो. तेव्हाही आईला खोकताना रक्त पडण्यापासूनच सुरुवात झाली होती. त्यावेळी तिला पोटाचा अल्सर असल्याचं निष्पन्न झालं होतं. व्हेनेसाच्या जन्माच्या वेळी आईला सांधेदुखीचा विकार जडला होता आणि हळहळू तो वाढत जाऊन तिचे हात-पाय वाकडे झाले होते. डॉक्टरांनी तेव्हा तिला व्होल्टारॉल नावाचं औषध घ्यायला सांगितलं होतं आणि या औषधाच्या प्रदीर्घ काळ सेवनामुळेच तिला अल्सर झाला असण्याची शक्यता होती. हॉस्पिटलमध्ये असतानाच तिचा अल्सर पोटात फुटला आणि खूप रक्त गेलं. ती त्यावेळी अगदी मरता मरता वाचली होती. तीन दिवस तिला अतिदक्षता विभागात ठेवलं होतं आणि आम्ही तिला कायमची गमावण्याच्या किती जवळ येऊन पोहोचलो होतो, हे मला आणि व्हेनेसाला कळलं होतं. आईला दवाखाने आणि इंजेक्शनची खूप भीती वाटायची. साधं डॉक्टरांकडे जायचं तरी तिला खूप बाबापुता करावं लागायचं.

पण अल्सरवर उपचार चालू असतानाचं तिचं विचित्र वागणं यापेक्षाही भयानक होतं. ती अचानक काहीतरी असंबद्ध बडबड करायला लागायची. मी आज नदीवर गेले होते आणि त्या पिकनिकमध्ये खूप मजा केली, असं काय वाट्टेल ते बरळायला लागायची. एकदा तिला ठेवलेल्या वॉर्डात सगळीकडे बघत ती म्हणाली, 'ते तिथे उभे आहेत ते कोण लोक आहेत?' 'ती माणसं नाहीत आई, स्त्रिया आहेत, इथल्या स्त्री-रुग्ण.' कधी ती मध्येच आक्रमक व्हायची, गोंधळून जायची. मग मला तिच्याबरोबर बोलत बसायला लागायचं आणि तिला शांत करायला लागायचं, म्हणजे मग त्या लोकांना तिला इंजेक्शन, गोळ्या वगैरे देता यायच्या. एका रात्री ती संपूर्णपणे नियंत्रणाबाहेर गेली आणि तिच्या अंगाला लावलेल्या सगळ्या नळ्या तिनं उपसून फेकून दिल्या, अगदी लघवीसाठी लावलेलं कॅथेटरसुद्धा. तो प्रकार भयंकरच होता. ती अशी विचित्र का वागायला लागली आहे, याबद्दल मी डॉक्टरांना विचारलं. ते म्हणाले, 'तिला जे बाहेरून रक्त दिलं गेलं आहे, त्यामुळे असं होऊ शकतं.' मला काही ते पटलं नाही. त्यामागे आणखी काहीतरी निश्चितच होतं. आता आम्हांला कळलं, की तेव्हाचं तिचं वागणं म्हणजे, वार्धक्यामुळे मेंदूवरचा ताबा जाण्यानं जो भ्रमिष्टपणा येतो, त्याची सुरुवात होती. ती वयाच्या साठीतच असल्यामुळे ही शक्यता पहिल्यांदा डोक्यात आलीच नव्हती, पण अति मद्यपान करणाऱ्या लोकांमध्ये असं होणं सामान्य असतं. त्यावेळेला आम्हांला हे माहीत नव्हतं, पण आई दिवसाला जीनची जवळपास पाऊण बाटली संपवत असे आणि त्यामुळेच तिला लवकर भ्रमिष्टपणा आला असावा. तिचं सगळं अंग थरथरायचं आणि ते पाहून जेव्हा डॉक्टरांनी आम्हांला विचारलं की ती खूप मद्यपान करते का,

तेव्हा आम्हांला तिच्या पिण्याबद्दल कल्पना आली. हॉस्पिटलमध्ये काही दिवस राहिल्यानंतर घरी जाताना डॉक्टरांनी तिला मद्यपान पूर्णपणे बंद करायला सांगितलं होतं. घरी आल्यावर आईनं दारूच्या थेंबालाही स्पर्श केला नाही, हे पाहून आम्हांला आश्चर्याचा धक्काच बसला, पण त्याचबरोबर तिचा अभिमानही वाटला.

...आणि आज आम्ही परत इथे हॉस्पिटलात होतो आणि आईला नेमकं काय झालं आहे, हे कळण्याची वाट पाहत होतो. सुरुवातीच्या तपासण्या चालू असताना मी कितीतरी वेळ तिच्याजवळ बसून होते. अचानक व्हेनेसा धावतच आईच्या खोलीत आली आणि जॉन तिथे आला आहे, आत्ता लिफ्टमधून वर येतो आहे याबद्दल मला तिनं सावध केलं. मी घाबरून एकदम खोलीबाहेर पडले आणि आम्ही जिथून आत आलो होतो, त्याच्या विरुद्ध दिशेनं धावत निघाले. तिकडून हॉस्पिटलबाहेर पडण्याचा एक रस्ता मला सापडला. माझ्या छळकर्त्याला टाळण्यासाठी मी काहीही करायला तयार असते. दरम्यान आईच्या चाचण्या चालूच होत्या. यावेळी पोटातल्या अल्सरपेक्षा अधिक काहीतरी असावं असं वाटत होतं.

आईच्या आजारपणाची बातमी कळल्यानंतर लगेचच आमचा आयव्हीएफद्वारे गर्भधारणेचा प्रयत्न फसल्याची बातमी आम्हांला मिळाली. डॅन ते ऐकून फारच उदास झाला. ही बातमी वाईट तर खरीच, पण मी पुढच्या प्रयत्नाबाबत आशावादी होते. मूल न होण्याची गोष्ट त्याला फारच लागून राहिली होती आणि तुझं वय जास्त नसतं, तर आपलं सगळं छान झालं असतं, असं तो एकदा मला म्हणाल्याचं मला आठवतं. त्याच्या या बोलण्यामुळे मला खूप दुःख झालं. याचा माझ्या वयाशी काहीही संबंध नाही असं मी त्याला सांगितलं आणि डॉक्टरांनी माझी अंडी उत्तम स्थितीत असल्याचं सांगितलं होतं, याची आठवण त्याला करून दिली. मी त्याला म्हटलं की हे असंच असतं, जीवनातल्या प्रत्येक गोष्टीचा अर्थ नेहमी लावता येतोच असं नाही आणि नवा जीव जन्माला घालण्याच्या बाबतीत तर ते आणखीनच अवघड असतं.

डॅनला आमच्या वाट्याला आलेल्या प्रतिकूल दैवाशी जुळवून घेणं अशक्य होत होतं, याचं कारण त्याचं सगळं आयुष्य अगदीच सुखा-समाधानात आणि सरळसोट गेलं होतं, हे असावं. त्याला नशिबानं सुंदर रूप मिळालं होतं, एका प्रेमळ आणि सुरक्षित कुटुंबामध्ये त्याचा जन्म झाला होता आणि त्याच्या कुटुंबानं त्याच्याकडे पुरेपूर लक्ष पुरवलं होतं. शिवाय त्याचे वडीलही आपल्या मुलांचा मार्ग सुकर करून देणारे, त्यांच्या अडचणी स्वतः दूर करणारे, असे होते. त्याला एक छानशी नोकरी होती, आकर्षक स्त्रिया त्याला सहज भेटत आणि आजपर्यंत जीवनानं त्याला सगळं चांगलंच दिलं होतं. एखाद्या गोष्टीसाठी झगडावं लागणं किंवा ती मिळवण्यासाठी धडपड करावी लागणं, हे त्याला माहीतच नव्हतं,

त्यामुळेच हे आव्हान समोर येताच त्याला तोंड देणं त्याला खूप अवघड जायला लागलं. हे वाक्य जरा छापील वाटेल, पण तुम्हांला जेव्हा प्रतिकूलतेला तोंड द्यावं लागतं, तेव्हाच जीवनातल्या चांगल्या गोष्टींचं महत्त्व तुम्हांला समजतं. मला एवढं सगळं यश मिळालं आहे, पण आजही कधीकधी मी झोपेतून उठल्यावर माझ्या आसपास बघते आणि या सुंदर घरात मला राहायला मिळतं आहे, म्हणजे मी किती नशीबवान आहे, असं माझ्या मनात हटकून येतं. आपण असं करू शकत नाही याचं डॅनला खूप वाईट वाटतं आणि तो म्हणतो, तुला जसं वाटतं, तसं मला वाटू शकत नाही. मला तसं वाटून घेता आलं असतं तर किती छान झालं असतं... पण असं वाटून कसं घ्यायचं हेच मला कळत नाही. त्यानं माझ्या वयाबद्दल मारलेल्या शेऱ्यामुळे माझ्या आत्मविश्वासाला मोठा तडा गेला होता, पण मी त्याच्याशी जमवून घेत होते. म्हणजेच, मी त्याच्या वतीने समर्थनं करत त्याला पदराखाली घेण्याचा प्रयत्न करत होते. मी स्वभावत:च सकारात्मक आहे हे मला पक्कं माहीत असल्यामुळे तो तसा नसल्याची भरपाई मीच करू पाहत होते. प्राप्त परिस्थितीचं सगळं दु:ख त्याला एकट्यालाच होत होतं, मला काहीच वाटत नव्हतं, असं नव्हतं, पण माझ्या मते स्त्रियांचा स्वभावच असा असतो - आपलं स्वत:चं मनही कुणाच्या तरी आधारासाठी आक्रंदत असलं, तरी आपण मात्र इतरांना आपला आधार देतच राहतो. डॅन त्याच्या परीनं, त्याला माहीत असलेल्या एकमेव पद्धतीनं, या परिस्थितीशी जुळवून घेण्याचा खूप प्रयत्न करत होता असं मला वाटतं.

नव्या वर्षाला अशी भयाण सुरुवात झालेली असताना, अचानकच व्हॅलेंटाइन डेच्या साप्ताहिक सुटीत त्यानं मला बाहेर फिरायला न्यायचं ठरवलं. आईच्या चाचण्यांमधून काय निष्पन्न होतं आहे, याची वाट आम्ही पाहत असल्यामुळे एकंदरच आमच्या मनावर खूप ताण होता. दोन दिवस त्या सगळ्या वातावरणातून बाहेर पडणं, हे कदाचित त्यावरचं योग्य औषध ठरलं असतं. डॅनला कामं व्यवस्थित करायची सवय होती. आम्ही बाथ या गावाला गेलो आणि तिथे 'द रॉयल क्रिसेंट' या हॉटेलात उतरलो. हॉटेल सुसज्ज आणि आरामशीर होतं, सुसंस्कृत होतं पण तिथे भपकेबाजपणाचा अभाव होता. एक रोमँटिक साप्ताहिक सुट्टी घालवण्याकरता तुम्हांला जे काही हवं असण्याची अपेक्षा असेल, असं सगळं काही तिथे होतं. काही महिन्यांपूर्वी त्यानं मला एकदा विचारलं होतं की मला आधी लग्न करायला आवडेल की आयव्हीएफ उपचार? मी आपण आधी आयव्हीएफ करून घेऊ असं सुचवलं होतं. का कुणास ठाऊक, पण डॅन मला बाहेर नेत होता ते लग्नाची मागणी घालण्याकरता असेल, असंच मला वाटत होतं, पण त्यानं तसं काहीही केलं नाही. आम्ही सुट्टीवरून परत आलो तेव्हा त्यानं मागणी न घातल्यानं

मी निराश झाले होते आणि मनातून थोडी नाराजही झाले होते. त्याबद्दल आत्ता विचार करताना मला वाटतं त्याचं एक कारण, त्यावेळेला माझ्या मनावर खूप ताण होता आणि काहीतरी चांगलं व्हावं असं मला खूप वाटत होतं, हे असावं. काही महिन्यांच्या कालावधीत जॉनला दोन वेळा बघण्याचा दुर्धर प्रसंग माझ्यावर ओढवला होता, आयव्हीएफचा माझा एक प्रयत्न अयशस्वी ठरला होता आणि माझा सगळा उत्साह संपवणारं त्या बयेचं अत्यंत वाईट समुपदेशन सहन करावं लागलं होतं आणि भरीतभर म्हणून डॅनच्या नकारात्मकतेला तोंड द्यावं लागत होतं.

...वर, आता आई मृत्युशय्येवर होती. आम्हांला असं कळलं की तिला कसलातरी अज्ञात कर्करोग झाला होता आणि तो झपाट्यानं तिच्या शरीरात पसरत होता. ही बातमी कळल्यावर मी आणि व्हेनेसा ताबडतोब तिला भेटायला गेलो. मला आठवतं, आम्ही तिच्या स्वयंपाकघरामध्ये उभं राहून बोलत होतो आणि आईच्या चेहऱ्यावर भीतीचं सावट पडलेलं दिसत होतं. 'तू सगळ्या बिघडलेल्या गोष्टी नेहमीच नीट करायचीस, माझं हे दुखणंही नीट करून दे ना,' असे काहीसे भाव असलेल्या नजरेनं तिला माझ्याकडे पाहताना माझं हृदय पिळवटून गेलं होतं. यावेळी पहिल्यांदाच, 'यात आपण काहीही करू शकत नाही,' हे मला जाणवलं होतं.

मी आणि व्हेनेसानं आळीपाळीनं आईकडे जाऊन तिला सोबत करायचं ठरवलं. सकाळी नऊच्या सुमाराला, जॉन गोल्फ खेळायला बाहेर पडताच आम्ही तिथे पोहोचायचो आणि दुपारी उशिरानं, तो परतायची वेळ झाली की तिथून निघायचो. आईला सतत शुश्रूषेची गरज होती, पण जॉन आम्हांला त्यात मदत तर करत नव्हताच, पण अजिबात सहकार्यही करत नव्हता. घरात नर्स ठेवायला त्यानं खूप विरोध केला. तिचा तोल जाऊन ती पडू नये, यासाठी जिन्याच्या वरच्या भागाला एक दार बसवून घेण्याची परवानगी द्यायलाही तो कां-कूं करत होता. तिचं जीवन सुसह्य होण्यासाठी आम्ही जेव्हा म्हणून काही सुचवायचो, तेव्हा खरोखर आमच्यात एक युद्धच पेटायचं. तो व्हेनेसाला सारखा फोन करायचा आणि म्हणायचा की ती आमची आई असूनही आम्ही तिच्यासाठी पाहिजे तितकं काही करत नाही. व्हेनेसानं यावर त्याला एकदा सुनावलं, 'हो ती आमची आई आहेच, पण ती तुझी बायकोसुद्धा आहे आणि तू तर तिच्यासाठी काहीच करत नाहीस.' आम्ही दोघी काम करायचो आणि त्यानं नुकतीच लवकर निवृत्ती स्वीकारली होती, पण तरी आम्हीच सगळं करायला हवं या त्याच्या मनोवृत्तीची आम्हांला कमाल वाटली. आईचा आपल्या शरीरावर आणि पर्यायानं मल-मूत्रविसर्जनावर ताबा राहिला नसल्यानं तो तक्रार करायचा. असं काही झालं की तो आम्हांला फोन करायचा आणि म्हणायचा, तिच्या अंगाचा आता वास यायला लागला आहे. काय

करावं हे आम्हा दोघींना सुचेनासं झालं होतं. आम्ही तिला आंघोळ घालायचा प्रयत्न करायचो, पण तिला स्वत:ला काही म्हणजे काहीच करता येत नसल्यामुळे आणि तिचं वजन खूप असल्यामुळे आम्हांला ती खूप जड व्हायची. तिला उचलण्याकरता आम्हा दोघींनाही टबात उतरावं लागायचं.

जॉन तिच्याबाबतीत पूर्णपणे बेफिकीर वाटत होता. तो घरात असताना कधी-कधी अशी वेळ यायची की तिला भ्रम व्हायचा आणि मग ती तिच्या गाऊनवरच एकटी रस्त्यावर जायची आणि लोकांची दारं ठोठावायची. आपण कुठे आहोत याची तिला मुळीच शुद्ध नसायची आणि ती लोकांना म्हणायची, 'मला वाचवा, ती अनोळखी माणसं माझ्यावर हल्ला करत आहेत.' हे सगळं ऐकून अंगावर शहारे यायचे. एक दिवस व्हेनेसा तिथे असताना तिला स्वयंपाकघरात क्लोरोफॉर्मची बाटली सापडली! तिनं साहजिकच घाबरून जाऊन मला फोन केला. ही बाटली इथे कशी आली, याबद्दल विचार करून आमचं तर डोकंच पिकलं. मग मी आईची बहीण, हीथरमावशी हिला फोन केला. तिनं मला सांगितलं की जॉन जेव्हा उंदीर पकडायचा, तेव्हा तो पिंजऱ्यातून त्यांना जिवंतच बाहेर काढायचा आणि मग क्लोरोफॉर्म हुंगायला देऊन त्यांना मारून टाकायचा. त्याच्या क्रूरपणाला खरोखर काही सीमाच नव्हती. त्याच्या प्रत्येकच गोष्टीत ती दिसायलाच हवी...!

आम्ही मागे लागूनही आईचे डॉक्टर आम्हांला भेटायला तयार नसायचे. त्यांना फक्त जॉनशीच बोलायचं असायचं आणि त्याला तर आईबद्दल काडीमात्र फिकीर नव्हती हे उघडच दिसत होतं. मला आठवतं, एकदा मी प्रचंड काळजीनं डॉक्टरांशी बोलावं म्हणून फोन केला, तर तिथली नर्स म्हणाली, की 'त्यांना वेळ नाही.' ते 'केव्हा मोकळे असतात, हे मला सांगू शकाल का? मला बेरिल गोल्डबद्दल त्यांच्याशी बोलायचं आहे.' मी त्यांच्याशी संपर्क साधायचा खूप प्रयत्न केला, पण त्यांना आईच्या अवस्थेबद्दल जाणून घेण्याची अजिबात इच्छा नव्हती. आईचे घरी कसे हाल होत आहेत हे मी आणि व्हेनेसा जीव तोडून सांगायचा प्रयत्न करायचो, पण ती नर्स आमचं बोलणं साधं ऐकूनही घ्यायची नाही आणि एकदा तर- 'अशा वेळी तुम्ही सगळ्यांनी एकत्र यायला हवं', असं म्हणून तिनं मलाच उलट उपदेशाचे डोस पाजले. आणखी एकदा माझ्याशी बोलताना तिनं विचारलं, की 'तू तुझ्या सावत्र वडिलांबद्दल, जॉनबद्दल बोलते आहेस का?' त्यावर मी म्हटलं, 'नाही, मी माझ्या आईच्या नवऱ्याबद्दल बोलते आहे.' 'ते माझे सावत्र वडील आहेत का', असं ती मला सारखं विचारत राहिली. तिच्या नजरेत आमचं तेच नातं होतं, पण त्याचं माझ्याशी कुठलंही नातं नव्हतं आणि भविष्यातही नसेल. त्याला मी त्या नावानं संबोधूच शकत नाही आणि कधीच संबोधणारही नाही.

चौदा

आता कुठे जाऊ?

२००३ साल सुरू होऊन दोन-तीन महिनेच झाले होते आणि हे वर्ष भयंकर जाणार आहे, याची आम्हांला चुणूक दिसलीच होती. आयव्हीएफ उपचाराबद्दल माहिती देताना संबंधित तज्ज्ञ लोक तुमची एका बाबतीत अजिबात तयारी करून घेत नाहीत, आणि ती म्हणजे, त्याचे आनुषंगिक परिणाम. या उपचारांदरम्यानचे भयंकर मानसिक चढ-उतार एखाद्या जोडप्याचं मनोविश्व उद्ध्वस्त करू शकतात. आम्ही आत्तापर्यंत एकदाच प्रयत्न केला होता, पण डॅनवर जणू आकाशच कोसळलं होतं. तो माझ्यापासून दुरावत चालला असल्याची जाणीव मला व्हायला लागली होती आणि त्याच्या या प्रतिक्रियेचा अर्थ त्याला माझी मानसिक अवस्था कळतच नव्हती, असा होता. पहिल्या प्रयत्नातलं अपयश आणि त्यावर माझ्या आईचं आजारपण, यामुळे मी सतत काळजीनं दडपलेलीच असायचे आणि याचा माझ्या दैनंदिन जीवनावर परिणाम व्हायला लागला होता. कधीकधी तर सकाळी उठायचेसुद्धा मला कष्ट व्हायचे. अगदी जिवावर यायचं. मांजरींना दूध पाजणंदेखील मला नकोसं वाटायचं. उठून तयार होणं आणि केस विंचरणं, एवढ्या कामात जणू माझी दिवसभराची ऊर्जा संपून जात होती. मला काय झालं होतं, हे मला माहीत नाही, पण त्यामुळे आपल्या व्यवसायाची घडी विस्कटू देता कामा नये हे मला जाणवलं आणि मग मी ज्युली हॅरिसला आमची व्यवस्थापकीय संचालिका म्हणून बढती देण्याचा निर्णय घेतला. ज्युलीला माझ्याबरोबर काम करायला लागून एकोणीस वर्षं झाली होती आणि ती अत्यंत हुशार आहे यात वादच नाही. तिनं ही संधी दोन्ही हातांनी घेतली हे सांगायला नकोच.

दरम्यान माझ्या मनावरचं चिंतेचं ओझं कमी करण्याचा मार्ग मी शोधत होते.

काही काळ मन:शांतीसाठी मी योगसाधनाही केली, पण खरी गोष्ट अशी होती, की मी त्याच्याही पलीकडे गेले होते. मला हे तेव्हा कळलं नाही, पण मी कड्याच्या टोकावर येऊन पोहोचले होते आणि पुढे फक्त कडेलोटच शक्य होता. मला वाटतं, माझं जीवन मी 'काहीही झालं तरी पुढेच जात राहायचं', या तत्त्वानुसार जगते. ते माझं नैसर्गिकच तत्त्वज्ञान असावं, पण त्याची दुसरी बाजू अशी आहे, की माझं शरीर मला जे काही सांगतं, त्याकडे मी दुर्लक्ष करते. मी माझ्या डॉक्टरला भेटून सांगितलं, की मला आता ही चिंता आणि भयग्रस्तता असह्य व्हायला लागली आहे, मला फक्त शांत झोप हवी आहे, बाकी काही नको. मी तिला जॉन आणि माझ्या छळाची संपूर्ण कहाणी सांगितली नव्हती, त्यामुळे माझ्या मन आणि शरीरात काय उलथापालथ चालली आहे, हे तिला समजलं असेल असं मला वाटत नाही. एक-दोन वेळा आम्ही भेटलो आणि तिनं मला हेलन नावाच्या रोगनिवारणतज्ज्ञ (थेरपिस्ट) स्त्रीकडे जायला सांगितलं.

प्राथमिक चर्चेनंतर हेलनला असं वाटलं की त्यावेळी मी माझा संताप कुठेतरी व्यक्त करण्याची धडपड करते आहे; डॅनबद्दलही आणि माझ्या त्या छळकर्त्याबद्दलही. त्याच्याबद्दल मी तिला थोडंफार सांगण्याची हिंमत केली होती. मला संमोहनाखाली भूतकाळात नेण्यानं (रिग्रेशन) फायदा होईल, असं तिनं ठरवलं आणि ज्या कशाचा उपयोग होईल, ते करून पाहण्यासाठी मीही अगतिक, अधीर झालेली असल्यानं मी ते मान्य केलं. पण ही चुकीच्या वेळी, चुकीची गोष्ट होती हे नक्की. भूतकाळामध्ये जाण्यानं मी अचानक पुन्हा एकदा माझ्या आईच्या घरी आणि जॉनच्या सान्निध्यात गेले होते. आई एके रात्री आजीला भेटायला गेली होती, आणि माझा छळकर्ता माझ्या बिछान्यात शिरला होता, त्या प्रसंगात तिनं मला नेलं. मी ज्यात आहे, असा एखादा भयपट पाहिल्यासारखी मी ही भूतकाळात जाण्याची कथा नंतर माझ्या मैत्रिणींना सांगत असे. मी तिथे सोफ्यावर पडून होते आणि हेलन मला सारखं-सारखं, 'आता कसं वाटतं आहे', हे विचारत होती. तिनं मला जास्तच वाईट वाटायला लावलं होतं. आमचं सेशन संपल्यावर मी जेव्हा बाहेर येऊन गाडीत बसले, तेव्हा कितीतरी वेळ मला गाडी चालवताच आली नाही. माझं सगळं अंग बधिर झाल्यासारखं मला वाटत होतं. माझ्या छातीत जोरजोरात धडधडत होतं आणि शरीरभर असंख्य सुया टोचल्यासारखं वाटत होतं. मी भेदरले होते. तो एक जिवंतपणी नरक पाहिल्यासारखा अनुभव होता आणि माझ्या मते काही लोकांच्या दृष्टीनं असा अनुभव घातक ठरू शकतो.

एप्रिल २००३. डॅन आणि मी आमच्या आयव्हीएफच्या दुसऱ्या प्रयत्नाला लागलो आणि हाही प्रयत्न अपयशीच ठरला. मला गर्भधारणा झालीच नाही.

आमच्यात जो दुरावा निर्माण होत होता, तो आता आणखी ठळक झाला आणि डॅन जणू कोषात शिरला होता. त्याचं माझ्यावर प्रेम होतं हे मला पक्कं ठाऊक होतं, पण त्यावेळी मूल होण्याच्या इच्छेनं तो एवढा झपाटला होता, की जीवनातल्या इतर कुठल्याही गोष्टी त्याच्या दृष्टीनं अस्तित्वातच नव्हत्या. खरं तर एवढं एक सोडलं, तर त्याच्याकडे काय नव्हतं? त्याची नोकरी, त्याची जीवनशैली, मी, एवढं सगळं असल्यामुळे तो किती नशीबवान आहे, असं त्याचे मित्र त्याला म्हणायचे, पण त्याला आता हे सगळं पुरेसं वाटत नव्हतं, असं भासायचं. यावरून, त्याचं माझ्यावर 'अटींवर आधारित' प्रेम होतं एवढा एकच निष्कर्ष मी काढू शकत होते. मूल नाही, तर आपण दोघं नाही, असं त्याचं वागणं होतं. मूल होण्यासाठी आम्हांला आयव्हीएफचा आधार घ्यावा लागणार आहे हे कळल्यापासूनच तो बदलला होता. आम्ही अजूनही अनेक गोष्टी मिळून करायचो, आमचे शरीरसंबंधही व्यवस्थित चालू होते, पण आधी जी जवळीक आमच्यात होती, ती मात्र कुठेतरी हरवली होती. आम्ही एकमेकांपासून दुरावत होतो, ही खूपच दुःखदायक गोष्ट होती. ही सगळी माझीच चूक आहे अशा प्रचंड अपराधी भावनेनं मला घेरलं आणि मी खूप भावुक झाले.

दिवसभर आपापल्या कामात असताना आम्ही एकमेकांना ज्या ई-मेल्स पाठवायचो, त्या पाहिल्या तर तुम्हांला कळेल की या एका गोष्टीनं आमच्या आयुष्याचा कसा ताबा घेतला होता...! मुळात, या बाबतीत आम्ही एकमेकांशी ई-मेलद्वारे संवाद साधत होतो, हीच खूप वाईट गोष्ट होती. एका मेलमध्ये मी लिहिलं होतं, 'मी वास्तववादी आहे आणि आपलं स्वतःचं असं कुटुंब असावं, मुलं-बाळं असावीत हे तुला ज्या तीव्रतेनं वाटतं, ते पाहता तसं झालं नाही तर आपले संबंध संपतील असं मला वाटतं...'

जरा विचार केला तर असं जाणवतं की डॅन भावनिकदृष्ट्या अपरिपक्व होता. जीवनाकडून त्याच्या ज्या अवास्तव अपेक्षा असत, त्यावरून हे मला दिसत होतं. मी त्याला म्हणायची, एखाद्या परीसारखं सकारात्मकतेचं चांदणं तुझ्या चहामध्ये मला टाकता आलं असतं, तर किती बरं झालं असतं! त्यावर तसं झालं असतं, तर त्यालाही ते खरोखरच आवडलं असतं असं तो म्हणायचा, पण सकारात्मक बनण्याची इच्छा असताना (किंवा निदान तसं बोलून दाखवताना), त्यानं त्याबाबतीत काहीही प्रयत्न मात्र केले नाहीत. मी खूप प्रयत्न केला, पण त्याच्या नकारात्मकतेला मी आशावादामध्ये परिवर्तित करू शकलेच नाही. त्याचा जीवनाकडे पाहण्याचा दृष्टिकोनच हरवला होता. त्याला सगळं काही हवं होतं आणि त्या नादात, आपल्याकडे काहीच नाही असं त्यानं ठरवून टाकलं होतं. आपल्याकडे जे आहे, त्याकडे पाठ फिरवणं हा कधीकधी विनाशाचा मार्ग ठरू शकतो, कारण मग आपलं

सगळं लक्ष आपल्याकडे काय नाही, याकडेच लागून राहतं. माझी मनोभूमिका आत्ताच्या क्षणाला महत्त्व देण्याची आहे, त्यामुळे आजचा दिवस पुरेपूर जगण्याचा, त्याचा पुरेपूर उपयोग करून घेण्याचा मी प्रयत्न करत असते आणि हे फक्त कामाच्याच बाबतीत असतं असं नाही, तर मित्र-मैत्रिणींच्या सहवासाचा आनंद उपभोगणं, कुटुंबीयांबरोबर मजा करणं आणि आपल्या जीवनात ज्या काही महत्त्वाच्या गोष्टी आहेत, त्याचा आनंद मिळवणं, हेही आलं. तुम्ही एखादं काम करत असा, तुमच्या मुलांबरोबर खेळत असा वा मित्र-मैत्रिणीबरोबर एखादं ड्रिंक घेत असा, त्यात स्वत:ला झोकून द्यावं लागतं. भूतकाळात काय घडलं याबद्दल विचार करत बसण्यामध्ये काहीही अर्थ नसतो. माझ्या पूर्वायुष्यात घडलेल्या घटनांचा मी विचार करत बसले असते, तर मी आज जिथे आहे, तिथवर पोहोचलेच नसते. भूतकाळ मागे ठेवणं आणि येणाऱ्या प्रत्येक दिवसाचा जास्तीतजास्त चांगला उपयोग करून घेणं मला जमत असल्यामुळेच मी यशस्वी होऊ शकले असं मला वाटतं. मी एकदा एक सुभाषित वाचलं होतं - 'द पास्ट इज हिस्टरी, द फ्युचर इज मिस्टरी ॲण्ड द प्रेझेंट इज अ गिफ्ट' (भूतकाळ हा इतिहास झाला, भविष्यकाळ अज्ञात असतो आणि वर्तमान म्हणजे आपल्याला मिळालेली भेट असते.) आणि माझ्या मते त्यात बरंच तथ्य आहे. तुम्ही आपल्या आयुष्याला एका मर्यादेपर्यंतच वळण देऊ शकता. डॅनसारखं, इतर सगळं सोडून फक्त भविष्यावरच आशा लावून बसणं योग्य ठरत नाही. आनंद आपल्याला शोधत येईल म्हणून तुम्ही वाट पाहत बसलात, तर कदाचित तुमची प्रतीक्षा कधीच संपणार नाही.

काहीवेळा भविष्यात कधीतरी होणार असलेली घटना खूप लवकर घडून येते. आईच्या रोगानं तिच्या शरीराचा घास घेण्याच्या बाबतीत हेच झालं. जून, २००३मध्ये ती वारली. हे केव्हाही होऊ शकतं, हे आम्हांला ठाऊक होतं, कारण तिचा कर्करोग खूपच फोफावला होता आणि फक्त काही महिन्यांच्या कालावधीतच त्यानं तिच्या शरीराची दुर्दशा करून टाकली होती. व्हेनेसा आणि मी एकमेकींना आधार देत होतो. या बाबतीत डॅन आमच्या काहीही कामाला आला नाही, हे मात्र मला खेदानं नमूद करावसं वाटतं. मूल होण्याची तीव्र इच्छा आणि त्याचा वैयक्तिक आनंद, यातच तो इतका गुरफटून गेला होता, की मला त्याची सगळ्यात जास्त गरज असताना तो माझ्या मदतीला, आधाराला नव्हताच. एक दिवस संध्याकाळी मला खूपच एकटं-एकटं आणि अस्वस्थ वाटायला लागलं म्हणून मी त्याला 'कामावरून सरळ घरी येऊ शकशील का' म्हणून विचारलं पण एकजण सेवानिवृत्त होत असल्यामुळे ठेवलेल्या पार्टीला जाणं आवश्यक असल्यानं त्याला ते शक्य नाही, असं त्यानं मला सांगितलं. मी हर तऱ्हेनं विनवूनही त्यानं आपला विचार बदलला नाही.

आईच्या मृत्यूच्या तीन आठवडे आधी मी आणि व्हेनेसानं तिला एका शुश्रुषालयात ठेवण्याचा निर्णय घेतला होता. मानसिक आणि शारीरिकदृष्ट्याही तिची अवस्था अगदीच नाजूक झाली होती आणि जॉन तिची अजिबात देखभाल करत नव्हता. किंबहुना, तिचा आजार बळावत चालला, तसतसा तो अधिकाधिक निर्मम होत चालला होता. आई आता फार दिवस जगणार नाही याची आम्हांला कल्पना होती आणि अशा अवस्थेत शुश्रुषालयात हालवण्यानं, आपलं हक्काचं घर सोडून जावं लागण्यामुळे जी शारीरिक आणि भावनिक उलथापालथ होते, ती रुग्णाला मानसिकदृष्ट्या लवकर खचायला लावत असते, हे आम्हांला माहीत होतं, पण तरीही आम्ही हा निर्णय घेतला कारण घरी राहून जॉनच्या बेफिकीरपणामुळे तिला त्यापेक्षा जास्त धोका होता. आम्ही दोघी राहत होतो, तिथून जवळच असलेलं एक शुश्रुषालय आम्ही निवडलं होतं.

आम्हांला ते चांगलं वाटलं आणि तिथे बऱ्याच परिचारिका असल्यामुळे आईची चांगली काळजी घेतली जाईल, याबद्दल आम्हांला खात्री होती. जॉननं त्यामुळे सुटकेचा नि:श्वासच टाकला. मी इथे नुसता बसून तिच्या मरणाची वाट पाहू शकत नाही, तो म्हणायचा. जणू त्याला फारच पर्वा होती! पण त्याला तिच्या नव्हे, तर स्वत:ला होणाऱ्या त्रासाची चिंता होती, हे आम्ही दोघी ओळखून होतो. व्हेनेसा माझा त्याच्याशी कमीतकमी संबंध यावा, त्याच्यासमोर मला जावं लागू नये, म्हणून शक्य तितका प्रयत्न करायची. आम्ही आईसाठी निवडलेल्या शुश्रुषालयानं तिला आणण्यासाठी गाडी पाठवली, तेव्हाही तिला गाडीत ठेवण्यामध्ये त्यांना मदत करण्यासाठी व्हेनेसा एकटीच जॉनच्या घरी गेली होती. मी वाटेतच थांबले आणि तिथून पुढे गाडीबरोबर गेले. 'आपल्याला काही चाचण्या करायच्या आहेत आणि फक्त त्यासाठीच आपण हॉस्पिटलला चाललो आहोत,' असं मी तिला सांगितलं होतं. आम्ही तिला शुश्रुषालयात दाखल करायला नेत आहोत असं सांगून आम्हांला तिला घाबरवायचं नव्हतं. या वेळेपर्यंत तिचा भ्रमिष्टपणा विकोपाला गेला होता आणि तिच्या डोक्यातला गोंधळ आणि भीती कशामुळेही वाढू शकेल याची आम्हांला धास्ती वाटत होती.

मी आणि व्हेनेसा त्या शुश्रुषालयात आळीपाळीनं तिच्याजवळ बसायचो. अगदी रात्री झोपण्याची वेळ सोडली, तर आम्ही सतत तिच्यासोबत असायचो. जून, २००३ मधल्या अशाच एका रात्री आम्हांला शुश्रुषालयातून फोन आला की आता वेळ जवळ आली आहे. आम्ही दोघी पटापट तयार होऊन तिकडे धावलो. तिच्या अगदी जवळ बसून, आम्ही दोघींनी तिचे दोन्ही हात आपापल्या हातात धरून ठेवले. आयुष्यभर ती बिचारी इतकं एकाकी जीवन जगली होती, त्यामुळे निदान तिचं मरण तरी एकाकी नसावं याची काळजी आम्ही घेत होतो. तिला

शुश्रुषालयात दाखल केल्यापासून जॉन तिकडे फिरकलाही नव्हता. खरं तर मी, व्हेनेसा आणि आमचे वडील वगळता कुणीसुद्धा तिला भेटायला आलं नव्हतं. आईच्या मृत्यूच्या आदल्या दिवशी डॅड तिच्याजवळ बसून राहिले होते. त्या रात्री आम्ही तिथे पोहोचल्यानंतर तिची प्रकृती झपाट्यानं खालावत गेली. तिच्या भ्रमामुळे की काय कोण जाणे, पण ती सारखी माझ्या वडिलांना बोलवायला सांगत होती. आयुष्यात पहिल्यांदाच मी मृत्यू प्रत्यक्ष पाहत होते. या गोष्टीसाठी पूर्वतयारी करताच येत नाही. आपण टीव्ही किंवा सिनेमाच्या पडद्यावर जे बघतो, ते अजिबातच खरं नसतं. त्यात माणसाला कुठलाही रोग का झालेला असेना, तो शांतपणेच मरताना दाखवतात. मरण वेदनारहित असतं असंच ते पाहून आपल्याला भासतं. पण भयंकर आजार झालेले लोक असे शांतपणे मरत नाहीत. एकेका श्वासासाठी त्यांची तडफड चाललेली असते. आईला त्या मरणयातना भोगताना पाहणं हा एक क्लेशदायक अनुभव होता आणि मी तो कधीही विसरणं शक्य नाही. एका क्षणी तर मी व्हेनेसाचे डोळे झाकण्याचा प्रयत्न केला, पण तिनं मला तसं करू दिलं नाही. आम्ही दोघींनी दोन्ही बाजूंना बसून तिचे हात हातात घेतलेले होते आणि तशाच अवस्थेत आई गेली. ती गेली आहे आणि आता सगळं संपलं आहे, हे कळूनही आम्ही कितीतरी वेळ तशाच शांत बसून राहिलो. मागे जे काही घडलं ते घडलं, पण आम्ही दोघी तिच्यावर प्रेम करत होतो ही जाणीव घेऊन ती गेली. वडिलांना बातमी कळताच आम्हांला सावरायला ते ताबडतोब आले आणि आल्यावर तासभराहून जास्त काळ आईच्या मृतदेहाजवळ एकटेच बसून राहिले. लोकांना फोन करून बोलावून घ्यायला हवं, हे आम्हांला काही वेळानं उमगलं. मला तर काही वेळा वाटतं की तिच्या अंतिम दिवसांमध्ये तिची एकही मैत्रीण तिला भेटायला आली नव्हती, मग आता त्यांना बोलावण्यात काय अर्थ आहे? मला जेवढं माहिती आहे, त्यानुसार आईच्या लग्नात तिच्याबरोबर असणारी व्हेरादेखील आईच्या अखेरच्या दिवसांत तिला भेटायला आली नव्हती. मला कुणाला दोष द्यायचा नाही, पण मरताना आईच्या निदान वेदना तरी कमी व्हाव्यात याची काळजी योग्य तऱ्हेनं घेतली गेली नव्हती. आईला खूप वेदना झाल्या आणि तिला मिळायला हवी होती तशी खाजगी परिचारिका शेवटपर्यंत मिळालीच नाही. शुश्रुषालयातली व्यवस्था चांगली होती आणि तिथल्या नर्सेस वेळोवेळी येऊन मॉर्फिनचं इंजेक्शन द्यायच्या, पण तिथे हालवण्यापूर्वी मात्र तिला म्हणावी तशी वैद्यकीय मदत मिळाली नाही आणि तिथे नेईपर्यंत उशीर होऊन गेला. त्यानंतर कशाचाच काही उपयोग झाला नाही. आजारी आणि अपंग लोकांची काळजी घेण्याकरता चालवल्या जाणाऱ्या आश्रमांचा आम्ही त्यावेळी शोध घेतला होता, पण ज्या अशा संस्था आमच्या जवळपासच्या भागात होत्या, त्या आधीच पूर्ण भरल्या होत्या. मला तर वाटतं की

आई आमच्या हाताला न लागण्याचं एक कारण, तिच्या डॉक्टरांनी मी वा व्हेनेसाशी न बोलता जॉनशीच तिच्याबाबत सदैव बोलण्याचा जो हट्ट धरला, तो होता; कारण जॉन जाणून-बुजून बेफिकीरच होता.

माझ्या आईला आवश्यकतेपेक्षा खूपच जास्त त्रास झाला यात काही शंकाच नाही - आणि अशी वागणूक मिळणाऱ्या कित्येक हजारांपैकी ती फक्त एक होती. नैसर्गिक मृत्यूच्या पोकळ आनंदापायी आपण लोकांना अक्षरश: अखेरच्या श्वासापर्यंत वेदना सहन करायला भाग पाडतो, ही गोष्ट माझ्या मते विलक्षण म्हणायला हवी. काही तास वा दिवसांमध्ये तुम्ही नक्की मरणार असताना, होणाऱ्या वेदनांमध्ये नैसर्गिक काय असतं? आईबाबतचा अनुभव मला आला नसता तर मी असं बोलू शकले नसते, पण तो अनुभव घेतल्यानंतर आता मला वाटतं, की आपण जात्या जिवाला जी वागणूक देतो, ती कधीकधी अमानुष प्रकारची असते. यात नैतिकतेचा मुद्दा येतो हे मला मान्य आहे, पण मला अशी शंका आहे, की जगातल्या इतर अनेक गोष्टींप्रमाणेच इथेही फक्त नैतिक प्रश्नच नाही, तर आपल्यावर रुग्णाचे नातेवाईक कोर्टात खटला तर भरणार नाहीत ही प्रचंड भीती संबंधित वैद्यकीय व्यावसायिकांच्या मनात असते. या समस्येचं उत्तर माझ्याकडे नाही, पण सध्या जे काही चाललं आहे, त्यापेक्षा चांगलं काहीतरी असणं शक्य आहे हे मात्र मला नक्की माहीत आहे. आई गेल्याच्या दिवशीच मी कॅंटरहॅममधल्या तिच्या त्या शुश्रुषालयाचे प्रमुख, डॉ. कार्क यांच्याशी बोलले होते. 'वेदना सहन न होऊन ती अक्षरश: रडते आहे, तिला लवकर मरण येण्यासाठी तुम्ही काही तरी तर करू शकत असाल?' मी त्यांना विचारलं.

त्यांचं उत्तर होतं- 'तुम्ही तुमच्या कुत्र्यालासुद्धा असं वेळेआधी मारणार नाही, नाही का?' मृत्युपंथाला लागलेल्या व्यक्तीच्या अगदी शेजारी बसल्याशिवाय, एखाद्याला वेदनांनी तळमळत असलेलं, मॉर्फिनचा पंप बसवलेल्या अवस्थेत मृत्यूची वाट पाहत असलेलं बघणं किती क्लेशकारक असतं, हे तुम्हांला कळत नाही. मला तो मॉर्फिनचा पंप जोरात चालायला लागावा आणि सगळं लवकर संपून जावं असं वाटत होतं. मला आईच्या वेदना अगदी पाहवत नव्हत्या आणि लोकांना हे ऐकून कदाचित धक्का बसेल, पण डॉक्टरांनी मला जर सांगितलं असतं, की 'हे घे, या गोष्टीमुळे तुझ्या आईला लवकर मरण येईल. हे काम मी करणार नाही, पण तुला हवं असल्यास तू ते करू शकतेस', तर मी ते नक्की केलं असतं.

आईचा अंत्यविधी बिगीन हिलच्या सेंट मार्क्स चर्चमध्ये करण्यात आला. त्यावेळेपर्यंत एकूणच सगळ्या गोष्टींमुळे मला इतकं नैराश्य आलं होतं, की माझ्या डोळ्यातून अश्रूचा एक थेंबही बाहेर पडला नाही. आई गेली होती, माझ्यात आणि डॅनमध्ये विसंवाद सुरू होता आणि त्यावेळी मला कुणी तसं सांगितलं

नव्हतं, तरी नैराश्यामुळे मी पार गळून गेले होते. मला आतून खूपच वैफल्य जाणवत होतं आणि मी जणू क्षणाक्षणापुरती जगत होते. आईच्या अंत्यविधीच्या वेळेस धर्मगुरू जॉननं तिच्याबद्दल पुरवलेल्या माहितीच्या आधारे लिहिलेला शांतिपाठ वाचत होते, पण त्यातले शब्द माझ्या कानातही शिरत नव्हते. तिची खरोखर काळजी असणाऱ्या मैत्रिणी तिला होत्या, असलं काहीतरी ते वाचत होते. खरं तर तिला फारशा मैत्रिणी वा मित्र नव्हते कारण ते त्याचेही मित्र-मैत्रिणी असले तरच त्याला ते आवडायचं, अन्यथा नाही. पण जेव्हा त्यांची तिला सर्वाधिक गरज होती, तेव्हा ते कुठे होते? जॉननं तिथे असा काही दिखावा मांडला होता की बस! त्याचं तिच्या शवपेटीच्या मागून दुःखी चेहऱ्यानं चालणं, एक प्रेमळ आणि पत्नी-वियोगानं व्याकूळ झालेला विधुर गृहस्थ असल्याचं दाखवणं... सगळं नाटक होतं.

आईचं दुःख करणं ही खूप अवघड गोष्ट होती. सामान्यतः आपलं जिच्यावर प्रेम होतं अशी व्यक्ती गेली, तर तिच्या सुंदर आठवणींनी मनाला दिलासा मिळतो, पण दुःखाची गोष्ट अशी होती की आईबद्दलची एकही सुखद आठवण ना माझ्याकडे होती, ना व्हेनेसाकडे. माझ्या आईला जगण्याची भीती वाटत असायची आणि तिला आणखीनच घाबरवून टाकणारा पुरुष तिला मिळाला होता. तिच्यात आत्मविश्वास आणि आत्मगौरवाची जी काही पुसटशी भावना असेल-नसेल, तीही त्यानं पूर्णपणे संपवून टाकली होती. ती एक पूर्णतया नकारात्मक आयुष्य जगली आणि पुढे जेव्हा आजारपण उद्भवलं, तेव्हा त्यामुळे तिची आणखीनच दुर्दशा झाली असावी. पण त्याची (जॉनची) निवड तिनंच केली होती. दुसऱ्या वेळेला त्याला नकार देण्याची संधीही तिला मिळाली होती, पण तिनं तसं केलं नाही आणि तिथेच तिचं भवितव्य निश्चित झालं होतं.

पंधरा

सरकारवर दावा

२००३ सालात माझ्या खाजगी जीवनात दरी पडत होतीच, पण साधारण वर्षभर आधी सुरू झालेल्या एका प्रकरणासंदर्भात मला सरकारशी एका महत्त्वाच्या गोष्टीबाबत चर्चा करणं आवश्यक होतं. 'जॉब सेंटर प्लस' या रोजगार विनिमय केंद्रात आम्ही गेली काही वर्षं आमच्या ॲन समर्समधल्या नोकरीविषयक जाहिराती द्यायचो. सन २००२च्या सुरुवातीला मला असं कळलं, की ते लोक आता आमच्या जाहिराती स्वीकारायला नकार देत आहेत. जॉब सेंटर प्लस रोजगार आणि निवृत्तिवेतन विभागाच्या अखत्यारीत येत होतं आणि त्यांच्या धोरणातला हा बदल आम्हांला कळत नव्हता. चौकशी केल्यावर आम्हांला असं कळलं की हे करण्यामागचं कारण त्यांनाही माहीत नव्हतं. मग असं निष्पन्न झालं की ॲन समर्स हे सेक्स शॉप असल्यामुळे जॉब सेंटर प्लसनं त्यांच्या नोकरीविषयक जाहिराती देणं उचित नाही, असा निर्णय त्या संस्थेतल्या कुणीतरी अचानक घेतला होता. आपण काय करायला हवं हे कळत नसलं, की असंच होतं. अशा लोकांचं स्वत:चं वेगळंच एक तत्त्वज्ञान असतं आणि त्यांच्या डोक्यात जे असेल, त्यापलीकडे त्यांना काही दिसतच नाही.

गेल्या इतक्या वर्षांमध्ये आम्ही त्यांच्याकडून कितीतरी लोक घेतले आहेत आणि त्यातले काही आता व्यवस्थापकीय पदांवर काम करत आहेत, असं मी त्यांना लिहिलं. त्यावर त्यांचं उत्तर आलं की, लैंगिक संबंधविषयक कुठल्याही उद्योगाच्या नोकरीविषयक जाहिराती आम्ही स्वीकारत नाही. मग मी त्यांना परत पत्र लिहिलं, की आम्ही सेक्स शॉप नाही, याचं कारण त्यासाठी मुळात दुकानाचा परवाना लागतो आणि आमच्या दुकानांना परवाने नाहीत याचं कारण त्यांना ते आवश्यक नाहीत. याशिवाय, आम्ही आजवर दोन हजार कर्मचारी आणि सात

हजार पाचशे आयोजकांना काम दिलेलं आहे, ज्यांमध्ये स्त्रियांचं प्रमाण मोठं आहे आणि आमच्यासाठी काम करणं त्यांना कुठल्याही प्रकारे अवघड वाटलेलं नाही, पण तरीही जॉब सेंटर वाल्यांची नकारघंटा कायमच होती, म्हणून मी त्यांच्या लोकांना आम्हांला भेटण्यासाठी आणि आमचं काम कसं चालतं, ते पाहण्यासाठी यायचं आमंत्रण दिलं; ते इमानदारीनं आलेसुद्धा. डब्लिन महानगरपालिकेच्या लोकांप्रमाणेच आम्ही या लोकांनाही आमची काही दुकानं दाखवून आणली आणि मग आमच्या मुख्य इमारतीमध्ये फिरवलं. त्यांच्या जॉबसेंटरप्लसमधून आम्ही निवडलेल्या लोकांशी त्यांची भेटही आम्ही करून दिली, पण त्यांचं मत पक्कं असल्याचं आम्हांला जाणवलं. डब्लिनच्या लोकांप्रमाणेच याही लोकांची वेगळा विचार करण्याची तयारी नव्हती.

त्यांच्याशी असा विविध प्रकारे संपर्क साधल्यानंतर आमच्या हेही लक्षात आलं, की ॲन समर्स त्यांच्या निकषात बसू नये यासाठी त्यांनी आपलं धोरणच नव्यानं लिहून काढलं होतं. आम्ही मग कायद्याची वाट चोखाळण्याचा निर्णय घेतला आणि आमच्या वकिलांना पाचारण केलं. त्यांचं धोरण वाचल्यानंतर, ते आम्हांला बाजूला ठेवण्याच्या दृष्टीनंच तयार केलं गेलं आहे, याला आमच्या वकिलांनीही दुजोरा दिला. मला या गोष्टीचा खूप संताप आला कारण याचा अर्थ आता आम्हांला आमच्याकडच्या जागा खाजगी संस्थांमार्फत भरणं जबरदस्तीनं भाग पाडलं जात होतं, म्हणजेच त्यामुळे आमच्यावर वर्षाला २,५०,००० पाउंड खर्चाचा अतिरिक्त बोजा पडणार होता. शिवाय, जॉब सेंटर प्लसकडे नाव नोंदवणाऱ्या तरुण-तरुणींना नोकरीची संधी नाकारली जाणार होती ते वेगळंच. नोकरी करू इच्छिणाऱ्या लोकांना आमच्या कंपनीत अर्ज करायला लाज वाटेल असं या सरकारी शहाण्यांनी ठरवून टाकलं होतं, पण सत्य परिस्थिती अशी होती, की आमच्या कामाबद्दल त्यांना एकाही उमेदवाराकडून तक्रार ऐकायला मिळाली नव्हती आणि त्यांच्याकडे काम करणाऱ्या कुणा कर्मचाऱ्याचीही आमच्याबद्दल काही तक्रार नव्हती.

'पिन्सेंट कर्टिस बिड्ल' या वकिली फर्मचे जॉफ टायलर, यांच्यावर माझा पूर्ण विश्वास आहे. त्यांनी असं सुचवलं की आम्ही या बाबतीत उच्च न्यायालयाचे दरवाजे ठोठावू शकतो. आपण असं करू शकतो हा विचार क्षणभर आश्चर्यचकित करणारा होता, पण ही कल्पना मनात रुजायला लागली, तसतसं मला आपण हे करायलाच हवं, असं जाणवलं. मला यावरून काही वर्षांपूर्वी डब्लिनमध्ये आमचं दुकान सुरू करतानाची परिस्थिती आठवली आणि त्याहीपूर्वी, १९८५मध्ये ब्रिस्टॉल इथे मला जवळजवळ अटक होण्याची वेळ आली होती, त्याचीही आठवण झाली. या सगळ्यामध्ये दडपशाहीची झाक होती आणि माझ्या बाबतीत असं काही झालं,

तर झुंजीच्या बैलाला लाल रंगाचं कापड दाखवल्यावर तो जसा पिसाटतो, तशी माझी गत होते. मी जॉब सेंटरवाल्यांना आव्हान देऊ शकते हे मला जाणवलं. हे प्रकरण न्यायालयात नेणं खर्चीक असणार आहे, हेही मला ठाऊक होतं. कोर्ट-कचेरीमुळे आमची कंपनी जास्त काळ प्रकाशझोतात राहण्याचा आणि आम्हांला व्यवसायात अडचण निर्माण होण्याचा धोका होता, पण इथे सरकार तरुणांना रोजगाराची एक संधी नाकारत असल्यामुळे जनमत आमच्या बाजूनं असेल, याबद्दल मला आत्मविश्वास वाटत होता. बुधवार, दिनांक ११ डिसेंबर, २००२, या दिवशी आम्ही 'रॉयल कोर्ट ऑफ जस्टिस'मध्ये, राज्यमंत्री निक ब्राऊन आणि रोजगार व निवृत्तिवेतन खात्यावर दावा दाखल केला. खटल्याच्या सुनावणीसाठी शुक्रवार, दिनांक १६ मे, २००३ ही तारीख ठरली.

रॉयल कोर्ट ऑफ जस्टिसच्या आवारात प्रवेश करणं हा एक छाती दडपून टाकणारा अनुभव असतो - आवारातल्या इमारती माझ्या मते याच हेतूनं बांधल्या गेल्या आहेत. लंडनच्या स्ट्रँड भागात ही न्यायालयं आहेत आणि जी.ई.स्ट्रीट नावाच्या व्यक्तीनं जिचा आराखडा तयार केला होता, त्या भव्य, गोथिक शैलीच्या इमारतीमध्ये त्यांचं कामकाज चालतं. या बांधकाम प्रकल्पाचा आवाका एवढा प्रचंड होता की त्यामुळे आलेल्या ताणामुळेच स्ट्रीटचं अकाली निधन झालं अशी वदंता आहे. इमारतीत एकूण एक हजार खोल्या आहेत. संपूर्ण इमारतीची वास्तुरचना इतकी चित्तवेधक आहे, की आपल्याला ती बघून अक्षरश: थक्क व्हायला होतं. देशातल्या आत्यंतिक गंभीर स्वरूपाच्या दिवाणी दाव्यांची, अब्रूनुकसानीसंबंधी खटल्यांची आणि खालच्या कोर्टाच्या निर्णयाविरुद्ध केलेल्या अपिलांची सुनावणी या न्यायालयांमध्ये चालते. इमारतीतल्या १००० खोल्यांपैकी ८८ खोल्यांमध्ये प्रत्यक्ष न्यायालयं भरतात आणि या सगळ्या खोल्यांमध्ये जाऊन कामकाज बघण्याची आम जनतेला पूर्ण मुभा आहे, पण कामकाजामध्ये व्यत्यय आणणाऱ्यांना मात्र न्यायाधीश तत्परतेनं ताकीद देतात.

...तर सगळी मिळून ५ फूट २ इंच उंची- (ज्यात चांगली चार इंच उंच टाचांची चप्पलही अंतर्भूत आहे) असलेली मी, इथे या अत्यंत भव्य, अंगावर येणाऱ्या आणि अगदी औपचारिक, गंभीर वातावरण असलेल्या इमारतीमध्ये चालते आहे.

इतर लोक काय करत आहेत आणि कसे करत आहेत, याची मला नेहमी खूप जिज्ञासा असते, त्यामुळे इथे मी माझ्याच खटल्याच्या संदर्भात आले असले तरी या एकंदर प्रक्रियेनं मी खूप भारावून गेले होते. आमच्या स्त्री-बॅरिस्टरला भेटण्याचा क्षण माझ्यासाठी खूप महत्त्वाचा होता कारण आम्ही कशाकरता लढा देत आहोत, यावर तिचा संपूर्ण विश्वास आहे की नाही, हे मला जाणून घेणं आवश्यक होतं.

तिचं नाव होतं केट गॅलाफेंट. ती तरुण होती आणि तिच्याशी बोलत असताना मला लगेचच तिच्याबद्दल आदर वाटला. ती माझ्या पाठीशी आहे, अशीच माझी भावना झाली. ती अत्यंत बुद्धिमान होती. तिनं असा युक्तिवाद केला की यापूर्वी आम्हांला जाहिराती देण्यात आडकाठी केली गेली नव्हती आणि त्यामुळे संस्कृती नष्ट झाल्याचं ऐकिवात आलेलं नाही. समाजातल्या काही विशिष्ट गटांच्या दृष्टीनं अपमानास्पद असू शकतील अशी कामं ज्यांच्याकडे आहेत, अशा इतर कंपन्या जॉब सेंटर प्लसकडे आपल्या जागांच्या जाहिराती देऊ शकत असताना आम्हांला मात्र त्याची परवानगी नाकारणं अन्याय्य ठरेल, असा मुद्दा तिनं उपस्थित केला. उदाहरणार्थ, कोशर नसलेल्या अन्नपदार्थ विक्रीच्या कंपन्यांमध्ये ज्यू वंशाच्या लोकांना किंवा हलाल पद्धतीनं मटण न करणाऱ्या खाटकांच्या दुकानात मुस्लीम लोकांना काम करावं असं वाटेल का? शिवाय, लिबर्टी आणि सेलफ्रिजेस या डिपार्टमेंटल दुकानांच्या साखळ्यांमध्येही सेक्ससंबंधित खेळणी ठेवली जातात आणि त्यांना जॉब सेंटरमध्ये जाहिरात देण्याची मुभा आहे. केट पुढे म्हणाली की, लोकांना लाजच वाटायची असली तर सेलफ्रिजेसच्या दुकानात, जिथे त्यांना व्हायब्रेटरसारखी वस्तू दिसणं अपेक्षितच नाही, तिथे ती दिसल्यावर नक्कीच वाटेल, आमच्या दुकानांमध्ये जाणून-बुजून अशाच गोष्टी असल्यामुळे आमच्याकडे वाटणार नाही.

न्यायासनावर न्यायमूर्ती श्री. जस्टिस न्यूमन होते आणि केटचा हा युक्तिवाद ऐकून त्यांचे डोळे लुकलुकलेले मला दिसले. मध्येच केव्हातरी एकदा ते म्हणाले, पण ऑक्सफर्ड स्ट्रीटवरच्या दुकानाचा तळमजलासुद्धा मला लाज आणणारा वगैरे वाटला नाही. अरे देवा! -माझ्या मनात आलं, ते तिथे जाऊन आले आहेत. त्यांनी त्यांचं स्वत:चं संशोधन केलं होतं हे तर स्पष्टच होतं. ते न्याय्य बुद्धीचे असावेत असं मला नक्की वाटत होतं, पण त्यांनी आपला निवाडा लगेचच न दिल्यामुळे माझ्या मनात नाही म्हटलं तरी धाकधूक होती - सुमारे महिनाभर! महिन्याभरानं आपला निर्णय ऐकवताना ते म्हणाले की ॲन समर्सला मुद्दाम वेगळी वागणूक देण्यात येत आहे. ते पुढे असंही म्हणाले की जॉब सेंटरचं धोरण रोजगार देऊ इच्छिणाऱ्या कंपन्यांना साहाय्य करण्याच्या त्यांच्या कायदेशीर जबाबदारीचा पुरेसा आदर न करणारं आहे, असं दिसतं आहे आणि ॲन समर्समध्ये नोकरी करण्याद्वारे इच्छुक उमेदवारांना जो फायदा होऊ शकतो, त्याबद्दल तर ते संपूर्ण अनादर दाखवणारं भासतं आहे. ॲन समर्स सारख्या कंपन्यांच्या नोकरीविषयक जाहिराती इच्छुक उमेदवारांना फारशा अडचणीच्या वाटू नयेत अशा पद्धतीनं तयार करून घेऊनही त्या स्वीकारता येतील, या शक्यतेकडे हे धोरण दुर्लक्ष करतं आहे, हेही त्यांनी नमूद केलं.

आम्ही जिंकलो होतो! हा एक महत्त्वाचा क्षण होता आणि प्रसारमाध्यमांनी संपूर्ण खटल्यादरम्यान त्याला आणखीनच महत्त्वाचं केलं होतं यात शंकाच नाही. जनमत आमच्या बाजूनं आहे, ही जाणीवही सुखद होती. मला हा खटला जिंकायचा होता कारण मला जिंकायला आवडतं. पण त्याचबरोबर मी न्यायप्रिय आणि प्रामाणिकही आहे. मला राग कशाचा आला असेल, तर जॉब सेंटरवाल्यांनी न्याय आणि समानतेचे सगळे नियम पायदळी तुडवले होते, याचा. तुमची एखाद्या गोष्टीवर जेव्हा एवढी श्रद्धा असते, तेव्हा तुम्हांला योग्य फळ मिळण्याची अपेक्षा असते. आणि आता आम्हांला ते मिळालं होतं.

उच्च न्यायालयातून आम्ही बाहेर पडलो, तर बाहेर डझनांनी छायाचित्रकार आणि टी.व्ही. वाहिन्यांचे वार्ताहर आपापल्या लवाजम्यासह आमची वाटच पाहत होते. मी वार्ताहरांना एक छोटसं निवेदन दिलं आणि 'बीबीसी', तसंच 'चॅनल फोर' यांना मुलाखती दिल्या. त्या दिवशी डॅन गोल्फ खेळायला बाहेरगावी गेला होता आणि माझे कुटुंबीय, तसंच सहकारी मंडळी आपापल्या कामात व्यग्र होती, त्यामुळे आमच्या कंपनीचा मानव संसाधन विकास संचालक असलेला गॅरी बर्गहॅम आणि आमचे कायदाविभागातले लोक, यांना घेऊन मी आता अत्यावश्यक वाटणारी शँपेन घ्यायला आणि दुपारच्या जेवणाला हॉटेलमध्ये गेले.

एरवी आत्यंतिक निराशाजनक असलेल्या त्या कालखंडात, सरकारविरुद्ध खटला जिंकणं ही एकमेव चांगली घटना होती. माझं नैराश्य- ते नेमकं नैराश्यच होतं, हे मला अजूनपर्यंत कळायचं होतं- आणखीनच वाढलं होतं. माझ्या डोक्यावरचं आईचं छत्र हरपलं होतं, पण तशातही मला आयव्हीएफचा तिसरा प्रयत्न करण्याची शक्ती पैदा करावी लागली होती. आणि वेळ तरी कशी येते पाहा, आयव्हीएफसाठी माझी अंडी बरोबर आईच्या अंत्यविधीच्या दुसऱ्या दिवशी घेतली गेली होती. तरी मी आधी डॉक्टरांना विचारलं होतं, की आपण हे पुढे ढकलू या का म्हणून, पण त्या म्हणाल्या त्यानं काही फरक पडणार नाही. मला ते काही तितकंसं पटलं नव्हतं - मनावर असलेल्या ताणाचा काहीच परिणाम होणार नाही कसा? आधीच्या हॉस्पिटलातल्या पहिल्या प्रयत्नानंतर दुसऱ्या वेळेपासून आम्ही चेल्सीमधल्या लिस्टर हॉस्पिटलमध्ये जायला लागलो होतो. ते या प्रकारच्या उपचारांसाठी सर्वोत्तम मानलं जातं. व्यक्तिश: आम्हांला आधीच्यापेक्षा या ठिकाणी सर्वसाधारणपणे जास्त चांगला अनुभव आला होता, पण पुन्हा एकदा आमच्या पदरी अपयशच आलं.

हे सगळं घडत असताना माझे डॅनबरोबरचे संबंध घसरणीला लागले होते. आम्हांला एकमेकांच्या सहवासात पूर्वीइतका आनंद आता मिळेनासा झाला होता. मला जी भीती वाटत होती, तसंच झालं, मूल होण्याच्या तीव्र इच्छेमुळे आम्हा

दोघांमध्ये फूट पडायचा धोका निर्माण झाला होता. एखाद्या नातेसंबंधामध्ये जेव्हा एखादी गोष्ट बिनसते आणि ती बराच काळ तशीच राहते, तेव्हा तोपर्यंत कदाचित खोलवर कुठेतरी सुप्तावस्थेत असलेल्या इतरही समस्या डोकं वर काढायला लागतात. डॅनच्या बाबतीत विशेषत: असंच होत होतं. नंतर एकदा त्यानं मला सांगितलं, की या वेळी, मुलांशिवाय तो माझ्याशी संबंध ठेवू शकेल की नाही याचा विचार तो करायला लागला होता. आपल्याला आवडणारी व्यक्ती कदाचित आपल्याला पुरेशी ठरणार नाही, ही चिंता त्याला सतावत होती आणि एकंदरीतच नकारात्मक विचारांनी त्याला घेरून टाकल्यामुळे त्याला मग प्रत्येकच गोष्टीबद्दल शंका यायला लागली होती. म्हणजे डॅन समस्या शोधत फिरत होता का? मला माहीत नाही. मला फक्त एवढंच माहीत होतं, की आमच्या संबंधातल्या चांगल्या बाजू त्याला दिसेनाशा झाल्या होत्या आणि त्यामुळे मीदेखील खाली ओढली चालले होते. मी त्याला मोठं चित्र पाहण्यात मदत करण्याचा प्रयत्न करत होते, पण तेही करायचं आणि स्वत:ची काळजीही घ्यायची, हे दोन्ही मला जमतच नव्हतं. मला माझी काळजीसुद्धा नीट घेता येत नव्हती.

आईच्या मृत्यूतून मी पुरती सावरली नव्हते, पण आत्यंतिक दु:खातही मी कशीबशी स्वत:ला सांभाळत होते. आयुष्यभर मी हेच करत आले आहे. आई-वडिलांचं छत्र गेल्यामुळे एकाकी वाटणाऱ्या लोकांचं समुपदेशन करणाऱ्या कुणाशी तरी बोलायचा निर्णय मी घेतला खरा, पण कुणाशी बोलावं, हे मला अजिबात ठाऊक नव्हतं. मी प्रसिद्ध व्यक्ती असल्यामुळे, आपण कुणाला भेटतो याची काळजी घेणं मला आवश्यक होतं, कारण न जाणो त्या व्यक्तीनं याचा गैरफायदा घ्यायचा प्रयत्न केला तर? म्हणून मी बीची कोलकॉला भेटायचं ठरवलं. बीचिनं अनेक मोठमोठ्या लोकांबरोबर काम केलेलं होतं, जसं एल्टन जॉन, मायकल जॅक्सन आणि केट मॉस. मला वाटलं चला, या माणसाला निदान गुप्तता राखण्याचं तरी कळत असेल. बीचि टी.व्ही.वरच्या अनेक कार्यक्रमांत येऊन गेला होता, त्यानं बरीच पुस्तकंही लिहिली होती आणि त्याचं चांगलं नाव होतं. निदान तसं वाटत होतं. सन २००६मध्ये 'ब्रिटिश असोसिएशन फॉर काऊन्सेलिंग अँड सायकोथेरपी'च्या यादीतून त्याचं काढून टाकण्यात आलं होतं, कारण अनेक स्त्री-रुग्णांनी त्याच्या गैरवर्तनाबद्दल तक्रारी केल्या होत्या.

पण हे २००३ साल होतं आणि तेव्हा तो चांगला सुप्रतिष्ठित होता. माझ्या डोक्यात इतका गोंधळ माजला होता की त्याला कसं शोधावं हे न कळून मी डिरेक्टरी एन्क्वायरीला विचारून त्याचा फोन आणि फॅक्स नंबर घेतला. मला त्याच्याशी प्रत्यक्ष बोलायचं नव्हतं त्यामुळे माझ्या जीवनामध्ये जे काही चाललं होतं ते आणि मला त्याची मदत का हवी आहे ते, असं सगळं लिहून त्याच्याकडे

पाठवून दिलं. त्यात मी माझा फोन नंबरही दिला होता, जेणेकरून तो मला फोन करून भेटण्याची तारीख आणि वेळ ठरवू शकेल. दुसऱ्या दिवशी मला एका भलत्याच इसमाचा फोन आला. हे कोलकॉ गॅरेज आहे आणि आम्ही कारची कामं करतो. शीट! मी एका भलत्याच माणसाला फॅक्स करून माझ्याबद्दल सगळं काही सांगून बसले होते. लहानपणी माझा झालेला छळ, डॅनबाबतच्या समस्या, सगळं काही! मी अगदी गर्भगळीतच झाले. त्यात फोनवर बोलणारा तो माणूस फोन ठेवायलाच तयार नव्हता. तो तिकडून नुसता बोलतच सुटला होता. अखेर मी त्याची माफी मागितली आणि फोन ठेवूनच दिला. आता पुन्हा पहिल्यापासून सुरुवात करावी लागणार होती.

आईच्या अंत्यविधीच्या थोडं आधीपासून डॅनचं वागणं बदलून गेलं होतं. तो उशिरानं घरी यायला लागला आणि माझ्या मनात नसत्या शंका यायला लागल्या. बेन आणि पॉल प्रकरणांपासून मला फसवणूक करणाऱ्या पुरुषांबद्दल जरा-जरा कळायला लागलं होतं, हे मी याआधी सांगितलंच आहे. जुलै महिन्याच्या सुरुवातीला, गर्भ पुन्हा माझ्या गर्भाशयात सोडण्यात आल्यानंतर एके दिवशी रात्री मला राहवलंच गेलं नाही आणि मी त्याच्या फोनवरचे मेसेजेस पाहायला लागले. स्टेफ नावाच्या एका मुलीचा एक मेसेज होता, जो अगदीच खुल्लमखुल्ला होता. त्यावर त्यानं तिला, 'यू रॉक' असं उत्तर दिलं होतं. मी कुणीतरी आपल्या पायाखालचा आधारच काढून घ्यावा तशी कोसळले. मी ताबडतोब त्याला झोपेतून उठवलं आणि जाब विचारला. त्यानं अर्थातच कानांवर हात ठेवले, पण माझा त्याच्यावर विश्वास बसला नाही. दुसऱ्या दिवशी सकाळी परिस्थिती तंगच होती आणि आदल्या रात्री आमचं जोरदार भांडण झालं असल्यामुळे मी त्या मेसेजेसबद्दल खूप नाराज असतानाही तो नेहमीप्रमाणे उठून कामावर निघून गेला. नंतर त्यानं मला फोन केला आणि त्या मुलीनं आपल्या मेसेजचं स्पष्टीकरण दिल्याचं मला सांगितलं. तिची चूक झाली होती आणि आपल्या प्रियकराला पाठवण्याचा एसएमएस तिनं चुकून डॅनला पाठवला होता. पण त्यानं तिला पाठवलेल्या उत्तराचं काय? हा प्रश्न अनुत्तरितच राहिला.

नंतरच्या काही दिवसांत त्यानं अनेक ई-मेल्स येण्याची व्यवस्था केली. त्यातली पहिली मेल त्या मुलीनं काय आणि कसं चुकून घडलं, त्याचं स्पष्टीकरण देणारी होती, जी त्यानं तत्परतेनं मला तशीच पुढे पाठवून दिली. ही मेल मुद्दाम लिहवून घेतली आहे, आणि त्यानं आधी मला सांगितलेल्या कहाणीच्या पुष्ट्यर्थ आहे, हे मला माहीत होतं, पण मी तसं सिद्ध करू शकत नव्हते आणि तसंही, एकमेकांना घाणेरडे मेसेजेस पाठवले असले, तरी ती दोघं एकमेकांबरोबर झोपली नव्हती अशी मी स्वत:ची समजूत घातली होती. आपल्याला हे परिचयाचं आहे या

भावनेनं मी त्या मुलीला फोन करायचं ठरवलं. हे मी यापूर्वीही केलेलं असल्यामुळे मला त्याबद्दल काहीही वाटत नव्हतं. बेन आणि पॉल मला फसवत असताना मी जे केलं होतं, तोच मार्ग मी आत्ताही अनुसरायचं ठरवलं कारण खोटेपणा, दणकून 'नाही' म्हणणं वगैरे गोष्टींमध्ये मला वेळ वाया घालवण्याची अजिबात इच्छा नव्हती. मला या प्रकरणाच्या मुळाशी लवकर पोहोचायचं होतं आणि जे असेल ते मला माझ्या कानांनी ऐकायचं होतं. अडचण अशी होती की मला त्या मुलीचा फोन नंबर माहीत नव्हता. ती दुसऱ्या एका बँकेच्या शेअर खरेदी-विक्री विभागात काम करते, एवढी माहिती मला होती, त्यामुळे मला हुशारीनं पावलं उचलणं आवश्यक होतं. डॅननं मला दाखवलेल्या एका ई-मेलमध्ये मी बँकेचं नाव पाहिल्याचं मला आठवलं आणि मी नेहमी जी युक्ती करते, तसंच केलं. मी सरळ त्या बँकेत फोन केला आणि मी स्टेफशी बोलू शकते का असं विचारलं. तिच्या नावाचं लघुरूप वापरलं आणि मी तिची मैत्रीण आहे असं सांगितलं, तर त्यांना काही विशेष वाटणार नाही असा माझा कयास होता. तसंच झालं आणि त्यांनी माझा फोन तिला जोडून दिला. मी तिला एसएमएसबद्दल विचारलं आणि आश्चर्य म्हणजे तिनं डॅनचीच कहाणी सांगितली. मी मग तिला ती 'खरं बोलते आहे का?' असं विचारलं. त्यावर ती होय म्हणाली आणि खळखळून हसली. खरं तर पूर्ण संभाषणादरम्यान ती हसतच होती. ते कसंतरीच वाटत होतं. मी डॅनबरोबरच्या संबंधामध्ये सर्वच प्रकारे इतकी काही गुंतवणूक केली होती, की या बाबतीत त्याला संशयाचा फायदा देण्याचं मी ठरवलं. आम्ही दोघं या विषयावर बोललो आणि आपल्याला एकमेकांबरोबरच राहण्याची इच्छा आहे असं ठरवलं, पण या वर्षाच्या सुरुवातीपासून आमचं गाडं जसं काही चाललं होतं, ते या घटनेनंतरही तसंच पुढे चालत राहिलं. म्हणजेच, आम्ही त्यात काहीही सुधारणा करू शकलो नव्हतो, फक्त आमच्यातल्या समस्यांवर आम्ही पांघरूण तेवढं घातलं होतं.

सोळा

अनिता : एक शोकांतिका

१६ जुलै, २००३, या दिवशी मला ज्युली हॅरिसचा तातडीचा फोन आला. तिनं मला सांगितलं की तिला एका माणसाचा फोन आला होता आणि नॉटिंगहॅममध्ये दोन दिवसांपूर्वी त्याच्या अनिता नावाच्या मैत्रिणीच्या घराला आग लागली, असं त्यानं सांगितलं होतं. अग्निशमन दलाच्या लोकांनी ही आग आमच्या कंपनीच्या रॅम्पण्ट रॅबिट या व्हायब्रेटरमुळे लागल्याचं तिला सांगितलं होतं. अनिताला वारंवार नैराश्याचे झटके यायचे आणि दुर्दैवानं वर्षभरापूर्वीच तिची आठ वर्षांची मुलगी वारली होती. त्या एवढ्याशा मुलीला एक जीवघेणा आजार झाला होता, पण तिला ज्यात ठेवलं होतं, त्या हॉस्पिटलमधल्या लोकांच्या हलगर्जीपणामुळे तिला लवकर मरण आलं होतं; आणि आता घराला लागलेल्या आगीमुळे अनिताच्या बहुतांश चीजवस्तूंसह, तिच्या मुलीची आठवण म्हणून तिनं जपलेल्या अमूल्य वस्तूही जळून खाक झाल्या होत्या. आता तिला राहायला घर नव्हतं आणि ज्युलीला फोन करणाऱ्या तिच्या मित्रानं सांगितलं की अनिता, तिच्या उर्वरित मुली आणि एक लहान मुलगा, यांना आमच्या मदतीची खूप गरज आहे. तिनं घरातल्या वस्तूंचा विमा उतरवलेला नव्हता आणि नगरपालिकाही तिची राहण्याची व्यवस्था एका वसतिगृहात करण्यापलीकडे इतर काही मदत करू शकणार नव्हती. याचा अर्थ ती आणि तिची मुलं, यांची आता ताटातूट होणार होती आणि त्या एकूणच कुटुंबाला एकापाठोपाठ एक असे जे जबर धक्के सहन करावे लागले होते, ते पाहता अनिता याला तयार नव्हती. 'न्यूज ऑफ द वर्ल्ड' हे टॅब्लॉईड (सनसनाटी वृत्तं देणारं दैनिक) अनिताची कहाणी छापण्यासंदर्भात आमच्याशी संपर्कात आहे, अशी माहितीही अनिताच्या त्या मित्रानं पुरवली. इतकी सगळी माहिती एकदम पचवणं

मला जड गेलं आणि त्याचबरोबर काही प्रश्नही माझ्या मनात उभे राहायला लागले.

आम्ही स्थानिक अग्निशमन दलाशी संपर्क साधला आणि तिथल्या एका अधिकाऱ्याशी बोललो. त्या भागात, त्या वेळेला आग लागल्याची खबर मिळाल्याला त्यानं दुजोरा दिला. तो पुढे म्हणाला की त्या आगीमध्ये घराचा वरचा मजला बराचसा क्षतिग्रस्त झाला होता आणि ही आग लागण्याची दोनच संभाव्य कारणं होती- सिगरेटचं थोटूक किंवा मग एखादं लैंगिक खेळणं. अनितानं आपण बेडरूममध्ये धूम्रपान केलं असल्याचा इन्कार केला होता आणि तसा कुठला पुरावाही त्या अधिकाऱ्याला वरच्या मजल्यावर न सापडल्यामुळे, आगीला अनिताच्या रॅम्पण्ट रॅबिट व्हायब्रेटरचे बॅटरी सेल्सच कारणीभूत झाले असणार असं त्याचं मत होतं. ही परिस्थिती सर्वसाधारण म्हणता येत नव्हती. आम्ही आमच्या अंतर्गत कायदाविभागाशी या संदर्भात चर्चा केली. त्यांनी आम्हांला ताबडतोब वकिलांना गाठायचा सल्ला दिला. मी त्यांच्याशी सहमत नव्हते. मला वाटत होतं की ही आमची कायदेशीर जबाबदारी असो वा नसो, आम्हांला याबाबतीत अधिक काहीतरी, व्यक्तिगत पातळीवर, करायला हवं. मी मग ज्युलीशी बोलले आणि तिनं प्रत्यक्ष घटनास्थळी जायला हवं, यावर आमचं एकमत झालं. आम्हांला आम्ही अनिताच्या पाठीशी आहोत हेही दाखवून द्यायचं होतं आणि तिला मदत करण्यासाठी आम्ही काय करू शकतो, हेही पाहायचं होतं. ती तिथे चाललीच आहे, तर या घटनेसंबंधी अधिक काही माहिती मिळते का, हेही पाहायला मी ज्युलीला सांगितलं.

ज्युलीनं तिथे गेल्या-गेल्या अनिता आणि तिच्या मुलांच्या राहण्याची व्यवस्था एका हॉटेलमध्ये करण्याची तयारी दर्शवली आणि त्यांना आवश्यक ते कपडेही घेऊन देऊ केले. या सगळ्याचा खर्च सुमारे २००० पाउंड आला असता. खरं तर तिथे गेल्यावर तिला या प्रकरणात काहीतरी काळंबेरं असल्याचा संशय आला होता, पण तरीही अनिताबरोबर चांगले संबंध प्रस्थापित करण्याकडे तिनं लक्ष दिलं. उद्या चालून या प्रकरणाच्या मुळाशी जायची वेळ आली, तर हे संबंध आमच्या कामाला येऊ शकले असते. वृत्तपत्रांना या प्रकरणाचा सुगावा लागल्याचं कळल्यावर ती खूप चिंतेत पडली होती. 'न्यूज ऑफ द वर्ल्ड' आणि 'सन' यांच्याकडून तिला फोनवर विचारणाही झाली होती. ती ज्युलीला म्हणाली की तिला खरं तर पैसे घ्यायची इच्छा नाही, पण तिचा नाइलाज झाला आहे. ज्युलीनं तिला सांगितलं की ती या प्रकरणाच्या मुळाशी जाऊन बारकाईनं तपास करणार आहेच, पण आमच्या उत्पादनामुळे आग कशी लागू शकते, हे मात्र तिला कळत नाही हे तिनं स्पष्टच सांगितलं.

अनिता आणि ज्युली मग त्या घराचे जळलेले अवशेष बघायला गेल्या. तिथल्या राख आणि सामानाच्या ढिगाऱ्यामध्ये अनिताला आपल्या मृत मुलीच्या

वस्तू शोधताना पाहणं किती हृदयद्रावक होतं, हे ज्युलीनं मला सांगितलं. त्यामुळेच तिनं सहा महिन्यांपर्यंत अनिताच्या भाड्यानं घर घेऊन राहण्याचा सगळा खर्च उचलण्याचा निर्णय घेतला होता. दरम्यान ती व्हायब्रेटरसाठी कुठले सेल वापरत होती, हे तिनं अनिताला विचारून घेतलं. यावरच्या अनिताच्या उत्तरात नेमकेपणा नव्हता. चंदेरी आणि लाल रंगाचे ते सेल होते असं काहीतरी ती बोलत होती. त्यातला एक सेल तिच्याकडे होता आणि तिनं तो ज्युलीला दाखवला. तिच्या बोलण्यावरून असं कळलं की आग लागली तेव्हा रॅबिट व्हायब्रेटर धुण्याच्या कपड्यांच्या बास्केटमध्ये होता.

आम्ही तिच्या जळलेल्या घराच्या अवशेषांमध्ये शोध घेऊ शकतो, हे ज्युलीनं तिच्याकडून वदवून घेतलं. आम्हांला सत्य शोधून काढायचं, तर हे आवश्यक होतं. आधी आम्ही अग्निशमन सेवेतल्या एका निरीक्षकाकडून स्वतंत्रपणे काही चाचण्या करवून घेतल्या. त्याच्या अहवालात असं म्हटलं होतं, की ही आग रॅबिटमुळे लागलेली नव्हती, याबाबत त्याची ९९ टक्के खात्री आहे, पण माझ्या दृष्टीनं एवढं पुरेसं नव्हतं. आमच्या एका सर्वाधिक खपाच्या उत्पादनाच्या सुरक्षिततेबद्दल शंका उपस्थित झाली होती, त्यामुळे आम्हांला १०० टक्के खात्री हवी होती. या प्रकरणाचा तपास करण्यासाठी सर्वोत्तम माणूस शोधायला मी ज्युलीला सांगितलं. एव्हाना अनिताच्या प्रामाणिकपणाबद्दल मला जास्तच शंका यायला लागली होती. कुणीतरी तिला या भरीला पाडलं आहे, असा वास मला येत होता.

भरीतभर, आपण गरोदर आहोत असं सांगून आणि गर्भ पाडण्यासाठी आपण गोळ्या घेतल्या असल्याचं आडून-आडून सुचवण्याद्वारे अनितानं या प्रकरणातली गुंतागुंत आणखीनच वाढवली. त्यानंतर तिनं आमच्याकडे विविध प्रकारच्या मागण्या करायला सुरुवात केली. अगदी सुट्टीसाठी मला तुमच्या खर्चानं बाहेर कुठेतरी न्या, इथपर्यंत. सहानुभूती दर्शवण्यासाठी ज्युलीनं तिला सेंटर पार्क्स इथे तुझी सुट्टीसाठी जाण्याची व्यवस्था करू असं सांगितलं, पण तिनं ते नाकारून परदेशात, ती, तिचं कुटुंब आणि काही मित्र-मैत्रिणी, यांच्यासाठी एखादी बंगली आरक्षित करण्याची मागणी केली. पण आगीमध्ये त्यांचे सगळ्यांचे पासपोर्ट्स जळून गेल्यामुळे हे जमणं अवघड होतं. मग पर्याय म्हणून जर्सी किंवा ग्वेर्नसी इथे त्या सगळ्यांना सुट्टीसाठी जाता येईल असं तिला सुचवलं गेलं. यानंतर तर गोष्टी आणखीनच विचित्र होत गेल्या. एकदा अनिता ज्युलीला म्हणाली की तिचे वडील आयर्लंडमध्ये हायकोर्टात न्यायाधीश आहेत आणि तपासासाठी तिचा रॅम्पण्ट रॅबिट व्हायब्रेटर आमच्या हाती लागू दिल्याबद्दल ते खूप नाराज झाले आहेत. त्यांनी तिच्यासाठी बॅरिस्टर नेमण्याचीही व्यवस्था केली असल्याचं तिनं आमच्या कानावर घातलं. त्यासाठी तिकडे जायचं असल्यामुळे ॲन समर्सनं तिच्या आयर्लंडच्या फेरीचा खर्च

करण्याची आणि तिथे एका पंचतारांकित हॉटेलात तिची व्यवस्था करण्याची मागणी तिनं पुढे केली. ती जे काही सांगत होती, त्यातली एकही गोष्ट खरी वाटत नव्हती आणि मला व ज्युलीला, तिचा बोलविता धनी कुणी वेगळाच असल्याची दाट शंका आली होती, पण आमचा रॅम्पण्ट रॅबिट व्हायब्रेटर आगीचं कारण नव्हता, हे आधी आम्हांला सिद्ध करायचं होतं.

जगप्रसिद्ध लॉकरनी विमान दुर्घटनेत पुराव्यांची शहानिशा केलेला एक निरीक्षक ज्युलीनं गाठला. यापेक्षा चांगला माणूस आम्हांला मिळाला नसता! मी ज्युलीला म्हटलं की हा माणूस जे काही सांगेल ते मी मान्य करीन. अनिताच्या परवानगीनं तो माणूस त्या जळक्या घरात आपला तपास करण्यासाठी गेला. तपासाअंती त्यानं असा निष्कर्ष काढला, की आपण बेडरूममध्ये धूम्रपान केलं असं अनितानं जे यापूर्वीच्या तपास अधिकाऱ्यांना सांगितलं होतं, ते सपशेल खोटं होतं कारण तिनं त्या खोलीतच नव्हे, तर अगदी पलंगावरच बसून सिगरेट ओढली असल्याचे पुरावे तिच्या अंथरुणामध्ये सापडले आहेत आणि खोलीतल्या जाजमावर देखील जळत्या सिगरेटमुळे पडलेली भोकं दिसत आहेत. आग लागली त्या दिवशी सकाळी ५ वाजता तिला एक फोन आला होता आणि फोनवर बोलता-बोलता ती धूम्रपान करत होती. 'तेमाझेपाम' नावाचं झोपेचं औषधही तिनं घेतलेलं असल्यामुळे फोनवर बोलताना मध्येच तिला झोप लागून गेली होती आणि हातात जळती सिगरेट तशीच असल्यामुळे आग लागली होती. व्हायब्रेटरच्या बाबतीत बोलायचं, तर तिनं या तपासकर्त्याकडे असं कबूल केलं, की त्यात एकच सेल होता. दोन्ही सेल घातल्यावर चुकून ते सुरू झालं आणि तिला झोप लागली, असं होऊ नये म्हणून तिनं एक सेल काढून ठेवला होता. तपासकर्त्याच्या मते, अशा परिस्थितीत व्हायब्रेटरमुळे आग लागणं शक्यच नव्हतं. त्यानं आमच्या व्हायब्रेटरच्या कसून चाचण्या घेतल्या होत्या, त्याचे सगळे तपशील असलेल्या अहवालाच्या प्रती त्यानं आमच्या सुपूर्द केल्या आणि आमचं हे उत्पादन आग लागण्याचं कारण होऊच शकत नसल्याचा पुरावाही आम्हांला मिळाला.

नोव्हेंबर महिन्यात आम्हांला अनिताच्या वकिलांकडून एक पत्र आलं. त्यात असं म्हटलं होतं की व्हायब्रेटरमधून एक सेल काढून ठेवला होता, असं अनितानं म्हटलंच नव्हतं आणि ही आग सिगरेटमुळे लागलेली असल्याचा कुठलाही पुरावा मिळाला नाही, असा जो अहवाल अग्निशमन दलाच्या लोकांनी अगदी सुरुवातीला दिला होता, तोच खरा आहे. अनिताचा व्हायब्रेटर आम्ही त्यांच्याकडे परत पाठवावा, असंही त्यांनी त्यात म्हटलं होतं. त्यानंतर काही दिवसांनी अनितानं ज्युलीच्या मोबाईल फोनवर अत्यंत दुःखी स्वरात फोन केला. तिला पैशांची गरज होती आणि तेही आजच. एका वर्तमानपत्रात मी व्हायब्रेटरबद्दल एक लेख वाचला

आहे, माझ्या मुलीची राख मी नदीत विसर्जित केली आहे, असं वाट्टेल ते ती बोलत सुटली. नंतर नंतर ती उन्मादी अवस्थेत गेली आणि मी तिला १,००,००० पाउंड देण्याचं कबूल केलं नाही, तर ती वृत्तपत्रांकडे धाव घेईल अशी धमकी तिनं दिली. ती अगतिक परिस्थितीत असताना तपासासाठी आम्ही आमचं उत्पादन तिला फसवून तिच्याकडून घेतलं, असा तिनं आरोप केला. शेवटी तर 'न्यूज ऑफ द वर्ल्ड' आणि 'ब्रेकफास्ट' टीव्हीशी बोलण्याबाबत ती फोनवर किंचाळायला लागली आणि मग तिनं फोन ठेवला.

अनिताला प्रचंड नैराश्य आलं आहे हे आम्हांला माहीत होतं, पण ते इतक्या थराला गेल्याचं मात्र आम्हांला माहीत नव्हतं. त्यानंतर दोन महिने गेले आणि ख्रिसमसच्या साधारण तीन-एक आठवडे आधी, ज्युलीला अनिताच्या बहिणीचा फोन आला. अनितानं आत्महत्या केली होती. ज्युली, मी आणि या प्रकरणाशी ज्यांचा संबंध आला होता, अशा सगळ्याच जणांना ही बातमी ऐकून तीव्र धक्का बसला आणि अर्थातच खूप दुःखही झालं. ज्युलीनं तिच्या बहिणीला सगळं काही नीट समजावून सांगितलं आणि आमच्या उत्पादनामुळे आग लागलेली नसल्याचं सिद्ध झाल्याचंही तिला सांगितलं. ती खूपच समजूतदार होती. अनितानं ज्युलीबद्दल तिला सांगितलं होतं असंही ती म्हणाली आणि आम्ही अनिताच्या कुटुंबाला जी काही मदत केली होती, त्याबद्दल तिनं आमचे आभार मानले. तिच्याशी झालेल्या या संभाषणाचा पुरावा म्हणून तिला आम्ही त्यासंबंधी एक पत्र पाठवलं आणि अनिताच्या बहिणीनंही आम्ही दिलेल्या पुराव्यांमुळे त्यांचं समाधान झालं असल्याचं आणि आता हे प्रकरण इथेच थांबलं असल्याचं मान्य केलं.

पण एप्रिल महिन्यात, स्वतःला अनिताचा मित्र म्हणवणाऱ्या एका गृहस्थाचा फोन ज्युलीच्या मोबाईलवर आलाच. आमच्या उत्पादनामुळे लागलेल्या आगीमुळे जी परिस्थिती निर्माण झाली, त्याच्या ताणामुळेच अनितानं स्वतःचं जीवन संपवलं आहे, हे आम्हांला माहीत आहे का, असं त्यानं विचारलं. तिनं आमच्याकडून मागितलेल्या नुकसानभरपाईचं पुढे काय झालं, याची माहिती त्याला हवी होती. वृत्तपत्रांकडे धाव घेण्याची धमकीदेखील त्यानं दिलीच. ज्युलीनं त्याच्याकडून त्याचा फोन नंबर घेतला आणि आमच्या वकिलांनी नुकसानभरपाईचा प्रश्नच उद्भवत नसल्याचं त्याला स्पष्ट शब्दात सुनावलं. अखेर हे प्रकरण संपलं.

या सगळ्या गोष्टींमध्ये ॲन समर्सचा कुठेही थेट संबंध आला नाही, हे सत्य आहे, पण माझ्या दृष्टीनं हा चिंतेचा विषय नव्हताच. आग लागल्याची बातमी पहिल्यांदा आम्हांला मिळाली, तेव्हा आम्हांला ती गोष्ट गंभीरपणे घेणं भागच होतं. माझ्या मते, अशा परिस्थितीत सापडणाऱ्या कुठल्याही कंपनीनं, ही गोष्ट गंभीरपणेच घ्यायला हवी. अनिताची परिस्थिती दुर्दैवी होती यात शंकाच नव्हती आणि या

स्त्रीची कीव न येणं शक्यच नाही. आपण पोकळीत राहत नसतो आणि आपल्या स्वत:च्या परिघाबाहेरच्या जगातही सर्व प्रकारे जीवन चालू असतं, याची जाणीव मला अनिताच्या मृत्यूमुळे पुन्हा एकदा झाली - आणि तशी ती आपल्या सगळ्यांनाच व्हायला हवी, पण सगळ्यात महत्त्वाचं म्हणजे या घटनेतून मिळणारी ही जाणीव, की काही लोकांच्या बाबतीत येणारा प्रत्येक दिवस निव्वळ तग धरण्याच्या विवंचनेनं भरलेला असतो, जिवंत राहण्यापेक्षा अधिक काहीही महत्त्वाकांक्षा धरणं त्यांना शक्य नसतं. अनिताचं जगणं म्हणजे जगणं नव्हतं, तो निव्वळ अस्तित्वात असण्याचा, जिवंत राहण्याचा झगडा होता. आजही जेव्हा केव्हा मला ती आठवते, तेव्हा मला दु:ख झाल्यावाचून राहत नाही.

माझ्या स्वत:च्याच अनुभवावरून, नैराश्यानं अनिताच्या जीवनाचा कब्जा कसा घेतला असेल, हे मला कळलं. काही लोक या अवस्थेचं वर्णन 'तुरुंगवास' असं करतात आणि ते अगदी योग्य आहे. निव्वळ असमाधान किंवा उदासपणा असला, तर मनाचा निर्धार करून तुम्ही निदान तो झटकू तरी शकता, पण नैराश्याच्या बाबतीत तेही शक्य नसतं. ते सतत तुमच्याबरोबर असतं. ते तुमच्याबरोबरच झोपतं आणि सकाळी तुमच्याबरोबरच जागंही होतं आणि त्याची सुरुवात जरी तुमच्या मेंदूत होत असली, तरी हळूहळू पण खात्रीनं ते तुमच्या संपूर्ण शरीराला व्यापून टाकतं. ते तुम्हांला थकायला लावतं, तुमच्या स्मरणशक्तीवर परिणाम करतं, तुमच्या एकाग्रतेवर परिणाम करतं आणि माझ्या बाबतीत जसं घडलं, तसं ते तुमची दृष्टी अधू देखील करतं. नैराश्यामुळे फक्त काही आठवड्यांमध्ये, अत्यंत कणखर, अत्यंत निरोगी आणि अत्यंत प्रेरणामय मनुष्य, अंथरुणातून उठून बसण्याच्यासुद्धा कामाचा राहत नाही. काही नाही, जरा स्वत:ला आवरा आणि उठा, असा विचार करणाऱ्या लोकांना मी हे ठामपणे सांगू शकते की नैराश्यामध्ये तुमच्या मेंदूतलं रासायनिक तत्त्व तुम्हांला तेवढी शक्तीच मिळू देत नाही. ही विचारसरणी इथे अजिबात उपयोगी पडत नाही. नैराश्याशी माझा स्वत:चा सामना होण्यापूर्वी मीदेखील असाच विचार करायची, पण एकदा त्या अंधाऱ्या मार्गानं चालून आल्यानंतर तुम्हांला कळतं, की नैराश्य म्हणजे निव्वळ उदास असणं नक्कीच नव्हे. तुम्हांला उदास वाटत असलं, तर मित्र वा मैत्रिणीबरोबर एक छान संध्याकाळ घालवण्यामुळे त्याचा विसर पडणं शक्य असतं, पण आपल्याला नैराश्यानं ग्रासलं आहे, हे तुम्ही विसरूच शकत नाही. तुम्हांला तज्ज्ञांची मदत घेणं भाग असतं, पण अनेक लोकांप्रमाणेच, मलाही या बाबतीत आवश्यक असलेली मदत अजून मिळाली नव्हती, कारण मला माझ्या अवस्थेचं गांभीर्य अजून कळलेलंच नव्हतं. माझ्या डॉक्टरीणबाईंनाही ते कळलं होतं असं वाटत नव्हतं. मी तिला माझा लहानपणाचा लैंगिक छळ आणि सध्या डॅनबरोबर चालू असलेला बेबनाव, या

गोष्टी सांगितल्या नव्हत्या, त्यामुळे अर्थातच माझ्या वागण्यातला बदल आईच्या मृत्यूमुळेच निर्माण झालेला आहे, असं तिनं गृहीत धरलं होतं. एकदा तिनं मला नैराश्यनाशक (अँटीडिप्रेसंट) औषधाची छोटीशी मात्रा देऊन पाहिली होती, पण त्याचा काही उपयोग झाला नव्हता.

सप्टेंबर महिन्यात, 'ओके' या नावाच्या मासिकासाठी मी डॅनबरोबर एक फोटोसेशन कसंबसं पूर्ण केलं. आमच्या सुंदर घरात, यश, परिपूर्ण जीवनशैली आणि प्रेम असं सगळं काही असलेलं जोडपं, असं ते गोड-गोड चित्र होतं. आमच्या प्रत्यक्ष परिस्थितीवरून मला कुतूहल वाटायला लागलं, की असे किती लोक कॅमेऱ्यासमोर आल्यावर सगळं काही आलबेल असल्याचा आव आणत असतील! माझं नैराश्य वाढतच चाललं होतं, पण तोवर त्याला ते नाव मात्र मिळालं नव्हतं.

सतरा

चढउतार सुरूच

डिसेंबर आणि जानेवारी, या कालावधीत लोकांचं मनोबल सर्वांत खालच्या पातळीवर असतं, असं म्हणतात. ख्रिसमसच्या काळात सामाजिक स्वास्थ्यासंबंधी काम करणाऱ्या समाजसेवी लोकांना खूप काम पडतं हे सत्य आहे. माझ्या बाबतीत बोलायचं, तर २००३चा ख्रिसमस म्हणजे त्या जवळजवळ संपूर्ण वर्षभर मी जे अधोगती चक्र अनुभवत होते, तेच पुढे चालू होतं. आता आपण यासंबंधात काही हालचाल केली नाही, तर शारीरिक आणि मानसिक दृष्ट्या आपण उद्ध्वस्त होऊन जाऊ, हे मला जाणवलं. अत्यंत निर्बल आणि निराश होऊन मी पुन्हा एकदा माझ्या खाजगी डॉक्टरीणबाईला गाठलं. हे साधंसुधं, तात्कालिक आणि सौम्य नैराश्य नाही, तर काहीतरी खरोखर गंभीर प्रकरण आहे, हे तिला एव्हाना लक्षात आलं होतं. तिनं मला केण्टमधल्या हेस इथे असलेल्या प्रायोरी क्लिनिकला जायला सांगितलं. तिथे, डॉ. सारा मॅकस्की नावाच्या मानसोपचारतज्ज्ञ स्त्रीला मी भेटले. तिला पाहताच, आपण हिच्यावर विश्वास टाकू शकतो आणि ही आपल्याला नक्की मदत करेल, असं मला वाटायला लागलं. माझ्याशी थोडा वेळ बोलल्यानंतर माझी समस्या तिच्या लगेचच लक्षात आली. तुला मेजर डिप्रेशन सिंड्रोम (मोठ्या नैराश्याची लक्षणं) आहे. तिच्या तोंडून ते शब्द ऐकत असताना मी हादरलेच. आपलं काहीतरी बिनसलं आहे, हे मला अर्थातच माहिती होतं, पण मला नैराश्य आलं आहे आणि ते तीव्र आहे, याचा उच्चार ऐकणं अनपेक्षित होतं.

खूप उदास असणं, म्हणजे नैराश्य नव्हे. हा एक खरोखरचा आजार आहे. नैराश्य म्हणजे काय हे जरा समजून घेण्यासाठी मी त्या विषयावरचं मिळेल ते पुस्तक वाचायला लागले, तेव्हा मला हे समजलं. कुठल्याही आजाराच्या बाबतीत

लागतं, तसंच या आजाराशी सामना करण्यासाठीदेखील एक निश्चित धोरण असणं गरजेचं असतं. त्यात लघू किंवा दीर्घ काळाची औषधयोजना आणि सहसा, अनेक तऱ्हांच्या रोगनिवारणपद्धतींपैकी कुठलीतरी एक, यांचा समावेश होतो. अँटीडिप्रेसंट किंवा नैराश्यरोधक औषधं घेणं वाईट असतं आणि त्यांचे अतिरिक्त परिणाम होतात, असा जो प्रवाद आहे, त्याबद्दल मी असं म्हणेन की ज्या लोकांना त्यांची गरज पडलेली नाही, तेच असं म्हणतात. अतिरिक्त परिणाम प्रत्येकच औषधाचे होतात आणि होऊ शकतात, पण शारीरिक आजारपणासाठी घेतलेल्या औषधांचे असे परिणाम सहसा चालवून घेण्याजोगे मानले जातात. नैराश्यरोधक औषधांचा शोध काही इतक्यातच लागलेला नाही, ती खूप पूर्वीपासूनच उपलब्ध आहेत, पण प्रसारमाध्यमांमध्ये त्यासंबंधात जे काही छापून येतं - सहसा वाईटच -त्यामुळे त्यांची प्रतिमा 'लपून-छपून अमली पदार्थ विकणाऱ्या माणसाकडे मिळणाऱ्या गोळ्या', अशी झाली आहे. अनेक लोक ही औषधं घेतात आणि अनेक वर्षांपासून घेत आले आहेत. या औषधांमुळेच, एरवी कदाचित त्यांना जगता आलं नसतं, असं चांगलं आयुष्य जगणं त्यांना शक्य होत असतं आणि काही लोकांच्या बाबतीत तर ही औषधं म्हणजे जीवन आणि मरणाच्या मधली रेषा असते.

मी सर्वज्ञ असल्याचा आव आणत नाही, पण तुम्हांला स्वत:ला नैराश्य आल्याशिवाय, बाहेर जग नाचत-बागडत असताना आपण या तुरुंगसदृश अवस्थेत एकाकी जीवन कंठणं, म्हणजे काय हे तुम्हांला समजणारच नाही. आपल्या आजूबाजूला जे काही घडतं आहे, ते तुम्ही पाहू आणि ऐकू शकता, पण त्यात सहभागी मात्र होऊ शकत नाही, अशी ती अवस्था असते. कोणत्याही एका क्षणी ब्रिटनमधल्या २९ लाखपेक्षा जास्त लोकांना नैराश्यानं ग्रासलं असल्याचं आढळेल, असा एक अंदाज आहे. याचा अर्थ प्रत्येक पाच लोकांपैकी एकाला आपल्या आयुष्यात कधी ना कधी नैराश्य येणार आहे. त्यातले काही, काही महिन्यांत बरेही होतील, तर काहींना मात्र आयुष्यभर हे दु:ख भोगावं लागण्याची शक्यता आहे. या आजारात ताबडतोब बरं होणं, हा प्रकार नसतो. नैराश्यरोधक औषधांचा तुमच्या शरीरावर प्रभाव पडण्यासाठी काही आठवडे जावे लागतात आणि त्यानंतरही आणखीन काही दिवस... त्यामुळे तुम्ही लगेच आनंदी होता असं नाही. त्या औषधांमुळे मला काम करण्याची शक्ती मिळाली, अंथरुणातून उठून तयार होण्याची शक्ती मिळाली. रोज सकाळी 'माझ्याच्यानं हे होणार नाही', असा विचार करत नुसतं बसून राहण्यापेक्षा हा केवढातरी मोठा फायदा होता. त्यामुळे मला उभं राहण्यासाठी एक आधार मिळाला आणि स्वत:ची पुनर्बांधणी करण्याचा प्रयत्न करणं मला शक्य झालं.

प्रायोरीमध्ये मी एका रोगनिवारणतज्ज्ञाला - थेरपिस्टला - नियमित भेटत होते.

ती लैंगिक शोषणाचे बळी ठरलेल्या लोकांना समुपदेशन करण्यात विशेषज्ञ होती. मी तिच्याशी डॅनबद्दल बोलले, माझ्या आईबद्दल बोलले, माझ्या आयव्हीएफ बद्दल बोलले आणि मुख्य म्हणजे, आयुष्यात पहिल्यांदाच, जॉननं माझ्यावर केलेल्या अत्याचारांबद्दल बोलले. या विषयावर बोलण्याची माझी मानसिक तयारी अखेर झाली होती. या क्षणापर्यंत मला त्याबद्दल बोलण्याची इच्छाच नसायची. आणि आता म्हणजे तसंही मला त्याबद्दल चर्चा करण्यावाचून पर्याय नव्हता, कारण मनात साचलेलं, लपवलेलं सगळं काही मोकळं केलं नाही, तर माझं एकंदर आरोग्य ढासळतच जाईल, अशा टोकावर मी येऊन पोहोचले होते. माझ्या छळकर्त्यानं त्याचं दहशतीचं साम्राज्य पसरायला सुरुवात केली, त्या घटनेपासून तीस वर्षांनंतर आता मला माझ्या भावना आणि विचारांना वाट मोकळी करून देणं शक्य झालं होतं. हे खूप दु:खदायक आणि अवघड होतं खरं, पण त्याचबरोबर, मला त्यामुळे खूपच हलकं-हलकं वाटायला लागलं होतं. अर्थात, तरीही माझी समस्या ताबडतोब दूर झाली असं नाही. आणखी खूप काळ मला माझे उपचार चालू ठेवायला लागणारच होते.

दरम्यानच्या काळात, २००३ सालात ज्या अनेक समस्यांनी अक्राळ-विक्राळ रूप धारण केलं होतं, त्या अजूनही सुटलेल्या नव्हत्याच. आव्हीएफच्या तीन प्रयत्नांमध्ये अपयशच पदरात पडल्यामुळे आणि आमच्या दोघांतली दरी वाढतच राहिल्यामुळे, डॅनच्या आणि माझ्या संबंधात एक विचित्र कोंडी निर्माण झाली होती. अखेर, मे २००४मध्ये, मी डॅनला घर सोडून जायला सांगितलं. मला असं करणं भाग पडलं कारण मला असं जाणवायला लागलं होतं, की आमच्या दोघांच्याही वाटचं जीवन मीच जगते आहे, आणि मला आता त्याचा त्रास व्हायला लागला होता. डॅनलाही जणू नैराश्यानं घेरलेलं होतं आणि आमच्या घरातलं एकूणच वातावरण गुदमरून टाकणारं झालं होतं. घरातल्या दोन्ही व्यक्ती दुखावलेल्या, क्षतिग्रस्त झालेल्या असताना, हेच होतं. त्यात पुन्हा मी त्याला घर सोडून जायला सांगितल्यामुळे वातावरण आणखीनच गढुळलं. माझ्यावरच्या ताणाच्या शारीरिक परिणामांमध्ये, पाठदुखीपासून उलट्या होण्यापर्यंत अनेक गोष्टींचा समावेश होता. माझी पाठ तर एवढी दुखायची, की मला साधं खाली बसणंही अशक्य होत असे. आता काही दिवस इथून दूर कुठेतरी जावं, असं मला वाटायला लागलं, म्हणून मी माझ्या एकटीसाठी कॅरिबियन बेटांवर एक आठवड्याचं आरक्षण करून टाकलं.

माझं विमान बार्बाडोसला पोहोचलं आणि नंतरचे आठ दिवस, कुठल्याही चिंता वा काळजीविना - तुलनेनंच अर्थात - घालवायला मला खूपच छान वाटलं.

सुट्टीवरून मी परत आले आणि काही दिवसातच मी आणि डॅन पुन्हा एकत्र राहायला लागलो. मी त्याबाबत फारशी उत्सुक नव्हते किंवा साशंक होते म्हणा, पण आता पूर्वीसारखं होणार नाही अशी डॅननं गळ घातली. खरं सांगायचं, तर आम्ही एकमेकांपासून दूर होतो, तेव्हाच आमच्या दरम्यान जास्त प्रेम आणि आपुलकी होती. डॅन माझ्याकडे परत आला आणि माझ्या विरहाचं दु:ख कमी झाल्यानंतर थोड्याच काळात, मूल न होण्याच्या शक्यतेचं भूत पुन्हा त्याच्या मानगुटीवर बसलं.

पुन्हा एकदा मला आमच्या नात्यामध्ये गुदमरल्याची भावना निर्माण व्हायला आणि आम्ही परत दूर व्हायला जेमतेम एक महिना पुरेसा ठरला. मला माझी स्वत:ची काळजी घेण्यातच पुरे-पुरे होत होतं, आणि त्यात अजून डॅनच्या नित्य नकारात्मकतेला तोंड देणं मला अशक्यच होतं. त्यामुळे मला आणखीनच गळून गेल्यासारखं होत होतं आणि मनावर उगीचच खूप ओझं येत होतं. पुन्हा एकदा मी यापासून स्वत:ची सुटका करून घेण्याच्या उद्देशानं घराबाहेर पडायचं ठरवलं. या खेपेला मी दुबईला गेले आणि सोबत म्हणून डॅनची धाकटी बहीण शार्लोट, हिलाही बरोबर घेतलं.

आमच्यातले संबंध सुधारणं शक्य झालं असतं, तरी आता तो माझ्यात तितका गुंतलेला राहील, याबद्दल मला खात्री वाटेनाशी झाली होती. आम्ही ज्या भूमिकांमध्ये बदल करूच शकत नव्हतो, त्यात अडकणं आम्हांला शक्य होईल का, असाही प्रश्न मी उपस्थित केला. काही महिन्यांनी डॅननं तिसऱ्यांदा घर सोडलं - यावेळी त्यालाच वाटलं म्हणून - तेव्हा हा विषय पुन्हा एकदा ऐरणीवर आला. या वेळी मात्र मी ठरवलं की, दूर झाल्यानंतर आम्ही निदान काही महिने तरी एकमेकांशी संपर्क टाळायचाच, म्हणजे मग मला यातून पुढचा मार्ग सुचेल. सुमारे दोन महिन्यांच्या विरहानंतर, डॅननं मला ई-मेल्स पाठवायला सुरुवात केली. त्यातल्या एकीत त्यानं, आमच्यातले संबंध पूर्ववत होण्यासाठी त्यानं काय करायला हवं, याबद्दल माझा सल्ला विचारला होता. सप्टेंबर २००४मध्ये त्याच्या या ई-मेलला मी जे उत्तर दिलं होतं, ते असं होतं-

‘माझ्या जीवनातल्या पुरुषानं माझी काळजी घ्यावी, मी त्याची नव्हे, अशी माझी अपेक्षा आहे. मला देव्हाऱ्यामध्ये बसवलं जाणं नको आहे. मी एक व्यक्ती म्हणून जशी आहे, तसंच माझ्यावर प्रेम केलं जावं, माझा प्रेमानं सांभाळ केला जावा आणि कुठलीही अट न घालता माझी काळजी घेतली जावी. माझा पुरुष मला माझ्या बरोबरचा हवाच, पण सर्वांत महत्त्वाचं म्हणजे तो खरा पुरुष असायला हवा. समस्या उद्भवल्या, तर खरा पुरुष पळ काढणार नाही. तो त्यांचा सामना करेल, त्यांना तोंड देईल. इतकी तोडून टाकल्यासारखी, टाकून दिल्यासारखी भावना,

मला आयुष्यात या आधी कधीच निर्माण झाली नव्हती... मला कुणाची आई बनून जगण्याची इच्छा नाही. मी एक स्त्री आहे, मला योग्य पुरुषाच्या सहवासात प्रणयभावना जागृत व्हायला हव्या आहेत तसंच आत्मविश्वासही वाटायला हवा आहे. त्याला गरज असेल तेव्हा मला त्याला आधार द्यायचा आहे, पण प्रत्येक निर्णय मलाच घेत बसायचं नाहीये... तुला सल्ला देणं मला अवघड आहे कारण पहिल्याप्रथम, मला काय वाटतं, हेच मला कळत नाहीये आणि दुसरं म्हणजे मला तुझ्याबरोबर पुन्हा तीच भूमिका जगण्याची मुळीच इच्छा नाही- त्यात माझी ऊर्जा खूप खर्च होते आणि प्रणयभावना अजिबातच नाही!'

आम्ही एकमेकांपासून दूर असताना मी माझं माझं आयुष्य जगण्याचा खूप निकरानं प्रयत्न करायला लागले होते. सँडी आणि व्हेनेसाला घेऊन मी मारबेलाला फक्त मुली-मुली प्रकारची सुट्टी घालवायलाही गेले होते. काही दिवस मी कॅरोलबरोबर सिड ओवेनच्या बोर्दियू इथल्या घरीदेखील जाऊन राहिले होते. मी बेनपासून वेगळी झाल्यानंतरच्या काळात कॅरोलमार्फतच माझी सिडशी ओळख झाली होती. आमच्या तारा छानच जुळल्या होत्या. तेव्हापासून जणू प्रत्येक वेळी मी कुणापासून वेगळी झाले, की सिडकडे जाऊन राहायला लागले आणि तो आता माझा चांगला मित्र झाला आहे. त्याच्या बाबतीत मला काय आवडत असेल, तर त्याचं दिसतं तसंच असणं. २००५ साली टी.व्ही.वरच्या 'आय ॲम अ सेलेब्रिटी', 'गेट मी आउट ऑफ हिअर,' या कार्यक्रमात ज्यांनी त्याला पाहिलं असेल, अगदी तसाच तो प्रत्यक्ष जीवनातही आहे, फक्त तेव्हा घातलेले आदिवासी पद्धतीचे कपडे तो वापरत नाही एवढंच. तो येणाऱ्या पाहुण्यांसाठी यजमान म्हणून चांगला आहे आणि न्याहारीसाठी छान-छान पदार्थ करणारा, रविवारी भाजलेल्या मांसाचे प्रकार बनवणारा उत्तम बल्लवाचार्य आहे. त्यानं आपल्या जीवनाशी छान जुळवून घेतलं आहे आणि काही नटमंडळी असतात, तसा तो अजिबात दिखाऊ प्रकारचा नाही. बोर्दियूमध्ये त्याचं एक टुमदार घर आहे आणि शिवाय त्याचं स्वत:चं एक रेस्तराँही आहे. आम्ही त्याच्या घरी असतो, तेव्हा अगदी आरामात असतो. आम्ही टी.व्ही. बघतो, शॉपिंगला जातो आणि कॅफेमध्ये बसून मस्तपैकी हॉट चॉकलेट पीत आणि क्रॉईस्साँ चावत बसतो. यावेळी मी त्याच्यासाठी ॲन समर्सच्या वस्तू भेटीदाखल न्यायचं ठरवलं होतं आणि त्यात बिबळ्याच्या कातडीचा रंग दिलेल्या, नकली फरनं नटवलेल्या, हातकड्या घेतल्या होत्या. पण गॅटविक विमानतळावरच्या सुरक्षा अधिकाऱ्यांनी त्या त्याच्यापर्यंत पोहोचण्याआधीच जप्त केल्या.

सिडच्या भेटीशिवाय आनंदाचे आणखीही काही क्षण माझ्या जीवनात आले होते. माझी मैत्रीण कॅरोल हिनं मला तिचा मुलगा बेन, याची गॉडमदर (हितकारक

माता) होण्याची विनंती केली. मला खूपच आनंद झाला आणि ऑगस्ट २००४मध्ये त्याच्या बारशाला मी हजर राहिले. तिथे माझी भेट जोआनाशी झाली. जोआना दिसायला ग्लिनिस बार्बर आणि मेग रायन यांचं मिश्रण होती आणि आमची लगेच गट्टी जमली. ती एकाच वेळी पोक्तही होती आणि अल्लडही. तिची स्वत:ची अशी आगळीच, पण उच्च प्रतीची राहणी होती आणि त्यात सहसा जुन्या धाटणीच्या, उच्च दर्जाच्या वेषभूषेचा समावेश असायचा. आमची पहिल्यांदा भेट झाली तेव्हा तिचं वय एक्कावन्न वर्षं होतं, पण तिच्यापेक्षा तरुण स्त्रियांनाही हेवा वाटावा, असं तिचं कमनीय आणि आकर्षक शरीर होतं. तिची विनोदबुद्धीदेखील चटपटीत आणि उपरोधिक होती. जोआना आम्हा सगळ्यांना जेवायला आमंत्रण द्यायची आणि तिच्या घरी जाऊन पाहावं, तर काहीही तयार नसायचं. मग ती भरपूर शँपेन देऊन आम्हांलाच शक्य तितक्या सृजनात्मक पद्धतीनं पदार्थ तयार करायला तिच्या स्वयंपाकघरात पिटाळायची. अन्न शिजून ते खायची वेळ येईतो आम्ही अर्थातच शुद्धीवर नसायचोच, पण अशा झिंगलेल्या अवस्थेतच प्रत्येक पदार्थाची चव जास्त चांगली लागते, असं तिचं म्हणणं होतं. मी तिला माझी भाग्याची चांदणी म्हणायचे. तिनं स्वत: बनवून आणलेला केक खात आणि रोझचे घुटके घेत, माझ्या बागेत कितीतरी दुपारी आम्ही साजऱ्या केल्या आहेत. माझ्या इतर मैत्रिणींपेक्षा जोआनाचा दृष्टिकोन वेगळा होता, याचं मला खूप कौतुक वाटायचं. डॅनला भेटल्यावर, मी त्याच्या प्रेमात का पडले, हे तिनं लगेच ओळखलं. आमच्यामध्ये बेबनाव व्हायला सुरुवात झाली, तेव्हा तिनं त्याला समजावून सांगण्याची तयारी दर्शवली होती.

माझी जोआनाशी भेट झाली, त्याच सुमारास डॅननं मला परत येण्याविषयी अक्षरश: हातापाया पडून विनंती करायला सुरुवात केली होती. तो माझ्याशिवाय जगू शकत नव्हता आणि आनंदानं एकत्र राहण्याचा मनापासून प्रयत्न करण्याची त्याची इच्छा होती, असं त्यानं मला सांगितलं. आपण आयव्हीएफचे आणखी प्रयत्न करू आणि त्याचाही उपयोग झाला नाही, तर इतर काही उपाय करून बघू, अगदी मूल दत्तक घेण्याचाही विचार करू, इथपर्यंत तो बोलला. मूल न होणं म्हणजे आयुष्यात काहीच अर्थ नाही असं नाही, हे त्याला अचानक जाणवलं असावं. माझं तर सुरुवातीपासूनच हे मत होतं आणि आजही आहे. तो इतक्या नाट्यमयरीत्या सकारात्मक कसा काय झाला याबद्दल माझ्या मनात अजूनही शंका होती. या त्याच्या खऱ्या भावना होत्या, की माझ्याविना त्याला जीवनाला सामोरं जाणं शक्य होत नसल्याचा हा परिणाम होता, याबद्दल मी विचार करायला लागले. मागे एकदा, आमच्यामधला वयाचा फरक त्याला अवघड वाटतो असं तो एका

ई-मेलमध्ये म्हणाला होता. त्यावर त्याला काही समाधान सापडलं होतं का, हेही मला अजून ठाऊक नव्हतं. त्याच्या सहवासातल्या असुरक्षिततेला पुन्हा मला तोंड देता येईल का? माझ्या विरहामध्ये माझ्याबद्दल वाटणारी ओढ टिकून राहील, की मागच्या वेळेप्रमाणेच, लवकरच त्यांची जागा त्याला माझ्यापासून दूर नेणाऱ्या समस्या घेतील? मला वाटतं खोलवर कुठेतरी, हे टिकणार नाही हे मला माहीत होतं, पण माझ्यातला आशावाद मला त्याच्या बोलण्यावर विश्वास ठेवायला सांगत होता.

संबंध प्रत्यक्ष संपल्याशिवाय कधीच संपत नाही हे आपण सगळे जाणतो. याचा अर्थ, आशेचा एक छोटासा किरण दिसला, तरी त्याला घट्ट धरून ठेवण्याचा मोह टाळणं अवघड असतं. माझं खरं तर त्याच्यावाचून छान चाललं होतं. माझ्यावर चालू असलेले उपचार चांगल्या प्रकारे चालू होते आणि मला पूर्वीपेक्षा अधिक बळ आलं होतं. माझ्याजवळ मित्र-मैत्रिणींचा एक छान कंपू होता, माझं सामाजिक कार्यक्रमांचं वेळापत्रक पूर्ण भरलेलं होतं आणि मला ज्याविषयी उत्कट भावना आहेत, असं माझं कामही चालूच होतं. परत एकदा डॅनच्या जवळ जायला माझी बुद्धी 'नाही' म्हणत होती, पण माझ्या हृदयाचा कौल मात्र 'हो' असा होता. तर मी माझ्या हृदयाचाच कौल मानला आणि भरपूर आश्वासनं आणि लग्नाची भाषा घेऊन डॅन परत आला. ते सगळं स्वप्नवत वाटावं इतकं चांगलं भासत होतं, आणि ते स्वप्नच सिद्ध झालं. आमच्या संबंधाला ज्या गोष्टींमुळे मुळात सुरुंग लागला होता, त्यावर आम्ही तोडगा काढलेलाच नव्हता. डॅनची नकारात्मक मानसिकता, त्याच्या स्वत:सह सगळ्याच गोष्टींची काळजी मीच करण्याची त्याची गरज, आमच्या जीवनातल्या मुलांना असलेल्या स्थानाबाबत आमचे भिन्न दृष्टिकोन, अशा कुठल्याच बाबतीत आम्ही काहीही केलेलं नव्हतं, त्यामुळे पुढे जाण्यासाठी आमच्याकडे कुठलाही पक्का पाया नव्हता. अनेक लोक सर्वसाधारणत: हीच सामान्य चूक करत असतात. पहिल्यांदा एकत्र येणं जेवढं सहज असतं, तेवढंच पुन्हा एकत्र येणं अवघड असतं. त्यासाठी कितीतरी जास्त मेहनत घ्यावी लागते आणि बहुधा आमच्यात आता तेवढी शक्ती वा इच्छाच उरली नव्हती, पण आमच्या हातात पुष्कळ वेळ होता, जो माझी मैत्रीण जोआना, हिच्याकडे मात्र फारसा उरला नव्हता.

जास्त तेजानं चमकणाऱ्या गोष्टी सहसा सर्वांत आधी विझून जातात आणि जोआनाच्या बाबतीत नेमकं हेच घडलं. सन २००५मध्ये तिला चौथ्या अवस्थेचा फुफ्फुसांचा कर्करोग असल्याचं निदान झालं. माझी आणि तिची भेट होण्याच्या थोडेसंच आधी ही बाई स्तनाच्या कर्करोगाच्या पहिल्या पायरीवरून सुखरूप परत आली होती. तिनं अशी अनेक दिव्यं पार केली होती. ती एक यशस्वी माहिती

आणि तंत्रज्ञानाची कंपनी चालवत होती. ससेक्स परगण्यात तिचं स्वत:चं एक सुंदर घरही होतं. तिच्या प्रियकरानं फक्त तिची प्रेमसंबंधातच फसवणूक केली नाही, तर तिचे एक लाख पाउंडही लंपास केले. त्यानंतर ती खूप निराश झाली होती, पण सगळ्या गोष्टींकडे सकारात्मक दृष्टीनं पाहण्याचा प्रयत्न ती करायची. तिच्याकडून अर्थात हीच अपेक्षा होती. ती आम्हा सगळ्यांसाठी एक आदर्श होती.

जोआना लढवय्यी होती, पण तिला झालेला कर्करोग खूपच पुढच्या पायरीवर पोहोचलेला असल्यामुळे, तिचे उरलेले दिवस चांगले जावेत यावरच भर दिला गेला. आपल्या आजाराला तिनं हसत-खेळत, आब राखून, सखोल आध्यात्मिक पातळीवर आणि तिचं व्यवच्छेदक लक्षण असलेल्या आकर्षकतेनं तोंड दिलं. मला आठवतं, तिच्यावर उपचार करणारा कर्करोगतज्ज्ञ, बॉब, तिला खूप आवडायचा आणि एके दिवशी मी तिला भेटायला गेले तेव्हा तिनं द फिंटस्टोन्स मालिकेतल्या पेबल्ससारखे केस वर बांधले होते, अंगात रात्री झोपताना घालण्याचं एक आखूड वस्त्र अडकवलं होतं आणि पायात स्टॉकिंग्ज चढवून ती तिच्या पलंगावर बसली होती. ते तसे कपडेही आव्हानात्मक दिसतील असे करण्याची कला तिच्या अंगात होती.

दु:खाची, किंवा कदाचित सुदैवाची, गोष्ट म्हणजे तिचा अंत तसा लवकरच झाला. जून, २००५मध्ये जेव्हा तिच्या कर्करोगाचं निदान झालं, तेव्हा मी माझ्या अगदी जवळच्या मैत्रिणींबरोबर फोटो काढून घेण्याचं ठरवलं होतं. ही कल्पना माझ्या डोक्यात अनेक दिवस घोळत होती, पण जोआनाच्या आजारपणाचं गांभीर्य कळल्यानंतर, ती शक्य तितक्या लवकर अमलात आणायचं मी ठरवलं. त्या फोटोसेशनसाठी माझ्या एकूणएक मैत्रिणी जमल्या होत्या. व्हॅल, सँडी, कॅरोल, माझी बहीण व्हेनेसा आणि जोआना. फोटो काढण्यासाठी मी ख्रिस हार्डिंगला बोलावलं होतं आणि मेक-अपसाठी माझी स्वत:ची सौंदर्यरचनाकार व्हर्जिनिया, हिला आणलं होतं. जोआनाची तब्येत फारशी चांगली नव्हती, पण तरी ती आली आणि आम्ही सगळ्यांनी तिला खूप मान दिला. त्या दिवशी सकाळी तिची केमोथेरपी झाल्यामुळे ती तशी आजारीच होती, पण व्हर्जिनियानं तिचं रूप पालटताच तिच्या नेहमीच्या पद्धतीनं ती कॅमेऱ्यासमोर जोमानं वावरली.

नोव्हेंबर, २००५मध्ये, म्हणजेच तिचं रोगनिदान झाल्याच्या पाच महिन्यांनंतर जोआना न्यूझीलंडला आपल्या कुटुंबीयांच्या सान्निध्यात मरणाला सामोरं जाण्यासाठी निघून गेली. आमच्याबरोबर त्या दिवशी काढलेल्या फोटोंपैकी एक आम्ही तिकडे पाठवला होता. तिच्या घरच्यांनी अंतिम समयी तो तिच्या शवपेटीत ठेवला. जोआना आमच्यासाठी खूप काही होती आणि मला तिची नेहमी आठवण येते. एकदा आम्ही दोघी अशाच एका धर्मादाय लिलावाला गेलो असताना, साल्व्हादोर

दालीनं स्वत: स्वाक्षरी केलेलं पुस्तक मला घ्यावसं वाटलं होतं, तेव्हा बोली लावण्यामध्ये जोआनानंच मला मदत केली होती. तिथेच बुद्धाचं एक भेसूर तैलचित्रही होतं. जोआनानं मला ते आग्रह करून घ्यायलाच लावलं. आज माझ्या घरातल्या अभ्यासिकेत ते चित्र माझ्या त्या सुंदर मैत्रिणीची आठवण देत राहतं.

तो काळ विरोधाभासपूर्ण होता. प्रत्येक क्षण ठासून जगणारी आणि त्यातून शक्य तितकं मिळवू पाहणारी एक स्त्री आम्हांला सोडून कायमची निघून गेली होती, तर इकडे डॅन 'आयुष्यात काय महत्त्वाचं', हे ठरवण्याची अजून धडपडच करत बसला होता.

अठरा

ऑक्सफर्ड विद्यापीठाची विनंती

मला मानसोपचार घ्यायला लागून आता जवळपास वर्ष होत आलं होतं आणि या कालावधीत माझ्या भूतकाळाशी संबंधित सगळ्याच समस्यांना हात घालून झाला होता. मला सांगितली गेलेली सगळी औषधंही माझी घेऊन झाली होती. त्यामुळे आता हे उपचार संपत आले होते. आता मला ना चिंता सतावत होती ना वैफल्य आणि मला बरचसं पूर्वीची जॅकलिन असल्यासारखं वाटायला लागलं होतं. पण या नव्या जोमाबरोबरच, परत काही बिघडलं तर आपलं विश्व पुन्हा कोलमडून तर पडणार नाही ना, अशी भीतीही माझ्या मनात घर करून राहिली. मानसिकदृष्ट्या मी पुन्हा इतक्या रसातळाला जाणं शक्य आहे का, असं मी डॉक्टरांनाही विचारलं. तशी शक्यता खूपच कमी आहे असा दिलासा तिनं मला दिला. तिच्या मते बहुसंख्य लोक ज्या गोष्टींमुळे कदाचित मोडून पडले असते, त्यातून मी पार झाले असल्यामुळे, मी खूपच असामान्य धैर्याची स्त्री असली पाहिजे. ही कठीण परीक्षा गेली तीस वर्षं, आज-उद्या करत करत आत्ता समोर आली होती - आणि पारही पडली होती.

डॅन त्याचं आयुष्य घडायची वाट पाहत बसलेला होता आणि मी मात्र सामाजिकदृष्ट्या, तसंच व्यावसायिकदृष्ट्या स्वत:ला त्यांत झोकून दिलं होतं. गेल्या पाच-एक वर्षांमध्ये प्रसारमाध्यमांनी माझ्यात खूपच रस दाखवायला सुरुवात केली होती. मी किंवा माझा उद्योग यांच्यावर विविध नियतकालिकांमध्ये नुसते लेखच छापून आले असं नाही, तर टी.व्ही.वरच्याही अनेक कार्यक्रमांमध्ये मी झळकले होते. बीबीसी- २ या वाहिनीवर 'बॅक टू फ्लोअर', या कार्यक्रमाचाही यात समावेश होता. या कार्यक्रमामध्ये अनेक उद्योगांमधल्या सर्वोच्च स्थानावरच्या

व्यक्ती, एका आठवड्यासाठी पुन्हा एकदा सामान्य कर्मचाऱ्याची भूमिका वठवतात. यातून आपल्याच उद्योगाबद्दल त्यांना काहीतरी नवीन शिकायला मिळेल, असं गृहीतक यामागे आहे. माझ्यासाठी तर तो एक प्रचंड मोठा शैक्षणिक अनुभव ठरला. इतका, की मी ॲन समर्समध्ये 'बॅक टू फ्लोअर' ही संस्कृतीच सुरू केली. ख्रिसमस आणि व्हॅलेंटाइन डे, हे आमचे वर्षातील सर्वाधिक व्यस्त दिवस असतात. या दिवसांमध्ये ॲन समर्सची प्रत्येक संचालिका प्रत्यक्ष दुकानामध्ये जाऊन काम करेल, याची काळजी मी दरवर्षी न चुकता घेते. त्यामुळे, घाई-गडबडीच्या त्या काळामध्ये आमच्या ग्राहकांना आमच्या दुकानांमध्ये काय अनुभव येतो आणि आमच्या कर्मचाऱ्यांना कुठल्या प्रकारच्या समस्यांना तोंड द्यावं लागत असेल, हे त्यांना थेट बघायला मिळतं. आत्ता हे पुस्तक लिहीत असताना, मी आयटीव्ही वाहिनीच्या 'फॉर्च्युन: मिलियन पाउंड गिव्हअवे' आणि बीबीसी-२ वाहिनीच्या 'द व्हर्डिक्ट', अशा दोन कार्यक्रमांच्या चित्रीकरणात गुंतलेली आहे. हे दोन्ही कार्यक्रम अंतिम स्वरूपामध्ये कसे दिसतील, याबद्दल मला खूप उत्सुकता आहे. प्रसारमाध्यमांशी माझी जवळीक आणि अशा कार्यक्रमांद्वारे मिळणारी प्रसिद्धी माझ्या उद्योगाच्या दृष्टीनं एक चांगली गोष्ट आहे हे मला ठाऊक आहे आणि माझ्यासाठी ते एक नवं आव्हानही आहे.

टेलिव्हिजनवरील कार्यक्रमांव्यतिरिक्त मी अनेक नियतकालिकांसाठी लेखही लिहिते आणि विविध परिषदा तसंच सार्वजनिक कार्यक्रमांमध्ये भाषणंही देत असते. मर्यादित गटांसाठी इंटरनेटवरच्या वेबकास्टपासून ते साडेसातशे लोकांसमोर दिलेलं भाषण, अशा नानाविध प्रकारच्या श्रोते-प्रेक्षकांसमोर मी उभी राहिलेली आहे. मार्च, २००५मध्ये मला भाषणासाठी शांघायहून आमंत्रण आलं होतं. स्त्री-उद्योजकांसाठी तिथे कुठलासा एक पुरस्कार वितरण समारंभ होता आणि त्यात एका प्रेरणादायी स्त्रीचं भाषण व्हावं अशी कार्यक्रमाच्या आयोजकांची इच्छा होती. त्यासाठी त्यांनी माझी निवड केली, हा माझा बहुमानच होता. तो समारंभ अगदी झगमगीत होता. कार्यक्रमासाठी त्या लोकांनी मला तात्पुरते काही अत्यंत उंची दागिनेही दिले होते. या कार्यक्रमाची निर्माती असलेली ब्रिटिश तरुणी मला आणि इतरही अनेक जणांना विविध प्रकारे भरीला पाडत होती. माझ्या भाषणाच्या आदल्या दिवशी तिनं भाषणाचा मसुदा मला वाचायला मागितला. खरं तर सामान्यत: मी वेळेआधी माझं भाषण कुणालाही वाचायला देत नाही, पण इथे मी परदेशात होते, त्यामुळे तिला ते वाचण्यासाठी द्यायला हरकत नाही, असा विचार मी केला. तेवढंच तिचं समाधान. माझ्या भाषणावरून एक नजर फिरवताना तिला त्यात एक विशिष्ट उतारा नेमका सापडला. त्यात ऑरगॅझम (चरमोत्कटता) हा शब्द होता. 'बापरे,' ती म्हणाली, 'तुला हा उतारा ठेवता येणार नाही. ते खूप अश्लील ठरेल. तू तो

गाळलास तर बरं होईल.' 'ठीक आहे,' मी म्हणाले. मी भाषणाला उभी राहिले, तेव्हा मी तिच्या सूचनेकडे चक्क दुर्लक्ष केलं, माझ्या अंत:प्रेरणेचाच कौल मानला आणि तो उतारा सांगून टाकला. आता त्याबद्दल विचार करताना असं वाटतं की त्यातले बारकावे तिथल्या श्रोत्यांना कितपत समजले कुणास ठाऊक, पण बहुधा त्यांना ते कळले असावेत आणि माझं एकूणच भाषण चांगल्या प्रकारे स्वीकारलं गेलं.

भाषण देणं हा माझ्या दृष्टीनं खूप समाधान देणारा अनुभव आहे. माझ्या कारकिर्दीत पडलेली ही एक चांगली भर आहे आणि तिच्यामुळे एरवी कदाचित मी ज्या लोकांबरोबर भेटू-बोलू शकले नसते, त्यांच्यातही मी मिसळू शकले. याच सुमाराला 'रिटेलर ऑफ द ईयर' पुरस्काराच्या परीक्षक मंडळावर मला आमंत्रित करण्यात आलं होतं. मी ज्यांच्यासाठी स्तंभलेखन करते, ते 'रिटेल वीक' हे साप्ताहिक हा पुरस्कार प्रायोजित करतं.

माझ्यासाठी या सगळ्या गोष्टी म्हणजे माझ्या व्यवसायाशीच निगडित असलेल्या अतिरिक्त गोष्टी होत. त्यासाठी मला जादा वेळ द्यावा लागत असला, तरी मला त्यातून खूप आनंद मिळतो. या गोष्टी मी जे काही साध्य केलं आहे, त्याची पावतीदेखील आहेत. मला इथे पावतीचा चांगला अर्थ अभिप्रेत आहे, कारण ॲन समर्स चालवताना आजपर्यंत मला अनेकदा बेगडी, सनसनाटी म्हणून आणि खरं सांगायचं, तर मूर्खासारखी प्रसिद्धीही मिळालेली आहे. १९९३मध्ये, 'ऑप्शन्स' मासिकातर्फे दिल्या जाणाऱ्या 'विमेन मीन बिझनेस,' या पुरस्कारासाठी माझ्या कर्मचारिवर्गापैकी एकीनं माझं नाव दिलं होतं. त्यासंदर्भात माझी झालेली पहिली मुलाखत माझ्या चांगली लक्षात राहिली आहे. पुरस्काराच्या परीक्षक मंडळाचे सभासद संपूर्ण मुलाखतीदरम्यान माझ्याकडे कुत्सितपणानं बघत आहेत, माझं बोलणं फारसं गंभीरपणे न घेता मला प्रश्न विचारत आहेत आणि मी अशा लोकांपुढे बसून बोलते आहे, असं ते चित्र होतं. एका मासिकाचे संपादक, एक प्रसिद्धीव्यवस्था बघणारा माणूस आणि एक मार्केटिंग विभाग संचालक, अशा मी जे काही साध्य केलं आहे, ते साध्य न करू शकलेल्या लोकांनी माझ्याबाबत निवाडा करणं अयोग्यच होतं असं मला आता वाटतं. स्वत:ही उघोजक असलेल्या लोकांना जर तिथे बसवलं असतं, तर ते जास्त योग्य ठरलं असतं. त्या काळी माझ्याबद्दल लिहिणारे लोक माझा उल्लेख नेहमी 'लैंगिकताविषयक उद्योगाची राणी,' 'सेक्स इंडस्ट्री क्वीन' असा करत असत. ते ऐकून मला आपण लक्षावधी पाउंडांची उलाढाल असलेला किरकोळ विक्री व्यवसाय नाही, तर ॲरिझोना राज्यातली एखादा कुंटणखाना चालवणारी मॅडम असल्यागत वाटायचं. लिहिणाऱ्या यच्चयावत सगळ्याच लोकांची माझ्याबद्दलची मनोभूमिका हीच असायची आणि

मी बहुतांशी त्याकडे दुर्लक्षच करायची. माझा उद्योग यशस्वीरीत्या चालतो आहे, माझे ग्राहक समाधानी आहेत आणि माझं छान चाललं आहे, तर इतर कशाकडे मी लक्ष देण्याची गरजच काय? कधीकधी मात्र मला राग यायचा, उदाहरणार्थ, 'एक्सप्रेस' वृत्तपत्रानं माझे वडील आणि राल्फकाका, यांचा उल्लेख 'सुल्तान्स ऑफ स्लीझ' किंवा 'घाणेरड्या गोष्टींचे बादशहा,' असा केला होता, तेव्हा.

-पण असं असलं, तरी आम्ही काय साध्य केलं आहे आणि आम्ही नेमकं काय करतो, याची जाण असलेलेही काही लोक होते. फेब्रुवारी, १९९५मध्ये, 'बिझनेस एज' मासिकानं चाळिशीच्या आतले चाळीस असे जे उद्योजक निवडले होते, त्यामध्ये त्यांनी माझा समावेश केला होता तेव्हा मी खूप हर्षभरित झाले होते. हा एक खूपच प्रतिष्ठित असा सन्मान होता आणि यापूर्वी रिचर्ड ब्रॅन्सन (व्हर्जिन उद्योगसमूहाचे मालक) यांच्यासारख्या खरोखर उच्च प्रतीच्या लोकांना तो मिळालेला होता. आत्ताच नव्हे, तर येत्या दहा वर्षांतदेखील जे लोक यशस्वी म्हणूनच गणले जातील असं पुरस्कर्त्यांना वाटतं, अशाच लोकांची निवड या पुरस्कारासाठी केली जात असते. आणि आता, दहा वर्षांनंतर, मी अजूनही आहे आणि माझा उद्योग पूर्वीपेक्षाही उत्तमरीत्या चालू आहे! २००५साली ब्रिटिश समाजाच्या प्रगतीला लावलेल्या हातभारासाठी डेब्रेटच्या, 'पीपल ऑफ टुडे,' या यादीत माझा समावेश झाला, आणि मला 'बिझनेस एज'च्या दहा वर्षांपूर्वी मिळालेल्या सुप्रतिष्ठित पुरस्कारापेक्षाही मोठा सन्मान मिळाला. माझी यशस्विता, तसंच उद्योग आणि व्यवसाय क्षेत्रामध्ये मी दिलेल्या सहयोगाची दखल म्हणून, राणी एलिझाबेथ यांनी त्यांच्या राजवाड्यात आयोजित केलेल्या एका मेजवानीला हजर राहण्याचं आमंत्रण मला- आयुष्यात पहिल्यांदाच- मिळालं, तो क्षण मी कसा विसरेन?

माझ्या मते, आपल्या यशाचे टप्पे आपणच ओळखायला हवेत. तुमच्यासाठी अत्यंत महत्त्वाच्या असणाऱ्या आणि तुम्हांला आत्यंतिक समाधान देऊन जाणाऱ्या गोष्टी नेहमी भव्य आणि नेत्रदीपकच असतात असं नाही. जॉबसेंटरवर मिळवलेला विजय असाच होता. माझ्या दृष्टीनं तो खूप महत्त्वाचा होता, कारण त्याचा अर्थ कायदा, प्रसारमाध्यमं आणि समाजाला आमचा उद्योग नेमका काय आहे, याची जाण आली होती, असा होता. २००६साली 'ऑक्सफर्ड युनियन'मध्ये मला भाषण करण्यासाठी आमंत्रित करण्यात आलं, तेव्हा मला वाटलेलं आश्चर्य आणि जाणवलेलं भारावलेपण, मला नाही वाटत इतर कुठला पुरस्कार वा सन्मान मिळाल्यानंतर मला वाटलं असेल. ऑक्सफर्ड युनियन, ही जगातली सगळ्यात प्रतिष्ठित विद्वत्सभा समजली जाते. एकशे ऐंशी वर्षांपेक्षाही जुनी असलेली ऑक्सफर्ड युनियन, आश्चर्यानं थक्क व्हावं इतक्या विविध प्रकारच्या विषयांवर चर्चा घडवून

आणण्याचा प्रयत्न करत असते आणि तेही फक्त ऑक्सफर्ड विद्यापीठातच नव्हे, तर जगभर. तिथे भाषण द्यायला आमंत्रित केले गेलेले लोक एकमेकांहून अगदी भिन्न असतात आणि समाजाच्या सर्वच अंगांचं प्रतिनिधित्व करणारे असतात. ही विद्वत्सभा यासाठी महान आहे, की ऑक्सफर्ड म्हणजे परंपरेचं प्रतीक असूनही, ऑक्सफर्ड युनियन मात्र बऱ्याच पुरोगामी आणि अतिशय स्पष्टवक्त्या समजल्या जाणाऱ्या लोकांना बोलावत असते. त्यांच्या आमंत्रित वक्त्यांमध्ये अनेक देशांच्या राष्ट्राध्यक्ष आणि पंतप्रधानांचाही समावेश असतो. मी तिथे विन्स्टन चर्चील, दलाई लामा, बिल किंटन, रिचर्ड निक्सन आणि मदर तेरेसा यांच्यासारख्या महान लोकांप्रमाणेच भाषण करणार होते! करमणूक क्षेत्रातल्या किंट ईस्टवूड, जेरी स्प्रिंगर, मॅडोना, मायकेल जॅक्सन, बॅरी व्हाईट, वॉरन बिट्टी, आणि अमेरिकन अश्लील करमणूक क्षेत्रातली तारका जेना जेमसन, अशा लोकांना युनियननं आपल्याकडे पाहुणे म्हणून बोलावलेलं आहे. ते एक मुक्त व्यासपीठ आहे आणि त्यामुळेच, इतरत्र बोलता न येणाऱ्या गोष्टी लोक तिथे जाऊन बोलत असतात. त्याच्यावरच्या फौजदारी खटल्यातून निर्दोष मुक्तता झाल्यानंतर १९९६मध्ये ओ. जे. सिंप्सननं ब्रिटनमध्ये जे एकमेव जाहीर भाषण केलं होतं, ते ऑक्सफर्ड युनियन इथेच. आमच्या गोल्ड उद्योगसमूहाला संपूर्ण आयुष्यभरात जेवढे विवाद सहन करावे लागले, त्यापेक्षा जास्त विवाद ऑक्सफर्ड युनियनच्या साक्षीनं घडले आहेत!

त्यांचं आमंत्रण जेव्हा आलं, तेव्हा मी तर थिजूनच गेले. जगातल्या अत्यंत प्रभावशाली विद्यापीठांपैकी एक अशा या विद्यापीठात आणि तेही अशा अलौकिक व्यासपीठावरून भाषण करण्याचं निमंत्रण मिळणं अद्भुतच होतं. मी ही बातमी सगळ्यात आधी माझी बहीण आणि माझ्या वडिलांना सांगितली आणि मग माझ्या इतर मैत्रिणींना. मी या गोष्टीमुळे खूप उत्तेजित झाले होते हे तर खरंच, पण तिथल्यासाठी मी माझं सादरीकरण तयार केलं, तेव्हा कुठे मला याचा माझ्यावर किती खोलवर परिणाम होणार आहे, याची जाणीव झाली.

ऑक्सफर्डला पोहोचल्यानंतर पहिल्यांदा तिथल्या काही विद्यार्थ्यांनी माझं स्वागत, आणि रात्री जेवताना आदरातिथ्य केलं. त्यांच्या सहवासात मला खूपच छान वाटलं. युनियनच्या वाद-विवाद कक्षामध्ये पाऊल ठेवणं, हा नतमस्तक करणारा, जादूई, आणि विलक्षण अनुभव होता. गडद रंगाच्या लाकडाची फरशी, आणि बसण्याची बाकं, गडद लाल रंगाच्या भिंती, आणि स्टेण्ड ग्लासच्या खिडक्यांमधून येणाऱ्या प्रकाशशलाका. मला एकदम हॉगवार्ट्स शाळेची आठवण झाली आणि आता अचानक हॅरी पॉटर कुठूनतरी समोर येऊन उभा राहील की काय, असं वाटलं. मी आत प्रवेश केला, तर समोर श्रोतृवृंद आधीच येऊन स्थानापन्न झालेला होता आणि त्यांच्या चेहऱ्यावर आणि एकूणच वातावरणात असलेली

उत्सुकता मला जाणवली. जमलेल्या श्रोत्यांमध्ये बहुतेक स्त्रियाच होत्या. तुरळक कुठेतरी पुरुष दिसत होते. प्रेक्षागृहामध्ये जो आधी येईल त्याला प्रवेश असल्यामुळे हे सगळे लोक बाहेर पडणाऱ्या पावसातही रांग लावून आत आले होते. कक्षाची क्षमता फक्त तीनशे लोकांची असल्यामुळे आतमध्ये जवळिकीचं, पण किंचित दडपण आणणारं वातावरण होतं. भाषणाकरता ध्वनिक्षेपक वगैरेंची व्यवस्था नव्हती, पण बोलायला सुरुवात केल्यानंतर माझ्या लक्षात आलं, की इथल्या वास्तुरचनेमुळे बोलणाऱ्याचा आवाज काना-कोपऱ्यामध्येही व्यवस्थित ऐकू येतो. मी साधारण चाळीस मिनिटं बोलले. त्यानंतर श्रोत्यांना प्रश्न विचारण्याची मुभा होती. मला खरं तर अशा प्रकारच्या प्रश्नोत्तरांची सवय आहे, पण इथे मला विचारले गेलेले प्रश्न अगदी वेगळ्या प्रकारचे होते, ते मला आत्तापर्यंत कधीच न दिसलेल्या दृष्टिकोनातून विचारले जात होते. समोरचा श्रोतृवृंद बुद्धिमान, चौकस आणि ज्ञानलालसा असलेला असा होता. एकीनं मला विचारलं, 'तू स्त्रीवादी आहेस, की इतर अनेकांप्रमाणे स्त्रीचा वापर करून घेणारी व्यावसायिक?' दुसरीनं विचारलं, 'तू खरोखर स्त्रियांच्या गरजा पुरवते आहेस, की त्या नावाखाली पुरुषांच्या लैंगिक वासनांचे लाड पुरवू पाहतेस?' एका चलाख विद्यार्थिनीनं तर, 'तुमची कंपनी आमच्या हॉकी संघाची पुरस्कर्ती होईल का,' असंही विचारून घेतलं. या श्रोत्यांशी संवाद साधणं हा एक तजेला आणणारा अनुभव होता. त्यांच्या सगळ्या प्रश्नांची उत्तरं देणं सोपं मुळीच नव्हतं; पण मला सोपं असं काही नकोच असतं. लोकांनी मला विचार करायला भाग पाडणं, मला उत्तेजना देणारं असतं आणि या श्रोत्यांनी त्यात कसलीही उणीव ठेवली नव्हती.

एकंदरीत सगळं काही छान पार पडलं. कार्यक्रमानंतर एका वेगळ्या खोलीत, तिथे जमलेल्या स्त्रियांसाठी आम्ही खास ॲन समर्स पार्टी ठेवली होती. मीही त्यात सहभागी झाले होते. पार्टी खूपच छान झाली आणि केंटला घरी परत जाण्यासाठी मी माझी गाडी काढली तेव्हा रात्रीचे बारा वाजत आले होते. पार्टी आमच्या दृष्टीनं भलतीच यशस्वीही ठरली होती, कारण तिथे आम्ही १४०० पाउंडांची विक्री तर केलीच, शिवाय सात आणखी पार्ट्या ठरल्या आणि आमच्या कुप्रसिद्ध रॅम्पण्ट रॅबिट व्हायब्रेटरसाठी अनेकींनी आपली मागणी नोंदवली.

या स्तरावर दखल घेतली जाणं ही कौतुकाची गोष्ट तर खरीच, पण मी आणि माझ्या उद्योगानं जे काही साध्य केलं आहे, मिळवलं आहे, त्याचं खरं द्योतक म्हणजे ॲन समर्सनं अनेक स्त्रियांच्या जीवनात आणलेला फरक होय. आमच्या उद्योगाचा एक भाग बनल्यामुळे ज्या स्त्रियांच्या जीवनामध्ये सकारात्मक फरक पडला आहे, अशा अनेक स्त्रियांची पत्रं आम्हांला नियमितपणे येत असतात.

आजकाल निव्वळ पैसा कमावण्याव्यतिरिक्त अधिक काही करणाऱ्या उद्योगांच्या जबाबदारीबद्दल बरंच काही बोललं जातं, पण हा माझा दृष्टिकोन नेहमीच होता. आमच्या कंपनीतलं कामाचं वातावरण शक्य तितकं जास्त स्त्री-अभिमुख कसं होईल यादृष्टीनं आम्ही केलेल्या प्रयत्नांचं फलित म्हणून इथे जे वातावरण निर्माण झालेलं आहे, त्यामध्ये माझ्या याच दृष्टिकोनाचं प्रतिबिंब तुम्हांला दिसेल. नफा मिळवणं, याला माझ्या लेखी अर्थातच महत्त्व आहे, पण तेवढंच ते या जाणिवेलाही आहे, की ॲन समर्सनं अनेक स्त्रियांना आपल्या जीवनावर ताबा मिळवण्यात आणि आपला आत्मगौरव परत मिळवण्यात, मदत केली आहे. त्यातल्या काही जणींना तर त्यासाठी खूप कष्ट उपसावे लागले आहेत.

झेना गॅव्ही या स्त्रीची यशोगाथा खूप विलक्षण आहे. झेना आमच्या आघाडीच्या विभागप्रमुखांपैकी एक. तिचं यश विशेष असण्याचं कारण म्हणजे ती अंध आहे आणि मार्गदर्शक कुत्र्याच्या साह्यानं ती आपलं काम करत असते. तिच्या हाताखालच्या पार्टी आयोजकांना बरोबर घेऊन ती तिची विक्री उद्दिष्टं सातत्यानं गाठत असते. इतर अनेक कंपन्यांनी जिला नाकारलं होतं, तीच ही स्त्री होती. २००४ साली एका प्रसंगी बोलताना ती म्हणाली होती-

'ॲन समर्समध्ये येणं, हे खरोखरच माझ्या आयुष्यात आलेलं सगळ्यात मोठं वळण म्हणता येईल. डोळे गेल्यानंतर पुन्हा काम करण्याच्या दृष्टीनं प्रशिक्षण घेण्यामध्ये मी अगणित वेळ घालवला, पण त्याचा काहीही उपयोग झाला नाही. वयाच्या बत्तिसाव्या वर्षी, कामावर घेण्याच्या दृष्टीनं तुमचं वय जास्त आहे असं ऐकवलं जाणं हा आपल्या आत्मविश्वासाला पडणारा मोठाच तडा आहे. पण ॲन समर्सनं मात्र मला माझा आत्मगौरव परत मिळवून दिला आहे.'

आमच्याकरता काम करणाऱ्या अनेक स्त्रियांना आपल्या जीवनामध्ये आमूलाग्र बदल घडवून आणणं शक्य झालं आहे, यात अजिबात अतिशयोक्ती नाही. अशा स्त्रियांच्या कथा आम्ही आमच्या पार्टी आयोजकांना वारंवार सांगत असतो आणि त्यांना त्यातून खूप स्फूर्ती आणि प्रेरणा मिळते. त्यांपैकी लिसाची गोष्ट मला हेलावून टाकते. लिसानं आपलं बहुतेक आयुष्य निराशेच्या गर्तेत काढलं होतं. तिच्या लहानपणी तिला सतत धाकाखाली राहावं लागण्याचा तो परिणाम होता. वयाच्या अठराव्या वर्षी तिनं आपल्या क्रेडिट कार्डांवर खूप मोठं कर्ज करून ठेवलं होतं आणि त्यामुळे तिला आणखीनच नैराश्य आलं. याचाच परिपाक तिचं शिक्षणही अर्धवट राहण्यात झाला होता. २००१मध्ये, एकोणिसाव्या वाढदिवसाच्या थोडंच आधी लिसा आमच्याकडे रुजू झाली. त्यावेळी आपण इथे फार काळ राहू शकू असं तिचं तिलादेखील वाटलं नव्हतं. आपल्या सतत हुकमत गाजवणाऱ्या

प्रियकरापासून सुटका करून घेण्याच्या उद्देशानं तिनं आमची नोकरी स्वीकारली होती. लवकरच तिच्या लक्षात आलं, की पार्टी प्लॅन योजना चालवणं तिला चांगलं जमतं आहे आणि हेही समजलं की आपण वस्तू विकू शकतो. यामुळे तिचा आत्मविश्वास जागृत झाला. आपल्या गटातल्या इतर मुलींबरोबरही तिला खूप आत्मीयता वाटायला लागली. हे सगळं तिला नवीन होतं. हळूहळू आपली कर्जं कमी करणं तिला जमत गेलं आणि त्याचबरोबर तिचा आत्मविश्वासही वाढत गेला. इतका, की तिचा तो प्रियकर तिच्यावर हुकमत गाजवण्याचं सोडून तिच्याशी बरोबरीनं वागायला लागला. २००२मध्ये ती तिच्या भागातली सर्वांत अग्रणी पार्टी आयोजिका ठरली. एव्हाना तिचं नैराश्यदेखील जवळपास नाहीसं झालं होतं आणि आयुष्यात पहिल्यांदाच ती येणाऱ्या नव्या दिवसाची वाट पाहायला लागली. तिच्याच शब्दात सांगायचं तर- *'जिची कुणालाच फारशी किंमत नव्हती आणि जी अगदीच अगतिक, परावलंबी जीवन जगत होती, ती मी, आता आत्मविश्वासपूर्ण, निर्धारी, स्वतंत्र स्त्री झाले आहे आणि एक मिनिटभरही स्वस्थ न बसू शकण्याइतका जोम माझ्या अंगात आला आहे.'*

झेनाप्रमाणेच, आपल्या आयुष्यातल्या या आनंददायक बदलाचं श्रेय लिसा ॲन समर्सला देते. खरं तर लिसाच्या आयुष्याला योग्य वळण देणारी लिसा स्वत:च होती. आपल्या सगळ्यांनाच जीवनात फक्त एखादी संधी आणि योग्य तो आधार हवा असतो. लिसासारख्या स्त्रियांना आम्ही नेमकं हेच देत असतो. त्या जेव्हा आमच्याकडे काम करायला लागतात, तेव्हा त्यांना एक मैत्रीपूर्ण, माहितीपूर्ण आणि आधार देणारं वातावरण अनुभवाला येतं. त्यांना यशस्वी होण्यात मदत करण्यासाठी शक्य ते केलं जातं. तेच आमचं काम आहे. बाकी सगळं त्या स्वत:च करत असतात आणि मला त्यांच्याबद्दल खूप अभिमान वाटतो.

एकोणीस

आक्रस्ताळेपणा कशाला?

मला विविध परिषदांची आणि टेलिव्हिजनवरच्या कार्यक्रमांमध्ये सहभागी होण्याची जी आमंत्रणं येतात, त्यामुळे मला सतत एक जाणीव होत राहते, की मला आवडो वा न आवडो, अनेक स्त्रियांसाठी मी एक आदर्श आहे. स्त्रीची खरी क्षमता ओळखायला नकार देणाऱ्या पुरुषांच्या सहवासात आजही अनेक स्त्रिया जगत आहेत, हे मला माहीत आहे. अनेक उद्योजिका आणि अधिकारपदांवर काम करणाऱ्या- हुशार, सक्षम असलेल्या- स्त्रियांना त्यांचे पुरुष सहकारी पुरेसा वाव देत नाहीत, हेही मी पाहिलेलं आहे. अशा परिस्थितीमुळे, पुरुषी वातावरणात वावरणाऱ्या स्त्रिया सहसा इतक्या घाबरून जातात, की पुरुषासारखंच वागण्याची तडजोड त्या स्वीकारतात. म्हणजे मला असं म्हणायचं आहे, की या स्त्रिया आपलं स्त्रीपण दिसून न देण्याचा अटोकाट प्रयत्न करत राहतात आणि आपण पुरुषासारख्याच आहोत हे दाखवून, त्याद्वारे स्वीकृती मिळवण्यासाठी त्या कामाच्या ठिकाणी एक आक्रमक पवित्रा घेऊन जगत असतात. तुम्ही पुरुषासारख्याच आहात आणि त्यात तुम्हांला आनंद वाटत असेल, तर गोष्ट वेगळी; पण तसं नसेल, तर मात्र तसा खोटा आव आणू नका. आपण जे नाही, तसं वागण्यानं आपण आपलं आयुष्य आणखीनच खडतर करून घेत असतो. कामाच्या ठिकाणी आज तशीही खूप स्पर्धा आहे, त्यात हे जास्तीचं ओझं अंगावर ओढवून घेण्याची काहीच गरज नाही.

एकदा असंच एका ठिकाणी मला परीक्षक म्हणून बोलावलं होतं. मी तिथे पोहोचले, तर तिथे आणखीन एक स्त्री बसली होती. तिच्या कामामध्ये ती खूपच चांगली होती, पण एक स्त्री म्हणूनही आपण पुरुषांशी स्पर्धा करू शकतो हे जाणून घेण्याऐवजी माझ्या मते, ती पुरुषांशी पुरुषांप्रमाणे व्यवहार करण्यासाठी जिवाचा

आटापिटा करत होती. आपण आपल्या होऊन जगण्याऐवजी, आपण जे नाही, ते होऊन जगण्यात अनेक स्त्रिया खूप शक्ती वाया घालवतात असं मला खरोखर मनापासून वाटतं. आक्रमकतेचा आव आणण्याची, टेबलावर मूठ आपटण्याची आपल्याला अजिबात गरज नसते. उलट अशा वागण्यामुळे लोक तुमच्यापासून दूर जाऊ शकतात. कडकलक्ष्मी होऊन वागणं किंवा तुम्ही किती निष्ठुर होऊ शकता हे दाखवून देणं, याचा तुम्हांला यश मिळवण्यासाठी अजिबात फायदा होणार नाही. त्यामुळे तुम्ही लोकांच्या नजरेत याल, पण चुकीच्या कारणांसाठी. आपलं स्थान निर्माण करण्यासाठी तुम्हांला लोकांशी वाईट वागणं आवश्यक नसतं. एक स्त्री म्हणून तुमच्याकडे देण्यासारखं खूप काही असतं, ते देताना आपल्या बुद्धीचा वापर करता यायला हवा. तेवढं पुरेसं आहे.

आजकाल माझ्या बायकी कपड्यांबद्दल चर्चा होत असते. पण हे असं आधी नव्हतं. माझ्या वाढत्या वयात माझ्यापुढे कुणीही आदर्श व्यक्ती नव्हती, त्यात मला चार लोकांमध्ये मिसळणं जमायचं नाही. त्यामुळं झालं काय, की आपण कोण आहोत आणि त्याहीपेक्षा महत्त्वाचं म्हणजे आपल्याला आपली कोणती प्रतिमा निर्माण करायला आवडेल, हे कळायला मला खूप वेळ लागला. मी मग स्वत:चं रूप लपवून पुरुषासारखं दिसण्याचा प्रयत्न करत असायची आणि लोकांना मी कशी असण्याची अपेक्षा असेल, असा विचार करून त्याप्रमाणे वागायची. अनेक वर्षांपूर्वी मी 'जीएमटीव्ही' या वाहिनीवर एका कार्यक्रमासाठी गेले होते, तेव्हाही मी कडक सूट, रुंद बांधा दिसण्यासाठी खांद्यांना आतून पॅड्स, जुन्या काळासारखं केस मागे घट्ट आवळून बांधलेले, अशा अवतारात गेले होते. नंतर तो कार्यक्रम पाहताना माझा अवतार पाहून मी खूप खजील झाले होते. कुणीतरी, मी राजकारणी व्यक्तीसारखी दिसते असा शेरा मारला आणि मग मात्र मी आपल्याला आवडतील असाच पेहराव करण्याचं ठरवून टाकलं. मला फॅशन करायला पहिल्यापासूनच आवडायचं, पण त्याबद्दलची जाण आणि काय चांगलं दिसतं याची समज मात्र मला गेल्या काही वर्षांमध्येच आली. चांगले कपडे घालणं आणि छान दिसणं मला मनापासून आवडतं आणि मी या गोष्टीकडे माझी स्वत:ची प्रतिमा आणि ॲन समर्सचा छाप, याचं एक अविभाज्य अंगच समजते. मला बायकीच कपडे घालायला आवडतं आणि उंच टाचांच्या चपला वा सँडल्स आवडतात, यामुळे माझ्या उद्योजकीय कौशल्यांमध्ये कुठल्याही प्रकारे कमतरता येत नाही. गुण आणि व्यावसायिक अक्कलहुशारी यांना महत्त्व आहे, हे तर नक्कीच, पण आजच्या युगात लोकांना आपल्याकडून आणखीही काहीतरी हवं असतं. एकट्या-दुकट्या वैशिष्ट्यानं त्यांचं समाधान होत नाही. कंपन्या एखाद्या वरिष्ठ अधिकाऱ्याची निवड करत असोत की तरुण

उमेदवाराची, त्यातही हेच असतं. तर मुख्य मुद्दा असा, की चांगले कपडे घालणं आणि स्वत:ला अत्यंत आकर्षक आणि सुयोग्य पद्धतीनं सादर करता येणं, हे गुण कामाच्या ठिकाणी हवेहवेसे असतात, मग उमेदवार पुरुष असो वा स्त्री.

मी ॲन समर्ससाठी लोक निवडते, तेव्हा आमच्या कंपनीत नसलेल्या कोणत्या गोष्टी ते आपल्यासोबत घेऊन येतील, याकडे माझं लक्ष असतं. आमच्या नावाशी निगडित मूल्यं आणि आमची भविष्याकडे पाहण्याची दृष्टी, यांच्याशी त्यानं समरस व्हायला हवंच, पण त्यापलीकडे लोकांनी एकाच छापाचं असणं मला नको असतं. इतर अनेक लोकांप्रमाणे एखादा उमेदवार व्यवस्थापनशास्त्र शिकलेला आहे की नाही, याकडे मी फारसं कटाक्षानं पाहत नाही. प्रत्यक्ष जगामध्ये त्यानं वा तिनं काय केलं आहे, हे जाणून घेण्याबद्दल मला जास्त उत्सुकता असते. त्यांच्याकडे एमबीएची डिग्री असेल आणि त्यांनी आपली उद्योजकता आणि व्यक्तिविशेषता चांगल्या पद्धतीनं दाखवली, तर उत्तमच, पण नुसतेच सिद्धांत आणि तत्त्वं माझ्या तोंडावर फेकणारा उमेदवार मला नको असतो. मला आवडणारे गुण म्हणजे:

- व्यापारी वृत्ती
- उद्योजकतेची प्रतिभा
- वेगळा विचार करण्याची क्षमता
- ॲन समर्स या नावाविषयी उत्कट भावना
- होयबा नसणं

यातला शेवटचा गुण कळीचा आहे. एका हद्दीपर्यंत पाहू जाता, विशेषत: उद्योजकतेच्या अर्थानं, व्यावसायिक यश म्हणजे इतर लोक काय म्हणतात वा म्हणतील याविषयी काळजी न करणं. काही स्त्रियांसाठी ही गोष्ट खूप अवघड असते. मला असं वाटतं, की 'प्रवाहाच्या विरुद्ध पोहू नये' हे स्त्रियांच्या मनावर लहानपणापासूनच बिंबवलं जातं. एकूणच आपलं वेगळं मत न मांडता इतर लोकांच्या बरोबर राहावं, ही गोष्ट एक चांगला गुण म्हणून स्त्रियांच्या गळी उतरवले जाते. मला असं म्हणायचं नाही की तुम्ही जाऊन संचालक मंडळासमोर त्यांच्या टेबलावर बसून वाटेल ते बोलत सुटा. तसं अजिबात करू नका. मात्र तुमच्याजवळ असा एखादा मुद्दा असेल, ज्याबाबत तुमच्या मनात खूप उत्कट भावना आहेत आणि तुमच्या कंपनीनं तो मुद्दा ऐकून घेणं गरजेचं आहे, तर कृपा करून तो सोडून देऊन इतरांच्या 'हो' ला 'हो' करू नका. त्यामुळे तुम्ही गर्दीतल्याच

एक होऊन बसाल. गर्दीतली एक होऊन राहण्यामुळे, ती चांगली मुलगी आहे, असं लोक म्हणतील, तुम्हांला संध्याकाळी चहाला बरोबर घेऊन जातील, सगळं होईल; पण ते तुमचा आदर करतील का? समोरच्या व्यक्तीचा एखादा मुद्दा मला पटत असो वा नसो, त्यावर असलेल्या श्रद्धेमुळे ती व्यक्ती ठामपणे बोलू शकत असेल, तर मला त्या व्यक्तीबद्दल आदरच वाटतो.

संचालक मंडळाच्या बैठकीमध्ये मी विश्वास बसू नये इतकी ठाम असते. इतरांना आपलं म्हणणं सांगायला मी पुरेपूर वाव देते. वाटाघाटी करताना, समोरच्या व्यक्तीला काय हवं आहे, हे तुम्हांला लक्षात घ्यायलाच हवं- वाटाघाटींमधलं ते एक अत्यंत महत्त्वाचं साधन आहे. त्याबरोबरच, मी एखादी गोष्ट सोडूनही देत नाही. मी फक्त ऐकून घेते आणि माझा कल नेमका कुठे आहे, हे इतरांना कळू न देण्याची खबरदारी मी घेते. यामुळे मला माझ्या निर्णयाबाबत विचार करायला जास्तीचा वेळ मिळतो. तिसरी गोष्ट, लहान-सहान लढाया खेळण्यामध्ये मी माझी शक्ती वाया घालवत नाही. माझं लक्ष मोठ्या चित्राकडे असतं. मला अंतिमत: काय साध्य करायचं आहे यावर मी आपलं ध्यान केंद्रित करते आणि मला ते आणखी कुठल्या मार्गानं साध्य करता येईल, याचा विचार करते. तुम्हांला युद्ध जिंकायचं असेल, तर त्यासाठी तुम्हांला धोरणी असायला हवं. कुणी मला दुखवलं, तर दर वेळी मी त्याच्यावर लगेच उलटून हल्ला करतेच, असं नाही. मी योग्य संधीची वाट पाहून त्यावेळी जे करणं योग्य असेल, तेच करते. मी स्वत: होऊन कुणाशी शत्रुत्व करायला जात नाही, पण तुमच्यापैकी अनेकांनी हे अनुभवलं असेल, की तुम्ही कुणाला शत्रू बनवायला गेला नाहीत याचा अर्थ इतर लोकही तुम्हांला शत्रू बनवत नाहीत असा नाही. दुर्दैवानं जीवनातलं हे एक कटू सत्य आहे!

आजकाल, मी आणि माझ्या संघातल्या इतर वरिष्ठ सहकारी मिळून कंपनीच्या भविष्यकाळावर आमचं लक्ष केंद्रित करत आहोत. ॲन समर्स आज खऱ्या अर्थानं बहुविध मार्गांनी विक्री करणारी कंपनी आहे. अनेक मोठ्या कंपन्याही या गोष्टीचं महत्त्व ओळखण्यात अपयशी ठरल्या आहेत आणि त्यामुळे आपल्या उत्पादनांच्या विक्रीसाठी विविध मार्ग त्यांनी निर्माण करून ठेवलेले नाहीत. ही गोष्ट अत्यंत महत्त्वाची आहे, असं माझं मात्र ठाम मत आहे. आजच्या झपाट्यानं वाढणाऱ्या किरकोळ विक्री क्षेत्रात, जिथे ग्राहकांना खरेदी करण्याची अनेक माध्यमं उपलब्ध आहेत, तिथे तुम्हांला टिकून राहायचं तर तुम्हांला तुमची उत्पादनं त्यांच्यापर्यंत पोहोचवण्यासाठी विविध मार्ग अंगीकारणं आवश्यकच आहे. हे साध्य करण्यासाठी प्रत्येक ग्राहकाला हवी तशी सेवा देण्याच्या दृष्टीनं तुमची अंतर्गत संरचना करायला हवी आहे.

लोक अजूनही आम्हांला सेक्स शॉप असं साधं नाव देत असले, तरी आम्ही खरं म्हणजे एक अद्ययावत रिटेल उद्योग आहोत, जो गेल्या पंचवीस वर्षांमध्ये उत्क्रांत होत होत या स्थितीला येऊन पोहोचलेला आहे. आम्ही आमच्या मर्यादा वाढवत आता अशा स्थानी पोहोचलो आहोत, की गावोगावच्या नगरपालिका प्रमाणीकरण निकष ठरवणं आणि परवाना वितरणाच्या बाबतीत आमचा सल्ला मागत असतात. आमची १४१ दुकानं मिळून आमच्या एकूण व्यवसायाच्या ६१ टक्के व्यवसाय आणतात. पार्टी प्लॅनद्वारे ३२ टक्के व्यवसाय येतो आणि उरलेला ७ टक्के व्यवसाय आम्ही इंटरनेटच्या माध्यमातून मिळवतो. इंटरनेट हे माध्यम आत्ता सगळ्यात लहान भाग असलं, तरी ते झपाट्यानं वाढते आहे. २००५-२००६मध्ये त्या माध्यमातून आलेला व्यवसाय सरासरी ३० टक्क्यांनी वाढत होता, तर यावर्षी, (२००६-२००७) गेल्या वर्षीच्या तुलनेत आम्ही इंटरनेटवरून प्रत्येक आठवड्याला ४० टक्के जास्त व्यवसाय करत आहोत. अशी वाढ झाल्यामुळे आमच्या सद्य: कॉम्प्युटर प्रणाली आता आम्हांला अपुऱ्या पडायला लागल्या आहेत आणि आम्ही त्यात वाढ करण्याच्या कामाला लागलो आहोत. इंटरनेटवर तुम्हांला यशस्वीरीत्या मोठा व्यवसाय करायचा असेल, तर तुम्हांला टेस्को किंवा ॲमॅझॉनसारखं अत्याधुनिक कॉम्प्युटर्स आणि प्रणालींनी सुसज्ज असणं आवश्यक आहे. त्यासाठी तुम्हांला तुमच्या वेबसाइटमध्ये खूप वेळ, पैसा आणि डोकं घालावं लागेल. भविष्यामध्ये, इंटरनेटवरून निव्वळ लैंगिक खेळणी आणि अंतर्वस्त्रं विकण्यापेक्षा खूप जास्त काही आम्हांला करायचं आहे. ॲन समर्सच्या नावाखाली खूप काही करता येण्यासारखं आहे. इंटरनेटवरचे खेळ, डेटिंग, लैंगिक विषयात मार्गदर्शन, या सगळ्या गोष्टी आमच्या ब्रँडच्या नावाखाली अगदी चपखल बसतील.

व्हेंडिंग मशीन, या आणखी एका विक्री माध्यमाची चाचणी आम्ही सध्या घेत आहोत. हा प्रयोग यशस्वी झाला, तर लोक जिथे मजाच करत असतात त्या नाईटक्लब्ज आणि बार, या ठिकाणांवर आणखी काही नव्या ग्राहकांपर्यंत आमची उत्पादनं पोहोचतील. अर्थात व्यवसायामध्ये, आपण ज्यामुळे मोठे झालो त्या गोष्टीला कधीही विसरू नये आणि पार्टी प्लॅन हाच आमच्या व्यवसायाचा गाभा आणि आत्मा आहे, हे आम्हांला माहीत आहे. किरकोळ विक्री व्यवसायामध्ये नवनवे प्रयोग करायला हवेत असं अनेक लोक बोलत असतात. आम्ही गेली पंचवीस वर्षं हेच प्रत्यक्ष करत आलो आहोत आणि आता आम्हांला त्याच्या पुढे जाण्याची इच्छा आहे. आज आपण अशा जगात राहत आहोत, जिथे स्त्रीनं एकटी (पुरुषाविना) असणं अगदी सामान्य आहे आणि त्यामुळे तुम्ही स्वत:ला घरात कोंडून घेऊन दर्दभरी गाणी ऐकत बसण्याची गरज नाही. नेमकं हेच ओळखून

आम्ही नव्यानं एकल्या झालेल्या स्त्रियांना आपल्या माजी प्रिय पुरुषाला विसरण्यात आणि पुन्हा आपलं आयुष्य पुढे सुरू करण्यात मदत करण्याच्या दृष्टीनं फ्रीडम पार्टीज आयोजित करायचं ठरवलं. या पार्ट्यांचा उद्देश आपला आत्मविश्वास परत मिळवणं आणि आपण एक सुंदर, मादक आणि मजेशीर स्त्री असल्याची स्वत:ला आठवण करून देणं, हा आहे. ॲन समर्सचं हेच काम आहे.

वीस

वय कधीच म्हातारं होत नाही

एक बऱ्यापैकी मोठा उद्योग चालवण्यात मी खूप व्यस्त राहत असले, तरी मला इतर अनेक गोष्टी कराव्या लागत आणि वाटत असतात. एक संतुलित आयुष्य जगण्याचा मी मनापासून प्रयत्न करते. त्यामुळे कुटुंब, मित्र-मैत्रिणी आणि स्वत:साठीसुद्धा वेळ मी काढतेच. क्वचित कधीतरी जर माझं व्यावसायिक जीवन आणि माझं खाजगी जीवन यांच्यात संघर्ष निर्माण होण्याची वेळ आली, तर त्यातून विलक्षण काहीतरी घडून येतं. वर्ष २००६ संपत आलं होतं. व्हेनेसा आणि मी आमच्या वडिलांची आई- आमची रोझीआजी, हिला नेहमीप्रमाणे भेटायला गेलो होतो. ती एका वृद्धाश्रमातच राहत होती. तो आश्रम एखाद्या पंचतारांकित हॉटेलसारखा होता. तिथलं वातावरण खूपच छान होतं आणि ते लोक तिथल्या वृद्धांची खूप काळजी घेत असावेत. त्या दिवशी मी माझ्या मोबाइलवरचे एसएमएस नेहमीपेक्षा जरा जास्तच वेळ वाचत बसले होते. गोल्ड समूह तेव्हा गोल्ड एअर, ही खाजगी विमानसेवा देणारी कंपनी विकण्याच्या प्रयत्नात होता. मी या व्यवहाराकडे बारीक नजर ठेवून होते, कारण खूप मोठा व्यवहार होता तो. रोझीआजीकडून परतल्यानंतर मला तो व्यवहार पक्का करण्यासंबंधीच्या बैठकीला हजर राहायचं होतं.

त्याच वेळी वृद्धाश्रमामध्ये आश्रमवासीयांची करमणूक करण्यासाठी एक कलाकार आलेला होता आणि जमलेल्या लोकांना गाणी गाऊन दाखवत होता. मी अंमळ गंभीरपणे माझे मेसेजेस वाचत होते आणि मधून-मधून त्याचं गाणं ऐकत होते. अचानक तो माझ्याजवळ आला आणि माझ्या पायातल्या, बिबळ्याच्या कातडीचं प्रिंट असलेल्या बुटांच्या जोडांपैकी एक त्यानं काढून घेतला आणि सगळ्या वयस्क मंडळींसमोर नाचवायला लागला. त्या लोकांना त्याच्या या

कृतीची गंमत आणि कदाचित आश्चर्यही वाटत होतं. त्यानं त्याचं काम झाल्यावर माझा बूट मला परत केला. मग व्हेनेसा आणि मी बहिणी आहोत का, असं विचारून त्यानं मला मंचावर बोलावलं. विमान कंपनीच्या व्यवहारासंबंधी माझं मेसेजेस पाठवणं आणि घेणं चालूच होतं आणि ते करता-करता तशीच मी मंचावर गेले. त्या गायकाचं गाणं अजूनही चालूच होतं. गाता-गाता तो पुन्हा खाली उतरला आणि व्हेनेसाला हाताला धरून घेऊन आला. त्यानंतर मंचावर मेक्सिकन हॅट घातलेली मी आणि पोन्चो हा दक्षिण अमेरिकन पद्धतीचा झगा घातलेली व्हेनेसा, अशा दोघी नाचायला लागलो. आपल्या गाण्याचा शेवटचा अंतरा म्हणता-म्हणता त्यानं आम्हांला आमचा नाच न थांबवण्याची विनंती केली. एव्हाना आम्हीही मूडमध्ये आलो होतो आणि आम्ही खाली प्रेक्षकांमध्ये शिरून मुक्त हालचाली करायचं ठरवलं. खास करून व्हेनेसा, मला नंतर लगेच बैठकीला जायचं आहे तर मी चांगल्या अवस्थेत असायला हवं, हे विसरून उत्साहानं मला हॉलभर गोल-गोल फिरवत सुटली. आमचं नाचून झाल्यानंतर आम्ही तिथून निसटायचा प्रयत्न करत असतानाच त्या कलाकारानं मंचावरूनच मला हाक मारली आणि मी काय काम करते, असं विचारलं. मी खूप थकले होते. मी त्याच्याकडे एकदा पाहिलं आणि म्हटलं, 'तुम्हांला ते माहिती असतं, तर...!'

रोझी गॉडीची बायको होती खरी, पण पस्तीस वर्षांपूर्वीच त्यांचा घटस्फोट झाला होता. गॉडी बोलून-चालून मवाली माणूस. त्यानं नंतर लगेच एका सतरा वर्षांच्या मुलीशी सूत जुळवलं. त्यातून त्याला एक मुलगाही झाला, मार्क. त्यानंतर अनेक वर्षांनी, डॅड आणि राल्फकाका यांच्याशी भांडून वेगळं झाल्यानंतर गॉडीनं आपली सगळी संपत्ती मार्कच्या नावे लिहून टाकली. त्यामुळे तिला काही धोका नाही असं त्याला वाटलं होतं, पण मार्कनं त्याचे सगळे पैसे घेऊन थेट दक्षिण आफ्रिका गाठलं आणि त्यानंतर आजतागायत त्याचा पत्ता नाही! पर्यायानं आर्थिक दृष्ट्या गॉडीला सांभाळण्याचं काम डॅड आणि राल्फकाकांवरच येऊन पडलं. आता नव्वद वर्षांचा म्हातारा असलेला गॉडी, आपली ईस्ट एण्ड भागाची मानसिकता अजूनही सोडायला तयार नाही आणि आलेल्या संधीचा पुरेपूर फायदा उठवण्याची त्याची वृत्तीदेखील जरासुद्धा कमी झालेली नाही. आम्हांला २००५ साली हे अनुभवाला येणार होतं.

हे प्रकरण अगदीच अकल्पितरित्या सुरू झालं. पिंकीज नावाच्या एका सलूनमध्ये ज्युली हॅरिस आपल्या नखांची सौंदर्यसाधना करून घेत होती. मीसुद्धा कधीकधी तिथे जाते. तिथे बसल्या-बसल्या तिथे आलेली आणखी एक स्त्री दुसरीशी गप्पा मारत होती, ते ज्युलीला ऐकू येत होतं. ती स्त्री, तिची मैत्रीण लोरी ज्या घरात

घरकामातली मदतनीस म्हणून काम करत होती, त्याबद्दल सांगत होती. तिथे काम करताना लोरीला असं आढळून आलं होतं, की त्या घरात वेश्याव्यवसाय चालत होता. लोरीदेखील पिंकीजमध्ये नखांची निगा राखणारी तज्ज्ञ म्हणून काम करायची, त्यामुळे ज्युली तिचं नाव ऐकताच बाजूला चाललेलं संभाषण अधिक लक्ष देऊन ऐकायला लागली. कहाणी अशी होती की, त्या घराचा साधारण नव्वदीचा मालक, पूर्वेकडच्या देशांमधून आलेल्या अगदी तरुण मुलींबरोबर झोपायचा. त्यातल्या काही मुली तर जेमतेम सोळा वर्षांच्या होत्या. या वयात तो नुसतं झोपण्यापलीकडे काही करू शकत नसावा, असा विनोदही ज्युलीच्या कानांवर आला. ते सगळं पाहून लोरीला शिसारी आली होती आणि लोक तिलाही मदतनीस स्त्रीऐवजी वेश्या समजू लागतील अशी चिंता तिला वाटत होती. या किळसवाण्या प्रकाराचा सुगावा लागेपर्यंत लोरी त्या माणसाला हॉस्पिटलमध्ये आणणं-नेणं, त्याची छोटी-मोठी कामं करणं असं सगळं करायची. तोपर्यंत तो एक साधा-सरळ, निरुपद्रवी वयस्क माणूस आहे, असंच तिला वाटायचं.

ज्युलीनं मला सांगितलं की तिच्या नखांचं काम करणारी मुलगी हे संभाषण ऐकून खूप अस्वस्थ झाली होती. पण ज्युलीला त्यात आता रस वाटायला लागला होता, त्यामुळे ती ऐकतच राहिली. ते घर एका पॉश रस्त्यावर आहे आणि शानदार गाड्या अष्टौप्रहर तिथे येत-जात असतात, ही माहितीही ज्युलीला कळली. अचानक ज्युलीच्या डोक्यात प्रकाश पडला, आणि हा म्हातारा म्हणजे माझे आजोबा, गॉडी गोल्डच असले पाहिजेत, हे तिनं ताडलं. या हास्यास्पद गोष्टीवर तिला हसावंही वाटलं आणि आता ती व्यक्ती कोण आहे हे कळल्यावर, इतक्या मौल्यवान माहितीचं काय करावं, असा प्रश्नही पडला. ज्युली आणि मी एकमेकींच्या खूप जवळच्या आहोत आणि मी माझ्या आजोबांना भेटत नाही, तसंच माझा त्यांचा काहीही संबंध नाही, हे तिला माहिती होतं. 'जॅकलिन, मला सांगायला खूप वाईट वाटतं आहे, पण तुझे आजोबा एक कुंटणखाना चालवतात!' हे शब्द आपल्या तोंडून कसे बाहेर पडतील, याचा विचार ती करत बसली, पण त्याचबरोबर, पत्रकारांना या गोष्टीचा वास आला, तर काय होईल, आमच्या व्यवसायावर काय परिणाम होईल, ही चिंताही अर्थात तिला सतावू लागली. ज्युलीच्या नखांचं काम करणाऱ्या मुलीनं मग किल्ल्यांचा एक जुडगा आणि हॉस्पिटलचं नावनोंदणीचं एक कार्ड ज्युलीच्या हातावर ठेवलं. लोरी आता पुन्हा त्या घरात पाऊल ठेवणार नव्हती आणि ज्युलीनं त्या किल्ल्या आणि ते कार्ड आमच्या कुटुंबाला परत करावं, माझ्याकडे द्यावं, असं त्या मुलीनं ज्युलीला सांगितलं. ज्युलीला काही ते प्रशस्त वाटलं नाही, त्यामुळे त्या सलूनमध्ये माझी काकू मारीदेखील येत असे, तिच्याकडे ते द्यायला तिनं त्या मुलीला सांगितलं.

त्यानंतर महिनाभरानं ज्युली पुन्हा सलूनमध्ये गेली, तेव्हाही तिथे चर्चेचा विषय हाच होता. आता त्या भागातले नागरिक खवळले होते, कारण रात्रंदिवस तिथे गाड्या येऊन थांबायला लागल्या होत्या आणि त्या घरात वेश्याव्यवसाय चालतो, हे आता सगळ्यांनाच कळलं होतं. अनेक लोक पोलिसांना खबर देण्याची भाषा करायला लागल्यामुळे या गोष्टीचा गवगवा होण्याचा खूपच मोठा धोका निर्माण झाला होता.

व्यावसायिक वृत्ती अंगात मुरलेली असल्यामुळे ज्युलीचे कान लगेच उभे राहिले, कारण ही बातमी फुटली, तर पत्रकार त्यात मला नक्की ओढतील हे ती जाणून होती. मग मात्र तिनं स्वत: पुढे होऊन गुप्तपणे तपास करायचं ठरवलं. ते वेश्यागृह वेळा ठरवण्याकरता ज्या दूरध्वनी क्रमांकाचं उपयोग करत असे, तो नंबर तिनं मिळवला. तो अर्थातच गॉडीच्या घरचा फोन नव्हता. तिनं मग तिच्या मुलाला त्या नंबरवर फोन करून अॅपॉईंटमेंट घ्यायला सांगितलं. भेटीसाठी त्याला जो पत्ता देण्यात आला, तो खरोखरच गॉडीच्याच घराचा होता! ज्युलीनं मग लोरीला फोन करून परिस्थितीतला ताण कमी करायचा आणि लोरीला शांत करण्याचा प्रयत्न केला. लोरी वारंवार एवढंच म्हणत राहिली, की तिला गॉडीची किळस वाटते. तिनं त्याच्या शरीराचीदेखील स्वच्छता आपल्या हातांनी केली होती आणि आता त्याच शरीरानं काय-काय केलेलं असायचं, हे कळल्यानंतर तिला खूपच घाण वाटायला लागली होती. हे सगळं अशक्य कोटीतलं वाटत असलं, तरी खरं होतं. ज्या वयोवृद्ध माणसाला आपल्या हातानं आंघोळही करता येत नव्हती, तो चक्क त्याच्या घरात वेश्याव्यवसाय चालवत होता.

आता मात्र मला हे सगळं सांगायलाच हवं, या निष्कर्षाला ज्युली येऊन पोहोचली. हे ऐकून मी काय म्हणावं अशी तिची अपेक्षा होती, हे मला ठाऊक नाही, पण माझे आजोबा वेश्यांचे दलाल आहेत, हे मला चांगल्यात चांगल्या कुठल्या शब्दात सांगावं, याचा तिनं खूप सराव केला होता, हे मात्र मला नक्की ठाऊक होतं. तिनं अखेर एकदाच मला ते सांगितलं, तेव्हा मला अजिबात आश्चर्य वाटलं नाही. नंतर आम्हांला असं कळलं की गॉडीची त्याच्याकडे घरकाम करण्यासाठी आलेल्या काही पूर्वेकडच्या स्त्रियांशी मैत्री झाली होती. आपल्याला या म्हाताऱ्या माणसाचा फायदा घेता येईल हे त्या स्त्रियांना कळलं आणि त्यांनी त्याच्या आडून व्यवस्थित आपला शरीरविक्रयाचा धंदा सुरू केला. गॉडीला काय, या गोष्टीतून मिळणाऱ्या फायद्यांची मजा तो मस्त लुटत राहिला. पण नंतर नगरपालिका आणि पोलीस अधिकाऱ्यांच्या चौकशीसाठी चकरा आणि आम्हा कुटुंबीयांचा दबाव जसजसे वाढत गेले, तसं त्यानं त्या मुलींना तिथून जायला सांगितलं.

२००६ सालच्या हिवाळ्यात, वयाच्या ब्याण्णवव्या वर्षी, माझी लाडकी

रोझीआजी अचानक आजारी पडली आणि थोड्याच काळात शांतपणे मृत्यू पावली. मरताना तिचं अख्खं कुटुंब तिच्याजवळ होतं. आजीच्या अंत्यविधीपूर्वी जवळपास पंधरा वर्षं, माझा आजोबांशी कुठलाही संपर्क नव्हता. त्यांनी आजीपासून घटस्फोट घेतला होता आणि त्यांचा माझ्या वडिलांशीदेखील संपर्क सुटला होता, पण तरी माझ्या आईला मात्र मला आणि व्हेनेसाला घेऊन त्यांना भेटायला जायची कोण हौस असायची. घर सोडल्यानंतर माझ्या आणि व्हेनेसाच्या त्यांच्याशी भेटी कमीच झाल्या. तुमचे वडील हलकट आहेत, असं एकदा तरी आमच्यासमोर म्हणायची संधी ते कधीच सोडत नव्हते, हे त्याचं एक कारण होतंच. त्यावेळी तशी आमची डॅडशी खूप जवळीक नव्हती, पण तरी आम्हांला हे ऐकायला नको वाटायचं. आजोबा चर्चमध्ये आले, तर मी त्यांना लवकर ओळखलंच नाही. वयामुळे ते जरा कृश झाले होतेच, पण मला वाटतं ते कसे दिसत होते हेदेखील मी विसरून गेले होते. या वयातही त्यांचा मेंदू तल्लख आहे आणि शारीरिकदृष्ट्याही ते बरेच चपळ आहेत असं आम्हांला आढळलं. फक्त ते खूप मवाळले आहेत, हे मात्र आमच्या लक्षात आल्यावाचून राहिलं नाही; पण असं असलं, तरी त्यांनी अशातच जे काही उद्योग करून ठेवले होते, त्याचा विचार करता चेहरा सरळ ठेवून वागणं अवघडच होतं, हे नक्की!

आमचं गोल्ड कुटुंब तसं खूप मोठं आहे, पण डॅड आणि व्हेनेसाव्यतिरिक्त माझी खऱ्या अर्थानं जवळीक फक्त रोझीआजीशीच होती. तिच्यावर माझं अपार प्रेम होतं. आजी नव्वदीची होती, पण ती खूपच खेळकर होती. तिचं बहुतांश आयुष्य ईस्ट एण्ड भागातच गेलं असल्यामुळे, मला इच्छा असूनही मी तिला फार वेळा भेटू शकले नव्हते. ती फुटबॉलची प्रचंड चाहती होती आणि वेस्ट हॅमचा संघ तिचा सगळ्यात जास्त आवडीचा होता. माझ्या वडिलांच्या बर्मिंगहॅम फुटबॉल क्लबवरच्या उत्कट प्रेमात रोझीआजीही सामील होती आणि त्यांच्या जवळ-जवळ सगळ्याच सामन्यांना ती आवर्जून इकडे यायची. ती उत्साहाचा धबधबा होती, उत्कट होती आणि जो कुणी भाग्यवान तिला भेटायचा, त्याला ती उत्साही बनवायची. तिला घेऊन जेवायला बाहेर जाणं आणि तिच्याशी बायकी गप्पा मारणं मला आणि व्हेनेसाला खूप म्हणजे खूप आवडायचं. ऐंशीच्या पुढे वय असताना ती तिच्यापेक्षा वीस वर्षांनी लहान असलेल्या एका पुरुषाबरोबर डेटिंग करत होती आणि अशाच एकदा आम्ही भेटल्यावर त्याच्याबद्दल खास बायकी ढंगात तक्रारी करायला लागली. मग अचानक वेटर जवळच उभा आहे, हे विसरून ती म्हणाली, 'तुम्हांला सांगू का, हल्ली आमचं सेक्स बंदच आहे.' आम्हांला तिच्या या बोलण्याची इतकी गंमत वाटली होती! त्यानंतर काही दिवसातच तिनं त्या माणसाला सोडून दिलं, हे सांगायला नकोच.

रोझी माझी प्रेरणा होती आणि अनेक पातळ्यांवर आमचं खूप जुळायचं. ती दिसायला खूप आकर्षक होती आणि माझ्यासारखंच तिलाही नटून-थटून बाहेर जायला आवडायचं. आपल्या वेशभूषेमध्ये विशिष्ट संगती आहे की नाही याबाबतीत ती फार काटेकोर होती. त्या संबंधात ती अगदी बारीक-सारीक गोष्टींचाही विचार करायची. समारंभात सहभागी होणं आणि लोकांमध्ये मिसळणं हा तिच्या व्यक्तिमत्त्वाचाच एक भाग होता. त्यामुळे ती वेस्ट हॅमच्या चाहत्यांच्या क्लबमध्ये रोज रात्री जायची, तिची मैत्रीण थेल्मा हिच्या साथीनं तिनंच स्थापन केलेल्या ज्येष्ठ नागरिकांच्या क्लबमध्ये ती दर आठवड्याला सेंट अँड्र्युज इथे जायची, शिवाय आठवड्याला एकदा व्यायामशाळेतही जायची- होय, नव्वदीमध्येही ती नियमितपणे व्यायामशाळेत जाण्याबद्दल आग्रही होती. वयाच्या पन्नासाव्या वर्षी झालेल्या फुफ्फुसांच्या कर्करोगातून बचावून ब्याण्णव वर्षांपर्यंत जगलेली ती एक अलौकिक स्त्री होती. ती आयुष्य भरभरून जगली आणि जरा आस्ते जायला सांगण्याची हिंमत करणाऱ्या लोकांना ती वेळोवेळी धुडकावून लावत गेली. तिचा निर्धार आणि तिची ऊर्जा, मला खूप आवडत असत. तिच्या निव्वळ सहवासातही मी खूप आनंदात असायचे. ती खऱ्या अर्थानं एक स्त्री होती आणि माझ्यासाठी ती नेहमीच प्रेरणादायक राहील.

एकवीस

सोनपऱ्या

डॅनच्या बाबतीत मी ज्या परिस्थितीत होते, त्याकडे मला बाहेर येऊन पाहता आलं असतं, तर मला आपण वचनभंगाचा पश्चात्ताप, पुन्हा वचनं, पुन्हा त्यांचा भंग आणि पुन्हा एकदा पश्चात्ताप, अशा एका दुष्टचक्रातच फिरत आहोत हे सहज लक्षात आलं असतं. आमच्यातले संबंध इतके अगतिक होऊन बसले होते, की निव्वळ ते चालू राहण्यासाठी सतत काही ना काही तरी करत राहावं लागायचं. डॅननं मला, 'तुझ्याशी लग्न करण्याची इच्छा आहे,' असं जे सांगितलं, तो यातलाच एक प्रकार होता. काहीतरी ठोस आणि अर्थपूर्ण कृतीची जोड दिली नाही, तर नुसत्या शब्दांना काहीच अर्थ नसतो हे आपण सगळेच जाणतो आणि डॅनकडून त्याच्या शब्दांना साजेशी कोणतीही कृती होत असलेली मला अजिबात दिसत नव्हती. हे संबंध आता तुटायच्या बेताला आले आहेत हे माझं अंतर्मन मला सांगत होतं, पण ते स्वीकारणं मला जड जात होतं. आता या गोष्टीला तुम्ही आशावाद म्हणा की मूर्खपणा किंवा मग केवळ मानवी स्वभाव. सप्टेंबर, २००४ ते जुलै, २००५, या कालावधीत डॅन माझ्याकडे परत आला, सोडून गेला आणि पुन्हा एकदा, माझ्या वाढदिवसाच्या थोडंच आधी, परत आला. या वर्षीची पार्टीदेखील एक सूत्र असलेली होती - शुभ्रता पार्टी. पार्टी खूपच छान झाली, पण पुन्हा एकदा, लवकरच आमच्यातल्या समस्यांनी डोकं वर काढायला सुरुवात केली, पण आमच्यातल्या संबंधाबाबत माझ्या मनात नाराजी आणि गोंधळ असला, तरी जीवनाचा शक्य तितका उपभोग घेण्याचा माझा निर्धार पक्का होता.

एखाद्या पुरुषासाठी आपण आपलं आयुष्य टांगणीला लावून ठेवण्याइतकी वाईट गोष्ट दुसरी नाही. एक गोष्ट माझ्या ध्यानात आली आहे, ती म्हणजे, तुम्ही

घरी बसून मुळुमुळु रडत बसा, की घराबाहेर पडून मजा करा- जे व्हायचं आहे, ते होणारच आहे. मजा करण्याची माझी कल्पना म्हणजे व्हेनेसा आणि आम्हा दोघींची सामायिक मैत्रीण सँडी, यांच्याबरोबर सुट्टी घालवणं आणि डॅन असो की आणखी कुणी, त्यांच्यामुळे मी माझ्या आनंदामध्ये खंड पडू देणार नव्हते. मे, २००५मध्ये आम्ही तिघींनी मुख्यत: उन्हाची मजा लुटण्यासाठी आणि उरलेल्या वेळात जे काही होईल त्याचा आनंद घेण्यासाठी स्पेनला जायचं ठरवलं.

निघण्याच्या दिवशी सकाळी मला एका औद्योगिक परिषदेत भाषण करायचं होतं, त्यामुळे माझी मी थेट विमानतळावरच येईन, असं ठरलं होतं. ठरल्याप्रमाणे आम्ही तिघी विमानतळावर भेटलो आणि महत्त्वाच्या कामाला लागलो, म्हणजेच ब्रिटिश एअरवेजच्या क्लब लाउंज या खास लोकांच्या स्वागतकक्षात आमची वाट पाहत असलेल्या वाइनचे ग्लास तोंडाला लावले. आमच्या हसण्या-खिदळण्यात आम्ही एवढ्या गुंग झालो होतो, की विमानामध्ये जाऊन बसण्याच्या घोषणा आम्हांला अजिबात ऐकू आल्या नाहीत आणि त्यामुळे ध्वनिक्षेपकावरून आमची नावं पुकारली जाण्याच्या लाजिरवाण्या प्रसंगाला आम्हांला सामोरं जावं लागलं. विमानाकडे जाण्याचा मुख्य दरवाजा बंद व्हायला काही मिनिटंच उरली असल्यानं आम्ही बसलो होतो तिथून तो दरवाजा गाठायला आम्हांला चक्क पळावं लागलं. मला आणि सँडीला मागे टाकून व्हेनेसा सगळ्यात आधी पोहोचली. आम्ही दोघी ज्या पद्धतीनं धापा टाकत होतो, ते फारच वाईट दिसत होतं. रिले शर्यतीत पळता-पळता सहकाऱ्याच्या हातातून दांडू घेऊन धावावं, तसे तिनं जाताना आमचे तिघींचे बोर्डिंग पासेस घेतले होते आणि ती आम्ही पोहोचण्याची वाट पाहत होती. दरवाजावरच्या कर्मचारी स्त्रीनं, 'आमची नावं परत एकदा ध्वनिक्षेपकावरून पुकारण्याची कल्पना चांगली ठरेल नाही का?' असं विचारताच व्हेनसानं तिला सांगितलं की ती कल्पना चांगली नाही, तर अत्यंत वाईट ठरेल; कारण आमची नावं पुन्हा एकदा घुमताना ऐकून आमची पळण्याची गती वाढण्याऐवजी कदाचित आम्हांला हृदयविकाराचा झटका येण्याची शक्यता आहे.

त्यानंतर साधारण दोनेक महिन्यांनी, डॅन जुलैमध्ये माझ्याकडे परत येण्याच्या किंचित अगोदर, आम्ही तिघी पुन्हा स्पेनला, या खेपेला ला मांगा इथे गेलो होतो. स्पेनच्या मुर्सिया भागातल्या कोस्टा कॅलिडा या समुद्रकिनाऱ्यावरचं ला मांगा हे एक रमणीय रिसॉर्ट आहे. इथे तुम्हांला- माझ्या आवडीचा- पंचतारांकित ऐशआराम तर मिळतोच, पण मुख्य म्हणजे इथे करायला खूप काही आहे. गोल्फ, टेनिस, आरोग्यकेंद्र (स्पा), पोहणं, माउंटन बाइकिंग, पाण्यात खेळायचे खेळ, अश्वारोहण-

ही यादी न संपणारी आहे. अर्थात आम्हांला या सगळ्याचा काहीच उपयोग नसतो, कारण मस्ती आणि एकमेकींवर बौद्धिक कुरघोडी करणं, यात आम्ही खूपच व्यस्त असतो. यामध्ये सँडीचा हात कुणीच धरू शकत नाही. सँडी चांगले सल्ले तर देतेच, पण ती म्हणजे विनोदाचा एक धबधबा आहे. ती गप्पिष्ट, बोलण्यात चतुर, आणि कितीही अवघड प्रसंगाला विनोदी बनवण्यात वाकबगार आहे. आमच्यात एक प्रामाणिक संबंध आहेत, ज्यामध्ये बौद्धिक विनोदाबद्दलचं प्रेम तर आहेच, पण त्याचबरोबर, आमच्यात परस्परांप्रति प्रेम आणि आदरभावनाही आहे. मला तिच्या नितळपणाबद्दल खूप आदर आहे. ती माझ्याशी जसं वागेल, तसंच मीदेखील तिच्याशी वागू शकते. मी तर तिला चेटकीण आणि पवित्र गाय, असं दोन्ही म्हणते. तिच्याशी बोलताना मी वाट्टेल ते बोलू शकते, अगदी इतर कुणाला स्वप्नातही मी जे सांगू शकणार नाही, त्या गोष्टी देखील. मी असं काही सांगितलं, की ती म्हणते, आता हे स्वतःला खूप काहीतरी समजणं बंद कर, प्रिये. मला असं बोललेलं आवडत नाही, हे तिला पक्कं ठाऊक आहे, त्यामुळे ती मला चिडवते आहे, हे ती जाणत असते. आम्ही एकत्र सुट्टीवर असताना, आम्ही थकलेल्या असू आणि भावनावश झालेल्या असू, तर जॅक, तू आता मला खरोखरच चीड आणते आहेस हं, असं म्हणू शकते. आणि मला याचा रागही येत नाही.

आम्ही बहुतेक वेळा एकमेकींची दयामाया न दाखवता शाब्दिक चिरफाड करत असतो आणि मी तिच्याबरोबर असते तेव्हा आपला मेंदू तल्लखपणे काम करत असलेलं मला खरोखर जाणवतं. ला मांगाला आम्ही तिघी प्रचंड जोशात होतो. एका संध्याकाळी, पुरुषांचं विविध प्रकारचं लक्ष झेलून झाल्यावर ती मला म्हणाली, 'तू काल संध्याकाळी त्या सायमनशी गप्पा मारत बसली होतीस, याचं मला खूप आश्चर्य वाटतं आहे. कसला फालतू वाटत होता तो!' 'मी त्या फालतू माणसाचं चुंबन घेतलं, काय समजलीस?' मी म्हणाले. ला मांगाच्या त्या ट्रीपमध्ये काहीतरी विशेष होतं, कारण त्यानंतर अशा निव्वळ मुली-मुली प्रकारच्या सुट्ट्या घालवण्याची आमची भूक आणखीनच बळावली. दोन आठवड्यांनी आम्ही विमान पकडून बार्सेलोनाला जाऊन थडकलो आणि बेशरमपणे सँडीच्या भावी वहिनीच्या हेन-पार्टीमध्ये घुसलो होतो.

माझ्या डॅनबरोबरच्या संबंधामध्ये जे तळ्यात-मळ्यात चाललं होतं, त्यातून आमच्या या ट्रिप्स म्हणजे एक छान विरंगुळा होता. जुलै महिन्यात माझ्याकडे परत येण्यापूर्वी, तो माझ्या विरहात किती जळतो आहे वगैरे बरंच काही डॅन बोलला होता आणि आता आम्ही अडखळत, ठेचकाळत पुढे चाललो होतो. कधी आम्ही खूप आनंदात असायचो, तर कधी फक्त दिवस ढकलायचो. माझं ज्याच्यावर प्रेम

आहे, अशा पुरुषाबरोबर मला जसं राहायला आवडायचं आणि आजही आवडतं, तसं काही ते जीवन नव्हतं, पण माझं त्याच्यावर अजूनही प्रेम होतं. आम्ही निव्वळ वेळ काढत होतो का? कदाचित...! तुम्ही एखादं नातं प्रत्यक्ष जगण्यात घालवता, त्यापेक्षा जास्त वेळ तुमचा त्या नात्याबद्दल बोलण्यात जात असेल, तर तुमचं काही खरं नाही असं म्हणतात. एके दिवशी रात्रीच्या जेवणासाठी आम्ही दोघं, व्हेनेसा-निक, सँडी आणि तिचा नवरा ग्रॅहॅम यांच्याबरोबर गेलो असता एक अत्यंत वाईट गोष्ट घडली. जेवण झाल्यानंतर आम्ही सगळे एका नाइटक्लबमध्ये गेलो होतो. आम्ही सगळे अतिशय आनंदात होतो. निदान, पुढे जे काही घडलं, तोपर्यंत तरी मला तसं वाटत होतं. मी सहज डॅनकडे वळून हळूच म्हटलं, 'प्रिया, मला असं वाटतं आहे की तुला घरी घेऊन जावं आणि तुझ्याशी रानटी आणि उत्कट संभोग करावा.' यावर त्यानं काय करावं? तो म्हणाला, 'सरक, दूर हो!' मी सँडीबरोबर बाथरूममध्ये गेले आणि महत्प्रयासानं अश्रू रोखत तिला ते सांगितलं. नंतर आम्ही घरी परत आल्यानंतर, त्यानं मला ज्या पद्धतीनं झिडकारलं होतं, त्यामुळे मी खूप उदास झाले होते. त्याला दारू खूप चढली होती आणि त्यामुळे तो सरळ झोपी गेला.

असंच रडत-पडत २००५ सालचा ख्रिसमस उजाडला. तो दिवस आमच्या मनात पुन्हा पालवी फुटावी, असा उगवला होता आणि त्या दिवशीच्या कार्यक्रमाचं यजमानपद आमच्याकडे असल्यामुळे ही गोष्ट चांगलीच होती. पार्टी माझ्या घरीच ठेवण्याचं मी ठरवलं होतं आणि प्रत्येक गोष्टीकडे बारकाईनं लक्ष पुरवण्यामध्ये मी स्वत:ला झोकून दिलं. आमच्या शेतमळ्यातल्या त्या घरातला हा तसा पहिलाच ख्रिसमस आम्ही नीट साजरा करत असल्यामुळे मी त्यात कुठलीही कसर राहू नये या दृष्टीनं काळजी घेत होते. मला लोकांचं मनोरंजन करायला आवडतं आणि माझे कलागुण लोकांना दाखवण्याची ही एक छान संधी आहे, असं मला वाटत होतं. आम्ही डॅनच्या अख्ख्या कुटुंबाला आमंत्रण दिलं होतं. सगळे मिळून बावीस लोक आमच्या घरी जमणार होते. डॅनची आई लिन, बहीण लोर्ना आणि मावशी मेरी, यांच्या मदतीनं मी संपूर्ण आणि पारंपरिक ख्रिसमस भोजन शिजवलं होतं. डॅनचे वडील रॉजर यांनीदेखील सांता बनून लहान मुलांना खूष करून टाकलं. मी चॉकलेटचे विविध प्रकार केले होते आणि खास ख्रिसमस कुकीज केल्या होत्या आणि त्यांच्यावर क्रीमनं एकेकाची नावं लिहिली होती. धुराच्या चिमणीपासून ख्रिसमसाच्या झाडापर्यंत जाणाऱ्या सांताच्या पावलांचा आवाजही आम्ही रेकॉर्ड करून ठेवला होता. माझं घर खूपच छान सजलं होतं. जाताना सगळेजण मला, 'आजचा दिवस खूप मस्त गेला,' असं आवर्जून सांगत होते. डॅनची भाचरंही आली होती. ती फार गोड आहेत आणि डॅन त्यांच्यावर मनापासून प्रेम करत असला, तरी

आत्ताच्या परिस्थितीत तो लहान मुलांच्या सहवासात थोडा अवघडलेला वाटला. काही तासांतच त्याचा मूड बदलत असलेला त्याच्या चेहऱ्यावर आणि वागणुकीत दिसून यायचा. बॉक्सिंग डे, या ख्रिसमसनंतर लगेच येणाऱ्या सणाचा दिवस उगवेपर्यंत तो पार अक्रसून गेला होता आणि दु:खी, कष्टी वाटत होता. नववर्षाची पूर्वसंध्या साजरी करण्यासाठी आमच्या मित्र-मैत्रिणींच्या एका मोठ्ठ्या जथ्याबरोबर आम्ही डेव्हॉनला गेलो होतो. नववर्षदिनी आम्ही घरी परतलो आणि बैठकीच्या खोलीत येऊन तो ढसाढसा रडायलाच लागला. माझ्याकडे पाहून तो म्हणाला, 'तीन महिन्यांपूर्वी करत होतो, तेवढं आता मी तुझ्यावर प्रेम करत नाही.' या शब्दांत तो पहिल्यांदाच बोलला होता.

२००६ सालच्या नववर्षदिनी डॅन मला सोडून निघून गेला तो कायमचाच. काही गोष्टी घडणं तुम्हांला अपेक्षितच असलं, तरी, त्या प्रत्यक्ष घडतात तेव्हा त्याचा तुमच्यावर होणारा परिणाम त्यामुळे कमी होत नसतो. आम्ही आता एकमेकांचा कायमसाठी निरोप घेत आहोत, या विचारानं माझं हृदय विदीर्ण झालं होतं, पण मला डॅनचा रागही आला नाही. एखाद्या जखमी झालेल्या, कुत्र्याच्या लहान पिलाची आठवण करून देणाऱ्या व्यक्तीचा राग येणं कठीणच असतं. त्या रात्री सँडी माझ्याबरोबर झोपायला माझ्या घरी आली होती आणि मी रात्रभर रडले. दुसऱ्या दिवशी सकाळी उठल्यावर, हे प्रकरण आता संपलं आहे, याची खरी जाणीव मला झाली. आता माझ्या-माझ्या आयुष्याला लागायला हवं होतं. एके दिवशी घर आणि घरातल्या वस्तूंची विभागणी करण्यासाठी तो आला, तेव्हा पूर्ण वेळ तो हुंदके देत रडत होता. मी हे पाहून काय बोलावं अशी त्याची अपेक्षा होती, माहीत नाही. 'आपल्याला जर मूल झालं असतं, तर तू राहिला असतास?' मी त्याला विचारलं. 'अर्थातच', तो म्हणाला. 'म्हणजे तुझं माझ्यावरचं प्रेम अटींवर आधारित होतं तर, नाही का?' मी म्हणाले.

माझी डॅनची निवडच चुकली होती, असं मला वाटत नाही. उद्या मला आणखी एखादा डॅन भेटला, फक्त वयानं दहा वर्षं मोठा, तर मी नक्की त्याला जवळ करीन. आम्हांला एकमेकांचा सहवास आणि मिळून काही करणं, खूप आवडायचं. आमच्या वयांमधला फरकच अप्रत्यक्षरीत्या आम्हा दोघांसाठी समस्या बनला होता. माझ्यासाठी याकरता, की आयुष्यात पहिल्यांदाच डॅनला जेव्हा अडचणींचा सामना करावा लागला, तेव्हा तो त्यांना तोंड द्यायला भावनिकदृष्ट्या खूपच अपरिपक्व ठरला आणि त्याच्या दृष्टीने पाहू जाता, वयातला फरक त्याच्या आदर्शांना धक्का देणारा ठरला. आयव्हीएफमुळे आलेला मानसिक ताणच याला कारणीभूत होता असं नाही, तर मूल होण्या न होण्याबद्दलच्या आमच्या मनोभूमिकांमागचा

तात्त्विक फरकही त्यात समाविष्ट होता. आपल्याला मूल झालंच नाही, तरी मी एक चांगलं आयुष्य जगू शकते, हे मान्य करायला मला तेव्हाही अडचण नव्हती आणि आजही नाही. तसं झालं तर माझी प्रचंड निराशा होईल यात कुठलीही शंका नाही, पण माझ्याकडे जे काही आहे, त्याबद्दल मी कृतज्ञ आहे आणि त्याचा प्रत्येक क्षण आनंदानं उपभोगायचा माझा निर्धार अगदी पक्का आहे. डॅनच्या बाबतीत असं होतं, की त्याला हवं तेव्हा ताबडतोब आम्हांला मूल झालं नाही, याचा अर्थ जीवनामध्ये त्याला जे काही मिळालं आहे ते अचानक अर्थहीन ठरलं, असा आहे. आमच्यातल्या वयाच्या अंतरापेक्षा जास्त मोठं अंतर कदाचित, त्याची आत्ताच्या क्षणामध्ये जगण्यामधली अक्षमता आणि माझी प्रत्येक क्षण जगण्याची तीव्र इच्छा, या दोन्हींत होतं, मी स्वत:शी प्रामाणिक राहून जगत नाहीये, हे कळल्यानंतरही खूप काळ मी आमचे संबंध टिकवून धरले होते. कारण एक तर यात एक प्रकारे मीच कमी पडले आहे असं मला वाटायचं आणि दुसरं म्हणजे, आमच्या दरम्यान असलेल्या समस्या मी आज ना उद्या दूर करू शकेन, अशीही आशा मला वाटायची. पण यातून मला हा धडा मिळाला, की तुम्ही कुणालाही सुधारू शकत नाही; त्यासाठी त्या व्यक्तीला स्वत:ला सुधारावं असं वाटणं आवश्यक असतं.

आमच्या संबंधविच्छेदामुळे नाउमेद न होण्याचं मी ठरवलं होतं. जानेवारी महिन्यात मी बार्बडोसला सुट्टीवर जायचा निर्णय घेतला. तसं करण्यात कदाचित माझी अंमळ घाईच झाली. माझं तिथलं वास्तव्य फारच नीरस ठरलं. मी कुठल्याही प्रकारे अजिबात आनंद मिळवू शकले नाही. मला काय हवं होतं हे मला माहीत नाही. त्यावेळी माझी मैत्रीण व्हॅल हिनं मला कितीतरी वेळा फोन करून, 'जॅक, तू फक्त सांग, मी ताबडतोब पुढच्या विमानानं तिथे येते,' असं सांगितल्याचं मला स्मरतं. मी तिला नकार दिला आणि त्याऐवजी मीच लवकर घरी परतले. व्हॅल ही माझी आणखी एक जवळची मैत्रीण. आमच्या दुकानांसाठी काही फिटिंग्ज आम्हांला बनवून हव्या होत्या, तेव्हा आमची भेट झाली. व्हॅलचा स्वत:चा डिझाईनिंगचा व्यवसाय आहे आणि दुकानांसाठीच्या फिटिंग्ज, हा त्याचा एक भाग आहे. माझ्यासारखीच व्यवसायानिमित्त तीही सारखी परदेश-वाऱ्या करत असते. आम्ही मग सहसा या परदेश-भेटी सोमवारी ठरवत असतो, म्हणजे मग आठवड्याची सुट्टी बाहेरच काढायचा एक बहाणा आम्हांला मिळायचा- जणू काही आम्हांला बहाणा आवश्यक असतो! व्हॅल विवाहित आहे आणि तिला दोन मोठी मुलं आहेत. ती मोहक, सुसंस्कृत आणि सभ्य आहे, असं म्हणणं मुळीच अतिशयोक्त ठरणार नाही. त्याचबरोबर ती खूपच निष्ठावानही आहे आणि तिची सारासार विचार

करण्याची क्षमताही अफाट आहे. तुम्ही जर तुमची समस्या तिला सांगितलीत, तर ती त्याबद्दल काहीतरी मार्मिक बोलू शकणार नाही, असं क्वचितच घडतं.

डॅनपासून मी विभक्त झाल्यानंतर साधारण दोन महिन्यांनी, व्हॅलनं आम्हा दोघींची हेलसिंकीची ट्रीप ठरवली. तिला त्या आठवड्यात तिथे काही कामं होती, त्यामुळे शनिवार-रविवार हे दोन दिवस आम्ही मजेत घालवू शकणार होतो. व्हॅलचं नियोजन अगदी छान असतं. आम्ही तिथं जाणार म्हटल्यावर तिनं तिथले सगळे धमाल रेस्तराँ आणि क्लब्ज् पाहून ठेवले होते आणि आमच्यासाठी एक धुंद संध्याकाळ आखून ठेवली होती. पहिल्यांदा आम्ही तिनं पाहून ठेवलेल्या एका रेस्तराँमध्ये आणि एका क्लबमध्ये गेलो. बर्फातून चालण्याच्या कामाचे माझे बूट आणि कपडे घेऊन यायला तिनं मला सांगूनच ठेवलं होतं, पण मला ते जमलंच नाही. त्याऐवजी मी माझे जिमी चूस ब्रँडचे बूट घालून गेले होते. व्हॅलनं पँट आणि बर्फाचे बूट चढवले होते, त्यामुळे ती बर्फाळ भागात फिरायला सुसज्ज, पण तरीही आकर्षक दिसत होती. इकडे मी मात्र... शी! मला एवढं योग्य पद्धतीनं नटायला आवडतं, तरी मी चक्क जीन्सवर जिमी चूस बूट घालून बसले आहे, असा विचार करत राहिले. आम्ही नाहीतरी टॅक्सीत बसून जाणार, मग काय फरक पडतो? असाही विचार माझ्या मनात आला. आम्ही रेस्तराँमध्ये पोहोचलो, तर सगळ्या स्त्रियांनी उग पद्धतीचे (बर्फामध्ये चालण्यायोग्य) बूट चढवलेले होते. मी एकटीच पट्ट्यांचे, उंच टाचांचे बूट घालून आले होते. पण मला तरीही छान वाटत होतं.

ते रेस्तराँ खूपच सुंदर होतं. त्यालाच जोडून क्लबही होता आणि एकंदरीतच तिथे मजा वाटत होती. तिथल्या अनेक पुरुषांच्या नजरा आम्हांला न्याहाळत होत्या आणि असं लोकांचं आपल्याकडे लक्ष हळूहळू अजून वाढत जाण्याच्या सुखद अपेक्षेनं आम्ही तिथे खात बसलो. अचानक, 'अरे देवा!' असं म्हणत व्हॅलनं हातातला काटा खाली ठेवला.

'काय झालं व्हॅल?' मी विचारलं. मला वाटलं ती काहीतरी विसरली असावी आणि आत्ता तिला ते आठवलं असावं.

'माझा दात तुटला आहे... पुढचा,' ती म्हणाली.

खरं तर समोरच्या दोन दातांच्या बाजूच्या एका दाताचा तुकडा पडला होता, पण त्या दातावरची कॅप पडून आतल्या दाताचं अर्धं खुंट दिसत असल्यामुळे तिथली पोकळी स्पष्ट दिसत होती. तो प्रकार इतका गमतीशीर होता, की मी मोठ्यानं हसायला लागले आणि व्हॅलचा चेहरा मात्र साफ पडलेला होता. हसून-हसून माझं पोट दुखायला लागलं, इतकी मी हसले. माझं हसणं व्हॅलला आवडलं नाही असं दिसल्यावर मग मी स्वत:ला आवरलं आणि समस्या सोडवण्याच्या माझ्या स्वभावानुसार कामाला लागले.

‘आपण एक च्युईंग गम घेऊ, ते तू चाव. मग त्याच्याच साहाय्यानं आपण तुझी कॅप आता रात्रभरापुरती चिकटवून टाकू या,’ मी तिला सुचवलं.

‘जॅक, तू सांगते आहेस, त्याचा उपयोग होणार असला, तरी मी ते करू शकणार नाही.’

‘का?’

‘अगं, मी तो दाताचा तुकडा गिळला आहे.’

मग मात्र मला पुन्हा फस्सकन् हसू आलं आणि मला ते आवरेचना. व्हॅल पार बावरून गेली होती.

‘आपण आता परत हॉटेलवर जाणार आहोत ना?’ ती केविलवाणेपणानं म्हणाली.

‘अजिबात नाही. आपण एवढ्या दूर आलो आहोत, तर आपण पुरेपूर मजा करायची आहे... दातासह शक्य नसेल, तर दाताविना!’ मी चित्कारले.

व्हॅलला राग आला असावा. कदाचित माझ्यापासून दूर जायचं म्हणून असेल, पण ती उठून टॉयलेटमध्ये शिरली. व्हॅलच्या दाताची अडचण माझ्या दृष्टीनं एक किरकोळ समस्या होती. व्हॅल टॉयलेटमध्ये होती, तोवर मी बार जवळ करावा म्हणून निघाले. चालताना अचानक मला माझ्या पायाखाली काहीतरी सरकल्याची जाणीव झाली. पाहते तर माझ्या एका बुटाची टाच निघाली होती. मी खाली वाकून पाहिलं.

बुटाची टाच नुसती निघाली नव्हती, तर चक्क तुटली होती. आता काय करावं? एव्हाना मी अर्ध्यापर्यंत आले होते, म्हणून मी तशीच चवड्यांवर चालत पुढे गेले. आजूबाजूला बरेच पुरुष उभे होते आणि त्यांचे चेहरे मैत्रीपूर्ण होते. हेलसिंकीतले पुरुष मला बार्ट सिंप्सन आणि अर्नोल्ड श्वार्झेनेगर यांच्या मिश्रणासारखे भासले. आणि विश्वास बसू नये इतके ते धीट आहेत. ही चांगलीच गोष्ट होती.

मी परत आमच्या टेबलावर येऊन बसले आणि व्हॅलही आली.

‘व्हॅल,’ मी म्हणाले, ‘आत्ता काय घडलं, यावर तुझा विश्वास बसणार नाही. माझ्या जिमी चूसची एक टाचच तुटली.’

आता हसं व्हायची पाळी माझ्यावर आली होती आणि देव कुठेतरी जागा आहे, असा विचार व्हॅलच्या मनात आला असल्याचं मला स्पष्ट दिसत होतं.

आम्ही हॉटेलवर परत नक्कीच जाणार नव्हतो. व्हॅलला हसणं अशक्य झालं होतं आणि मला नाचता येणार नव्हतं. पण आमची संध्याकाळ मजेत घालवण्यावर आम्ही ठाम होतो. आम्ही क्लबात गेलो.

तिथे जाण्यासाठी पुन्हा प्रवेश-फी होती. त्याच वेळी एक उंच, बार्ट सिंप्सनसारखा दिसणारा माणूस तिथे आला आणि त्याच्या यांत्रिक इंग्रजीमध्ये प्रवेशद्वाराजवळच्या

कर्मचाऱ्याला म्हणाला, 'या दोन्ही मुली माझ्याबरोबर आहेत.' चला आपली प्रवेशाची सोय झाली, असा विचार आमच्या मनात आला. मग तो आमच्याकडे वळून म्हणाला, 'तुम्ही दोघी व्हीआयपी लाऊंजमध्ये चला.' यातला व्हीआयपी हा शब्द त्यानं तीन वेगवेगळी अक्षरं नाही, तर एकच शब्द असावा, तसा उच्चारला होता आणि त्यामुळे ते ऐकायला खूप विचित्र वाटलं. आम्हा दोघींनाही तो माणूस आवडला नव्हता, पण त्यानं जणू आमचा ताबाच घेतला होता.

तो खूप श्रीमंत असावा हे उघड होतं आणि त्यानुसार त्यानं शँपेन मुक्त हस्तानं मागवली होती. आम्ही तिघं बसून शँपेनचा आस्वाद घेत असताना त्याच्या ओळखीचं कुणीतरी तिथे आलं. त्यानं त्याला आमची ओळख करून दिली आणि आम्हांला म्हणाला, 'हा माझा मित्र. हा XXX आहे.' त्याच्या तोडक्या-मोडक्या आईसलँडी इंग्रजीमध्ये ते वाक्य अर्नोल्ड श्वार्त्झेनेगरनं घाणेरडा संवाद बोलावा तसं वाटलं. तो गंमत करत असावा असं मी समजून घेतलं, पण मला तशी खात्री नव्हती. मी व्हॅलला म्हटलं, 'मला नाही वाटत मला इथे थांबायचं आहे.'

त्या माणसाचा मित्र त्याच्याशी बोलायला म्हणून बसला.

'तुम्हांला नृत्य करायची आणि क्लबचा बाकीचा भाग बघायची इच्छा आहे का?' त्यानं आम्हांला विचारलं.

आम्ही दोघींनी आपसात त्याला कटवायचं ठरवलं आणि त्याच्या प्रश्नाला उत्साहानं होकार भरला. त्यातून आम्हांला इथून निसटण्याची संधी मिळणार होती. आम्ही तिथून उठत असताना तो म्हणाला, 'माझ्या खिशात पिस्तूल आहे, त्यामुळे तुम्ही परत यायलाच हवं, अन्यथा मी तुम्हांला गोळी घालीन!' तो खरोखर गोळी घालेल की नाही, हे बघायला आम्ही काही तिथे परत गेलो नाही. आम्ही आमच्या पद्धतीनं मजा करत राहिलो आणि पहाटे तीन वाजता आमच्या हॉटेलात परतलो. मी नृत्य केलं, व्हॅल हसली, आणि बर्फाळ रस्त्यावरून चालत आम्ही हॉटेलपर्यंत आलो. मजबूत बुटांची इथे कुणाला गरज आहे?

माझा निर्धार मात्र मजबूत होता. तसा तो असणं गरजेचंच होतं, कारण डॅन पुन्हा मला फोन करायला लागला होता आणि वेगळं होण्याच्या निर्णयाचा पश्चात्ताप होतो आहे असं सांगत होता. पण या वेळेला मी माघार घेणार नव्हते. मलादेखील त्याची कमतरता जाणवत असली, तरी या वर्षाची सुरुवात चांगली झाली होती. ऑक्सफर्ड युनियनमधलं माझं भाषण हे या वर्षीचं विशेष होतं. मे महिन्यात, सँडी, मी आणि व्हेनेसा पुन्हा ला मांगाला गेलो. आता आमची ही दर वर्षीची वारीच झाली होती. जूनमध्ये आम्ही मारबेला इथे प्युअर्टो बानस शहराच्या जरा बाहेरच्या बाजूला असलेल्या, आमच्या आवडत्या, प्युएण्टो रोमाना या हॉटेलात राहण्यासाठी गेलो. हे सर्व सुखसोयींनी युक्त हॉटेल 'लीडिंग हॉटेल्स ऑफ द वर्ल्ड' या साखळीच्या

मालकीचं आहे आणि मी आणि व्हेनेसा इथे अनेक वेळा राहिल्या आहोत. हॉटेलच्या स्वागतकक्षातून आतमध्ये शिरल्यावर जुन्या स्पॅनिश खेड्यांतल्या घरांसारखी वास्तुरचना असलेल्या खोल्या लागतात, ज्या थेट जवळूनच वाहणाऱ्या एका नितांतसुंदर नदीच्या किनाऱ्यापर्यंत जातात. आम्ही तिघी मिळून ज्या एका खोलीत राहिलो होतो, तिथे जायला स्वागतकक्षापासून पाच मिनिटं चालावं लागायचं.

मुली-मुलींची रात्र साजरी करण्यातला सर्वोत्तम भाग म्हणजे बाहेर जाण्यासाठी तयार होणं. आमची लक्झरी रूम भली मोठी होती. तीत आमच्या तिघींचे तीन पलंग, एक काऊच, एक ड्रेसिंग टेबल आणि एक खुर्ची, असं सगळं आरामात बसत होतं. खोलीच्या एका टोकाला बाहेर बाल्कनीत उघडणारा एक दुहेरी दरवाजा होता. तिथून खालचा अत्यंत देखणा पोहण्याचा तलाव आणि त्याच्या आजूबाजूचा भाग दिसायचा. आमचे कपडे पलंगावर मांडून तयार होते, मेक-अपचं सामान तयार होतं आणि आईसबकेटमध्ये रोझची उंची बाटली बर्फाळत होती. आता फक्त माझा आय्-पॉड चालू करणं बाकी होतं. मी त्यावर अनेक आवडीच्या गाण्यांच्या प्ले-लिस्ट्स तयार करून ठेवलेल्या आहेत. आमच्या पद्धतीनुसार, आम्ही रोझचे घुटके घेत, गप्पा मारत आणि गाणी गात, तयार होत होतो. आम्ही तिघी आकर्षक दिसत आहोत, याची खात्री झाल्यावर आम्ही हॉटेलच्या मागच्या मैदानातून समोर स्वागतकक्षामध्ये येऊन पोहोचलो. बंदरावर जाण्यासाठी आम्ही टॅक्सी घ्यायला थांबलो. आम्ही तिघीही वाईनच्या शौकीन होतो आणि इतर कुठलंही पेय क्वचितच घ्यायचो- याला अपवाद फक्त शँपेनचा. यावेळी मात्र आम्ही व्होडका आणि क्रॅनबेरीचा रस, हे आमचं पेय ठरवून ठेवलं होतं. हे पेय इतकं ताजंतवानं करणारं होतं आणि इतकं फळांच्या मिश्र रसासारखं लागायचं, की स्पेनच्या त्या उष्ण हवेमुळे नेहमीपेक्षा खूपच जास्त मद्यार्क आमच्या पोटात गेला असावा.

ते फुटबॉलच्या विश्वचषक सामन्यांचे दिवस होते, त्यामुळे बंदरावरचं वातावरण नेहमीपेक्षा जरा जास्तच गडबडीचं होतं. अनेक देशांचे नागरिक तिथे जमले होते आणि त्या देशी-विदेशी लोकांच्या गर्दीमध्ये मिसळून आम्ही या बारमधून त्या बारमध्ये जात, खात-पीत, गप्पा मारत आणि खिदळत फिरत होतो. आम्हा तिघींमध्ये एका गोष्टीची अजिबात कमतरता नाही, आणि ती म्हणजे आत्मविश्वास. एकटी राहायला लागून आता मला काही महिने होऊन गेले होते, त्यामुळे स्वत:ला बाहेरच्या मुक्त जगामध्ये झोकून द्यायला मी पुन्हा एकदा सज्ज झाले होते. पुरुषांच्या आमच्यावर खिळणाऱ्या नजरा आमचा अहंकार फुलवणाऱ्या होत्या आणि मला स्वत:बद्दल खूपच आश्वस्त, सकारात्मक वाटत होतं. पहाटे-पहाटे, अल्कोहोलचं शरीरातलं प्रमाण, केलेली मस्ती आणि आमच्या पायातल्या उंच टाचांचे बूट, या

सगळ्यांमुळे थकून-भागून आम्ही आमच्या हॉटेलचा रस्ता पकडला.

मला अचानक काय झालं, हे मला अजूनही कळत नाही. माझी ती कृती कदाचित प्रतीकात्मक असावी, पण मी जे काही केलं, त्यामुळे सँडी आणि व्हेनेसा बेशुद्ध पडायच्याच बाकी राहिल्या होत्या.

आम्ही हॉटेलच्या स्वागतकक्षामधून जात असताना, आपले पाय दुखत असल्याची जाणीव मला झाली आणि मी तिथल्या पायऱ्यांवर थांबले आणि पायातले बूट काढले. सँडी आणि व्हेनेसा माझ्या मागेच होत्या.

बूट काढून झाल्यानंतर मी लगेचच माझ्या अंगातला टॉपही काढून टाकला आणि पुन्हा पहिल्याच गतीनं चालायला लागले. त्या दोघींचे डोळे हे पाहून विस्फारले होते. व्हेनेसा आता बोलताना म्हणते की तिला त्यावेळी सगळ्यात गंमत कशाची वाटली असेल, तर अंगातला टॉप काढल्यावर मी तो व्यवस्थित घडी करून हातावर घेतला होता, याची. थोडं चालल्यानंतर मी माझी जीन्स काढून तशीच व्यवस्थित घडी करून हातावर घेतली. नंतर मी माझी ब्रेसियर आणि शेवटी अखेरचं वस्त्रही (थाँग) उतरवलं आणि चक्क नग्नावस्थेत आमच्या खोलीकडे चालत निघाले. आमच्या खोलीजवळ येईतो मी कानातल्या रिंग्ज आणि खोट्या पापण्याही काढून हातात घेतल्या होत्या आणि माझ्या बोटांच्या टोकावर त्या काळजीपूर्वक सांभाळत मी चालत होते. खोलीजवळ पोहोचल्यावर मी वळून त्या दोघींकडे पाहिलं आणि त्यांच्या अचंबित नजरा मला दिसल्या. मी सगळे कपडे का काढून टाकले, असं त्यांनी मला विचारताच, मी झोपण्याची तयारी करत होते, असं मी त्यांना प्रामाणिकपणे सांगून टाकलं.

नंतर व्हेनेसानं मला सांगितलं, की हा प्रकार पाहून तिचा आणि सँडीचा आपल्या डोळ्यांवर विश्वासच बसत नव्हता. या ट्रिपमध्ये माझ्यातला आत्मविश्वास खूपच वाढलेला त्यांना जाणवला होता, पण मी असं काही करीन असं मात्र त्यांना स्वप्नातही वाटलं नव्हतं. मी ते मुद्दाम केल्यासारखं केलं होतं आणि माझे कपडे व्यवस्थित घडी करून बरोबर घेतले होते, याचं त्यांना जास्त कौतुक वाटलं! एवढं होऊनही, हॉटेलमधल्या वा बाहेरच्या एकाही व्यक्तीचं माझ्याकडे लक्ष गेलं नव्हतं, हे कोडं मात्र आम्हांला आजतागायत सुटलेलं नाही.

दुसऱ्या दिवशी रात्री आम्ही पुन्हा बंदरावरच्या एका सळसळत्या बारमध्ये गेलो. आम्ही आमच्या नव्या पेयाचा आस्वाद घेत असतानाच तिथे एक जादूगार आला आणि त्याचे खेळ दाखवायला लागला.

मध्येच उठून तो आम्ही बसलो होतो तिथे आला आणि त्यानं मला आणि मला आकर्षून घेण्याचा प्रयत्न करत असलेल्या एका रुबाबदार तरुणाला, त्याच्या एका पत्त्यांच्या खेळासाठी निवडलं. मग त्यानं व्हेनेसा, सँडी आणि गर्दीतल्या आणखी

काही इंग्लिश तरुणांना, त्याला न दाखवता आपापल्या पत्त्यांवर एक शब्द लिहायला सांगितला. मुलांनी अपेक्षेप्रमाणे मँचेस्टर युनायटेड (इंग्लंडमधला आघाडीचा फुटबॉल क्लब) लिहिलं, तर व्हेनेसा आणि सँडीनं पीचेस हा शब्द लिहिला. त्यानंतर त्यानं काहीतरी जादू केली आणि आमचा पत्ता गूढ रितीनं एका संत्र्यामधून निघाला. त्या पत्त्यावर पीचेस असं लिहिलं होतं, हे सगळ्यांनी पाहिलं. त्या मुलांना यातला विनोद समजला आणि पीचेस म्हणजे कोण, हे त्यांच्या लक्षात आलं. त्या ट्रीपची आठवण म्हणून माझ्या अनावृत्त पार्श्वभागाचा फोटो व्हेनेसाच्या मोबाईल फोनवर आजही आहे.

व्हेनेसा, मी आणि सँडी, आमचा उल्लेख मी अनेकदा, 'चेटकिणी' असा करते कारण आम्ही जेव्हा बरोबर असतो, तेव्हा आम्ही काही ना काही उचापत्या, खोडया करत असतो. संत्र्यामधून पीचेस लिहिलेला पत्ता निघाला होता, त्याच्या दुसऱ्या दिवशी सकाळी आम्हांला जाग आली, तेव्हा सकाळचं सुरेख वातावरण आम्ही अनुभवलं. स्वच्छ, निळं आकाश, पक्ष्यांची किलबिल आणि साधी हालचाल केली तरी अंग दुखायचं, इतका भयंकर हँगओव्हर. पण त्या दिवशी सूर्यस्नान करायचं ठरवलं असल्यामुळे सकाळची न्याहारी आम्ही आमच्या बाल्कनीत बसूनच केली. न्याहारीनंतर आम्ही आमच्या बिकिनीज काखेत मारून मारबेलाच्या थोडं बाहेर असलेल्या निक्की बीच, या मोजक्याच लोकांसाठी असलेल्या बीच क्लबकडे प्रयाण केलं.

निक्की बीच, ही जगभरातल्या श्रीमंत आणि प्रसिद्ध लोकांची आवडती जागा आहे. त्या बीच-क्लबमध्ये उंची पांढरे दुहेरी पलंग आहेत आणि तिथले सेवक तुमची प्रत्येक गरज पुरवण्याकरता तत्परतेनं हजर असतात. दिवसभर तिथे संगीत वाहत असतं आणि शँपेन, कॉकटेल्स एकापाठोपाठ एक नुसते येतच राहतात. आराम करण्यासाठी आणि आज रात्रीकरता तयार होण्यासाठी कालचा हँगओव्हर उतरवण्याच्या दृष्टीनं, ही अगदी योग्य जागा आहे आणि आम्ही तिथे नेमकं तेच केलं. नंतर आमच्या नेहमीच्या- तयार होणे, या समारंभासाठी संध्याकाळी परत हॉटेलात शिरलो.

आज रात्रीची पार्टी खरी पार्टी म्हणण्यासारखी असणार आहे, हे अक्षरश: जाणवत होतं. प्युअर्टो बानसमध्ये स्थानिक तसंच परदेशी लोकांची नुसती झुंबड उडाली होती. आज इंग्लंड विरुद्ध पोर्तुगाल, सामना होता आणि रस्त्या-रस्त्यांवर उभारलेल्या टी.व्ही.च्या महाकाय पडद्यांवर तो पाहण्यासाठी झाडून सगळे लोक रस्त्यावर उतरले होते. दोन्ही संघांना प्रोत्साहन देण्याकरता दोघांचे चाहते गाणी गात आणि आरडा-ओरडा करत होते आणि त्यामुळे वातावरणात एक थरार निर्माण झाला होता. इंग्लंडचा या सामन्यामध्ये पराभव झाला, पण त्यामुळे पार्टीमध्ये

जराही खंड पडला नाही आणि आम्ही बंदरातल्या प्रत्येक बारमध्ये जातच राहिलो. अखेर तिथल्या सगळ्यात कुप्रसिद्ध अशा सिनात्राज या बारमध्ये आम्ही जाऊन पोहोचलो. त्या रात्री माझ्या चेहऱ्यावर काही वेगळंच तेज आलं होतं, असं व्हेनेसा मला म्हणते. मी अगदी पूर्ण जोषात होते आणि माझ्याकडे ज्या संख्येनं पुरुषी नजरा आकर्षित होत होत्या, ते पाहता काहीतरी छान होतं हे नक्की. त्यातला एक तरुण मला आवडला होता, त्यामुळे स्वाभाविकच मी त्याच्याशी छेड-छाड करायला लागले आणि त्यादरम्यान सँडी आणि व्हेनेसा त्याच्याबरोबरच्या इतर मित्रांशी गप्पा मारत बसल्या.

आपली काळजी आपण सगळ्याच घेऊ शकतो, पण दूर एका परदेशात आणि फक्त मैत्रिणींसोबत असताना, तुमचं एकमेकींकडे लक्ष असतंच. मी बराच वेळची दिसत नाही, हे व्हेनेसाच्या लक्षात आल्यावर ती सँडीला घेऊन मला शोधायला निघाली. सामान्यत: आमच्यापैकी कुणीही एक काही कारणानं इतरांपासून दूर जात असेल, तर आपण कुठे चाललो आहोत, हे ती त्यांना सहसा सांगून ठेवते, पण यावेळी मी मात्र अचानक अदृश्य झाले होते. सँडी आणि व्हेनेसा लक्षावधी पौंड किमतीच्या आलिशान बोटींच्या बाजूनं चालत मला शोधत फिरत होत्या, तेव्हा त्यांना मी मुद्दाम त्यांच्यापासून लपते आहे, हे माहीतच नव्हतं. माझ्या नव्या मित्राबरोबर चुंबनालिंगनादी खेळ खेळण्यासाठी मला एकांत नको का?

बराच वेळ शोधूनही मी सापडले नाही म्हटल्यावर एव्हाना मी परत आली असेन, असा विचार करून त्या पुन्हा बारमध्ये गेल्या. मला जाऊन बराच वेळ झाला होता हे खरं, पण त्या दोघी मला शोधायचं थांबेनात म्हटल्यावर त्या गटातल्या एकानं आम्ही ते राहत असलेल्या घरी गेलो आहोत का, हे पाहण्यासाठी त्यांना तिकडे घेऊन जाण्याची तयारी दर्शवली. या मुली मला एवढं शोधताहेत, याचा मला पत्ताच नव्हता.

त्या मुलांचं घर प्रशस्त होतं. मधोमध असलेल्या लांबलचक कॉरिडॉरला लागून अनेक बेडरूम्स होत्या आणि मला वाटतं त्यांच्यापैकी एक मुलगा आम्ही असलेल्या खोलीत येऊन गेला, पण आम्ही दिसत नसल्याचं सांगत तिथून परत फिरला. त्यानं किती काळजीपूर्वक आत पाहिलं होतं देव जाणे. पण एकदा एखादी गोष्ट करायची म्हटल्यावर ती मध्येच सोडून देणं व्हेनेसाच्या स्वभावात नाही आणि पोटात गेलेल्या अल्कोहोलमुळे तर तिला जास्तच चेव आला आणि तिनं स्वत:च ते घर धुंडाळायचं ठरवलं. तिनं मला नंतर सांगितलं, की ती जेव्हा त्या कॉरिडॉरमधून चालत निघाली तेव्हा अचानक एक विवस्त्र माणूस आपली अर्धी चड्डी समोर धरून चालत तिच्यापुढे आला आणि तिला पाहून पळत सुटला. तीही त्याच्या मागे धावली.

मग व्हेनेसा एका बेडरूमध्ये घुसली, तर तिथे माझा नवा मित्र पलंगाशेजारी उभा असलेला तिला दिसला. पलंगावर तिला फक्त चादरीच चादरी अंथरलेल्या दिसत होत्या. तिनं माझ्या मोबाईलवर फोन लावला. तेवढ्यात सँडीही तिथे येऊन पोहोचली. चादरींच्या खाली निळा प्रकाश कसला दिसतो आहे, याबद्दल त्या विचार करत होत्या. तो माझा मोबाईलच होता. एव्हाना माझा संयमही संपला होता आणि मी तोंडावरच्या सगळ्या चादरी मागे सरकवल्या आणि रागानं डोळे वटारून ओरडले, 'तुम्ही xxx चेटकिणींनो, इथे पलंगाशी काय करता आहात?'

क्षणभर खोलीत शांतता पसरली आणि 'जॅकलिन, इथे मारबेलामध्ये तरी नको!' असं व्हेनेसा पुटपुटत होती ते मी ऐकलं. पण सँडी तिला फरपटत बाहेर घेऊन गेली. माझी संध्याकाळ जरा बिघडली होती, पण पूर्णपणे खराब नव्हती झाली, कारण मीदेखील इथून निसटायचा निर्णय घेतला होताच. माझा तो नवा मित्र गोड होता, पण त्याच्या बोलण्या-बोलण्यात त्यानं हळूच मी त्याची फक्त सुटीपुरती प्रेयसी व्हावं, अशी त्याची इच्छा असल्याचं सांगून टाकलं होतं. पण नव्या स्वरूपातल्या, मजा करण्यात रस असलेल्या पीचेसला ही कल्पना पटणारी नव्हती. अखेर मी मुक्त झाले होते!

ताजा कलम

हे पुस्तक प्रत्यक्ष लिहिण्यासाठी मला खूप काळ वाट पाहायला लागली. इतके दिवस माझ्याच मनाची तयार होत नव्हती. मी जेव्हा या विषयावर लिहायला सुरुवात करीन, तेव्हा त्या लिखाणाला खाजगी आठवणींच्या कोषाचं स्वरूप येईल, हे मी जाणून होते आणि त्यामध्ये माझ्या जवळचे मित्र-मैत्रिणी आणि माझे कुटुंबीय, यांनादेखील माहीत नसलेल्या गोष्टी येतील, हेही मला माहीत होतं. तशी मी माझं खाजगी जीवन खाजगीच ठेवत आले होते, पण माझ्या बालपणीच्या आठवणींच्या भुतांचा एकदा सामना झाल्यावर मात्र अचानक मला माझी गोष्ट लोकांना सांगण्याची प्रबळ ऊर्मी आली. शिवाय, माझी आई जिवंत असेपर्यंत मी हे पुस्तक लिहूही शकले नसते. हे पुस्तक वाचताना अनेक ठिकाणी तुम्हांला असं आढळेल, की एखादी आई जशी वागेल अशी अपेक्षा असते, तसं ती वागली नाही. पण माझ्या लिखाणामुळे ज्या प्रतिक्रिया उमटण्याची शक्यता आहे, त्यांच्या तोंडी मी तिच्यासारख्या नाजूक, दुबळ्या स्त्रीला सहन करायला लावूच शकले नसते. काहीही असो, माझं तिच्यावर अजूनही प्रेम आहे. मला किती दु:ख भोगावं लागलं, ते असो, हे पुस्तक म्हणजे माझं सूड उगवण्याचं साधन नव्हे. हा! जे काही घडलं ते जसंच्या तसं लोकांपुढे मांडण्याचा आणि त्यातून, विपरीत परिस्थितीदेखील माणसाला सकारात्मक, विधायक बनवू शकते, हे दाखवण्याचा एक प्रयत्न आहे.

भाषण देण्याच्या निमित्तानं व्यवसायाशी संबंधित अनेक प्रसंगांमध्ये मी अनेक स्त्रियांना भेटले आहे आणि सर्वसाधारणपणे त्यांना माझ्या यशामागची कारणं जाणून घेण्याची जिज्ञासा होती, तसंच, या पुरुषी जगामध्ये, एक स्त्री-व्यावसायिक वा उद्योजिका, म्हणून त्यांच्यासमोर असलेली आव्हानं त्या कशा पार करू

शकतील, हे त्यांना समजून घ्यायचं होतं. त्या प्रत्येकीची कहाणी वेगळी होती आणि त्यांच्यापैकी अनेकजणी यशासाठी झगडा देत होत्या. त्यांचा हा झगडा व्यावसायिक पार्श्वभूमी आणि त्यांच्या जीवनातल्या खाजगी समस्या, यांच्याशी होता. हे पुस्तक लिहिणं आणि माझी कहाणी, तसंच मी ज्या आव्हानांना तोंड दिलं आहे ते, सगळ्यांसमोर उघड करण्यामागचा माझा उद्देश म्हणजे अशा लोकांना प्रेरणा मिळावी हाच आहे. इतक्या भयानक जीवनानुभवांनंतरही मी जर काही साध्य करू शकते, तर त्यांना ते न जमण्याचं काहीच कारण नाही. लिहिण्याच्या निमित्तानं का असेना, पण माझ्या आयुष्याच्या काही भागांमध्ये पुन्हा शिरणं अजिबात सोपं नव्हतं. काही वेळा त्यामुळे मला मानसिकच नाही, तर शारीरिकही त्रास सहन करावा लागला आहे. क्वचित एखाद्या ठिकाणी, माझ्या आठवणी सांगण्याची प्रक्रिया माझ्यासाठी खरोखरच धक्कादायक ठरली. पण असं असलं, तरी मी त्यातून सावरले आणि आज, क्षमता व संधी यांनी ओतप्रोत भरलेलं एक प्रगतिशील आयुष्य जगते आहे, याचं सात्त्विक समाधानही मला मिळतं.

मी काही कुणी महाशक्तिशाली स्त्री, सुपरवुमन नाहीये. इतर कुणाला जे प्रसंग वा घटना कोलमडून टाकतील, त्यांना लीलया बाजूला सारण्यासाठी एखादं खास मानसिक, भावनिक कवचकुंडल मला लाभलं आहे, असं अजिबात नाही. मला जर काही दैवी देणगी लाभली असेल, तर ती म्हणजे प्रचंड आत्मविश्वास आणि सातत्यपूर्ण सकारात्मक मनोभूमिका. कठीण परिस्थितीमुळे डगमगून न जाता आयुष्यात प्रगती करत राहण्याची प्रचंड प्रेरणा ज्यांच्यात असते, अशा लोकांपैकी मी आहे- आणि असे अनेक लोक असतात. परिस्थिती जितकी बिकट होत जाईल, तितके आपण हे नक्की करू शकतो, असा विचार जणू माझ्या मनात पक्का होत जातो. अशा वेळी मला स्वत:लाही अज्ञात अशा उंचीवर मी स्वत:ला नेऊन ठेवते, असं मला वाटतं. याचा अर्थ मी अडखळत नाही किंवा खाली पडत नाही, असा अजिबात नाही. ते तर चालूच असतं.

मी ज्याच्यावर प्रेम केलं, जो पाच वर्षं माझा जोडीदार होता, तो डॅन २००६ सालच्या नववर्षदिनी मला सोडून गेला, तेव्हा ती घटना म्हणजे सतत पाच वर्षं माझी कसोटी पाहणाऱ्या आणि माझ्या शरीरातली सगळी ऊर्जा शोषून घेणाऱ्या पाच वर्षांच्या कालखंडाचा कळसाध्याय होता. तो आता कधीच परत येणार नाही ही जाणीव हृदय चिरणारी होती, हे वाक्य नाटकी वाटलं तर वाटो, पण ते सत्य आहे.

मात्र त्याचबरोबर खोलवर कुठेतरी मी सुटकेचा नि:श्वासही टाकला होता. हे दार आता कायमचं बंद झालं आहे, हे मी एकदा स्वीकारून टाकलं आणि त्यानंतर मी माझं आयुष्य सावरायच्या कामाला लागले.

माणसानं स्वत:ला कायम कामामध्ये गुंतवून ठेवावं, या मतावर माझा ठाम विश्वास आहे त्यामुळे, पहिलं काम मी काय केलं असेल, तर नवनव्या संभाव्यता निर्माण करणाऱ्या माझ्या सामाजिक गतीविधी वाढवल्या.

माझी डायरी प्रत्येक दिवसाच्या कार्यक्रमांमुळे भरून उतू जाईल, इतक्या मी त्या वाढवल्या. नंतर मी मला करायला आवडतात, अशा गोष्टींची एक यादी बनवली. त्यानंतर, ज्या गोष्टी कराव्या असं मला नेहमी वाटायचं, त्यांचीही एक यादी बनवली. स्वत:बद्दल छान वाटायला लावणाऱ्या आणि माझ्या आयुष्यात आनंद आणि हास्य आणू शकणाऱ्या, सुचतील त्या सगळ्या गोष्टी मी कागदावर लिहून काढल्या.

असं करता-करता माझी दैनंदिनी केव्हा गच्च भरली, ते मला कळलंच नाही, शिवाय माझ्या मैत्रिणी आणि नातेवाईक, यांच्यामुळे करण्यासारख्या आणखी गोष्टींची भर त्यात पडली, ती वेगळीच. परिणामी, जीवनाकडे मी पुन्हा एकदा आनंदनिधान म्हणून पाहायला सुरुवात केली.

माझ्या हृदयात दु:ख जळत होतंच. मी अगदी मजेत होते असं म्हणणं चूक ठरेल, प्रतारणा ठरेल, कारण तसं नव्हतंच. एखाद्या अवघड प्रसंगामधून जाण्याची वेळ आल्यानंतर आपलं संतुलन पुन्हा मिळवण्यामध्ये घाई करून उपयोग नसतो. आपण जे गमावलं आहे, त्याची लालसा आपल्या एका भागात अजूनही आहे, हे स्वीकारणं महत्त्वाचं असतं. त्या भावनेला दाबून टाकण्यात काहीच अर्थ नसतो.

डॅनपासून वेगळं होण्यातली वेदना आणि काहीतरी गमावण्याची भावना मनातून काढून टाकायला निव्वळ माझे भरगच्च कार्यक्रम पुरेसे नाहीत, हे मी जाणून होते. काही सुट्ट्या, आरोग्यकेंद्रात काही दिवस घालवणं आणि नव्या वस्तूंची खरेदी, यापेक्षा अधिक काहीतरी त्यासाठी लागणार होतं. या सगळ्या गोष्टी छानच आहेत, पण त्या उथळ असतात हे आपल्याला मान्य करावंच लागेल. आपल्या आयुष्याला वेगळं वळण घायचं, तर त्यात खोलवर शिरून काही लक्षणीय बदल त्यात घडवून आणणं गरजेचं असतं. माझ्या बाबतीत सांगायचं, तर मला स्वत:बद्दल छान वाटण्यासाठी नवी आव्हानं स्वीकारण्याइतकी चांगली गोष्ट दुसरी नाही. तुम्ही स्वत:च्या सुरक्षित क्षेत्राबाहेर पडलात, तर तुम्हांला ते जमू शकतं. मग, येत्या वर्षासाठी स्वत:समोर काही मोठी आणि आव्हानात्मक उद्दिष्टं ठेवण्याचा निर्णय घेतला. त्या दृष्टीनं आपण सज्ज आहोत, अशी भावना मनात निर्माण व्हायला मला मार्च महिना उजाडला. याचा अर्थ त्या वर्षातले दोन महिने हातातून निघून गेले होते, पण माझी उद्दिष्टं येत्या ख्रिसमसपर्यंत साध्य करण्याचा पक्का निर्धार मी मनाशी केला.

माझ्या कामाची सुरुवात मी गेल्या वर्षातल्या घडामोडींचं सिंहावलोकन करण्यापासून

केली. काय चुकलं? त्यातल्या कुठल्या गोष्टी मी स्वत:च्या प्रभावानं वेगळ्या घडवून आणू शकले असते? आणि त्याहीपेक्षा महत्त्वाचं म्हणजे, या सगळ्यातून मला काय-काय शिकायला मिळालं?

त्यानंतर मी माझ्या यशामागची कारणं अधोरेखित केली आणि कुठल्या-कुठल्या गोष्टी चांगल्या झाल्या, याचं स्मरण स्वत:ला करून दिलं. असं केल्यामुळे मला काही वैयक्तिक मार्गदर्शक तत्त्वं तयार करणं सोपं गेलं आणि त्या तत्त्वांनी माझ्या व्यक्तिगत मूल्यं आणि श्रद्धा, यांना पुन्हा एकदा बळकट केलं. गेल्या वर्षभरातल्या दु:खद घटनांच्या रपाट्यात त्या कुठेतरी हरवल्यासारख्या झाल्या होत्या. स्वत:शी प्रामाणिक राहणं, आपल्याला काय मिळू शकलं नाही, याऐवजी आपलं ध्यान आपल्याजवळ जे आहे त्यावर केंद्रित करणं, स्वत:साठी अधिक वेळ खर्च करणं आणि आत्ता आणि इथे, असा वर्तमान क्षणाचा पुरेपूर आनंद लुटणं, या सगळ्या गोष्टींना किती महत्त्व आहे, याची मी स्वत:ला पुन्हा आठवण करून दिली. आपल्या आयुष्याला मर्यादा घालून घेण्याच्या सापळ्यात मी सापडले आहे की काय, याबद्दल मी खूप बारीक विचार केला आणि मला असं आढळलं, की मी खरोखरच तसं करत होते. आपला आत्मगौरव कमी झालेला असताना आपण सहसा नकारात्मक विचार करायला लागतो आणि सतत, मी हे करू शकणार नाही, ते मला जमणार नाही, असंच आपण मनाला बजावत राहिलो, तर हळूहळू आपल्याला ते खरंच वाटायला लागतं. याचं एक उदाहरण म्हणजे, तीन वर्षांपूर्वी आयव्हीएफ उपचारांनंतर जेव्हा माझं वजन एकदम पंधरा किलोंनी वाढलं होतं, तेव्हा आपलं वजन आता कमी होणं शक्यच नाही, असं मी मानायला लागले होते. आपल्याला पूर्णत: समाधान देणारा नाजूक नातेसंबंध आपल्या नशिबात नाहीच, असा ग्रह होणं ही माझी आणखी एक, स्वत: होऊन घालून घेतलेली मर्यादा होती.

स्वत: होऊन घालून घेतलेल्या मर्यादांचं अस्तित्व मान्य करणं, ही त्या मर्यादा दूर करण्याची पहिली पायरी होती. जीवनांत परिवर्तन घडवून आणण्यासाठी माझं असं एक धोरण तयार करणं, हा पुढचा टप्पा सुरू होईपर्यंत, मला स्वत:बद्दल जे नवनवीन शोध लागत होते त्यामुळे माझ्यात एक चैतन्य निर्माण झालं होतं आणि जे बदल मी करू इच्छित होते, त्यात मला नक्की यश मिळेल असा आशावाद माझ्यामध्ये भरला. आपली नियती स्वत:च घडवण्याची जबाबदारी स्वीकारण्याची आपली तयारी असेल, तर जीवनातल्या प्रत्येक समस्येवरचं उत्तर आपल्याला नक्की सापडतं, अशी माझी पक्की श्रद्धा आहे.

समाधान किंवा यश, आपल्याकडे चालत येण्याची वाट मी कधीच पाहत नाही. स्वभावत: मी उतावळी, स्वत:त परिवर्तन घडवून आणणारी आणि स्वत:मध्ये सुधारणा करणारी, अशी आहे आणि मला असं ठामपणे वाटतं, की आपल्याला

काही घडवून आणायचं असेल, तर त्यासाठी आपल्याला स्वत:लाच कृती करायला हवी.

मी हे जे काही केलं, त्यामुळे माझा जीवनाकडे बघण्याचा दृष्टिकोन अंतबाह्य बदलून गेला. आणि हळूहळू, पण खात्रीशीररीत्या माझ्या जीवनातलं संतुलन पुन्हा परतून यायला लागलं. नववर्षदिनी मुळुमुळु रडत उठलेली मुलगी हळूहळू मागे जात होती आणि तिच्या जागी मला स्वत:ला जिच्याबरोबर राहायला आवडेल, अशी मी, मला जिच्याबद्दल आदर वाटतो, अशी मी, जगाला मी जशी दिसावी असं मला वाटतं, ती मी, उमटायला लागले होते.

माझ्या जीवनाच्या प्रत्येक अंगासाठी मिळून मी एकूण वीस उद्दिष्टं तयार केली आणि व्यवस्थित लिहून काढली. नंतर त्यांपैकी सर्वांत महत्त्वाची दहा, जी चालू वर्षात साध्य करण्याची माझी इच्छा होती, त्यांना ठळक केलं. ती दहा उद्दिष्टं अशी:

१. एकट्या (जोडीदाराविना) राहणाऱ्या स्त्रियांसाठी फ्रीडम पार्ट्या आयोजित करायला सुरुवात करणं.
२. ॲन समर्सची नवी वेबसाइट (इंटरनेटवरचं संकेतस्थळ) सुरू करणं.
३. पंधरा किलो वजन कमी करणं.
४. व्यायाम प्रशिक्षण कार्यक्रमाला न चुकता जाणं.
५. आत्मचरित्र लिहिणं.
६. माझ्या घराच्या हॉलची सजावट बदलणं.
७. माझ्या स्वप्नीचा राजकुमार शोधणं.
८. माझ्या मैत्रिणींबरोबर अधिक वेळ घालवणं.
९. टी.व्ही.वरच्या प्राइम टाइम कार्यक्रमांमध्ये भाग घेणं किंवा ते सादर करणं.
१०. आहे त्यापेक्षा चांगली बहीण होणं.

डिसेंबर, २००६ उजाडेतो मी माझी जवळपास सगळी उद्दिष्टं, ठरवलेल्या वेळापत्रकानुसार पूर्ण केली होती. डॅनपासून विभक्त होण्याच्या काळात मला माझ्या बहिणीनं खूप आधार दिला होता आणि माझं तिच्यावर निरतिशय प्रेम आहे. त्या काळात माझं मात्र तिच्याकडे संपूर्ण दुर्लक्षच झालं होतं, हे मला खेदानं मान्य करावं लागेल, पण आता तिच्या हक्काचं प्रेम आणि आधार मी तिला पुरेपूर देते आहे, असं मला वाटतं आणि हे सांगायला मला आनंद होतो. माझ्या अतिरिक्त पंधरा

किलोंपैकी दहा किलो वजन मी घटवलं आहे. यशस्वी होण्यासाठी एकाग्र असणं आणि एक रणनीती आखून त्यानुसार वागणं, एवढं पुरेसं नसतं, तर वजन कमी करण्याच्या आव्हानासारखी आव्हानं पेलताना, तुमची उद्दिष्टं साध्य करण्याचा थेट संबंध तुमच्या मन:स्थितीशीही असतो. मी जेव्हा दु:खाच्या खाईत पडलेली होते, तेव्हा यश मिळवणं अशक्य का वाटायचं, ते आता मला कळतं. योग्य अन्न खाण्याबरोबरच मी आठवड्यातून दोन वेळा व्यायामही करते आणि यात मला माझा खाजगी व्यायामशिक्षक आणि माझी मैत्रीण ज्युली, यांची मदत होते. हल्ली मी व्यायामाला आठवड्यातून दोनऐवजी तीन दिवस द्यायला लागले आहे. माझा उद्देश निव्वळ वजन कमी करणं हा नसून, स्तनांच्या कर्करोगाबद्दल जागृती निर्माण करण्यासाठी आणि त्यासाठी पैसा उभा करण्यासाठी मे, २००७ मध्ये होणाऱ्या 'मूनवॉक' या समाजसेवी कार्यक्रमात मला सहभागी व्हायचं आहे. त्या कार्यक्रमात, रात्रभरात तेरा तास चालायचं असल्यामुळे, माझा व्यायाम मला तेव्हा उपयोगी पडेल अशी मला आशा आहे. माझी प्रतिष्ठा मला शक्य तितका जास्त पैसा उभा करण्यात साहाय्यभूत ठरेल हे मला माहीत आहे.

एक गोष्ट माझ्या लक्षात आली आहे, की माझ्या टी.व्ही.वरच्या निवडक कार्यक्रमांमधल्या सहभागामुळे माझ्या उद्योगाची प्रतिष्ठा वाढते. त्याचबरोबर, त्यामुळे मी माझ्या सुरक्षित क्षेत्राच्या बाहेरही पडत असते. पंचवीस वर्षं ॲन समर्स चालवल्यानंतर काहीतरी वेगळं करून पाहणं आणि स्वत:पुढे विविध प्रकारची आव्हानं उभी करणं माझ्यासाठी चांगलंच ठरतं. त्यामुळेच, दोन मोठ्या टेलिव्हिजन कार्यक्रमांच्या चित्रीकरणात सहभाग आणि दुसरं पुस्तक लिहिण्यास सांगितलं जाणं, ही माझ्या दृष्टीनं एक चांगली संधी होती.

आपण जीवनाच्या प्रवासात जो काही टप्पा गाठला आहे, त्याची नोंद घेण्यासाठी वेळ काढणं महत्त्वाचं असतं आणि आज माझ्या जीवनाच्या प्रत्येक अंगामध्ये, मी अशा स्थानी येऊन पोहोचले आहे, जिथे मला चांगली फळं मिळत आहेत. माझा उद्योग चांगला चालला आहे, मी नवनवी ध्येयं गाठते आहे आणि मला स्वत:बद्दल खूप छान वाटतं आहे. मी सहसा असं पाहिलं आहे, की विशेषत: स्त्रिया आपलं सगळं जीवन आपला जोडीदार आणि नजीकचे कुटुंबीय, यांच्यावरच केंद्रित करण्याची चूक करत असतात. तसं करण्यामध्ये त्या आपल्या स्वत:च्या गरजांकडे पूर्णपणे दुर्लक्ष करत असतात. माझी आई याचं एक ज्वलंत उदाहरण होती. तिनं आपलं आयुष्य दुसऱ्याच्या हातात सोपवून टाकलं होतं आणि त्याची परिणती तिच्या उद्ध्वस्त होण्यात झाली होती. स्वत:च्या सगळ्या आशा-अपेक्षा आणि इच्छा पूर्ण करण्यामुळेच आज मी सध्याच्या आनंददायी परिस्थितीत आहे,

असं मला वाटतं. नव्या संधी, नवे मित्र-मैत्रिणी आणि कदाचित माझा प्राणसखा, प्राप्त करण्यासाठी मी पूर्णत: मोकळी आहे. माझ्या स्वप्नपुरुषाबद्दल बोलायचं, तर योग्य वेळी तो माझ्या जीवनात येईलच. दरम्यानच्या काळात मात्र मी वैय्यक्तिक समाधान आणि परिपूर्तीसाठी धडपड करतच राहीन, कारण आपण जे आहोत, त्याबद्दल आपल्याला समाधान नसेल, तर आपण दुसऱ्या कुणाबरोबरही समाधानी राहू शकणार नाही, असं मला निश्चितपणे वाटतं. माझ्या संपूर्ण कारकिर्दीत, मला विविध क्षेत्रांतले अनेक अद्भुत आणि अविस्मरणीय लोक भेटले आहेत. कुणाशी बोलायचं किंवा अगदी कुणाबरोबर डेटिंग करायचं, या बाबतीतही मी भेदाभेद करत नाही आणि जवळजवळ कुणालाही मी भेटायला 'नाही' म्हणत नाही. पण सहानुभूती मिळवण्याचा प्रयत्न करणारे, आपल्या दुर्भाग्यासाठी सगळ्या जगालाच बोल लावू पाहणारे लोक मात्र मी टाळते. असे लोक आयुष्यभर स्वत:च्या कृतींची जबाबदारी टाळत, इतरांना दोष देत फिरत असतात. फार काळ अशा लोकांच्या सहवासात राहण्यानं तुमची पातळीदेखील घसरते, असा माझा अनुभव आहे. एकुणातच, माझ्याशी मिळती-जुळती मूल्यं आणि मतं असणाऱ्या सकारात्मक आणि उत्साही लोकांकडे मी आपोआप आकर्षित होते, असं मला आढळलं आहे. त्याचबरोबर, दूरान्वयेही मला भक्ष्यासारखं वागवू पाहणाऱ्या लोकांनाही मी टाळते. त्यात, चांगल्या भावनेनं का होईना, पण माझ्याकडे कीवभरल्या नजरेनं पाहून, 'अजून तुला कुणी भेटला नाही का?' असं विचारणारे लोकही आले. कुणी माझ्याकडे अशा नजरेनं पाहतं, तेव्हा मला उगीचच आपल्याला एखादा संसर्गजन्य रोग वगैरे झाला असल्यासारखं वाटतं! तुमचा लक्षावधी पौंडांचा व्यवसाय असला, तरी एक स्त्री म्हणून असे प्रश्न तुम्हांला ऐकावे लागतातच.

मी कुठल्याही प्रकारच्या लोकांमध्ये असो, एक प्रश्न मला हटकून विचारला जातोच आणि तो म्हणजे- मला एवढं यश कसं मिळालं? माझ्या यशामध्ये अनेक घटक आहेत, पण त्यातले पाच मुख्य घटक मी इथे सांगते:

१. संधी न सोडणं - अनेक लोकांना दैनंदिन जीवनामध्ये विविध संधी मिळत असतात आणि त्यामुळे ते उत्तेजितही होत असतात. पण नंतर, अपरिचित गोष्टींच्या किंवा अपयशाच्या भीतीमुळे ते त्या सोडून देतात. मला यश काहीही करून हवंच होतं, त्यामुळे मी असं कधीच केलं नाही.

२. ऐकून घेणं - मी ॲन समर्सचं काम करायला सुरुवात केली, तेव्हा ना मला व्यवसायाचा काही अनुभव होता ना त्याचं औपचारिक प्रशिक्षण. त्यामुळे, माझे ग्राहक आणि माझे कर्मचारी, यांच्याकडून मिळणाऱ्या अभिप्राय आणि सूचनांवरच अवलंबून राहणं मला भाग होतं. ही आपली एक कमतरता आहे, असं मला

सुरुवातीला वाटायचं, पण आज तीच गोष्ट आमच्या व्यवसायाच्या नीतिशास्त्राचा एक भाग बनली आहे.

३. एकाग्रता - मी माझ्या हातातल्या कामावर विश्वास बसू नये इतकी एकाग्र असते आणि सर्वोत्तम ठरण्यावर मी माझ्या लोकांनाही एकाग्र व्हायला लावते. मला जे साध्य करायचं आहे, त्यावरून मी स्वत:चं लक्ष विचलित होऊ देत नाही.

४. आत्मविश्वास - स्वत:वर आणि माझ्या व्यवसायावर माझी श्रद्धा आहे आणि त्याच आधारावर मी उच्च ध्येयं समोर ठेवत असते, इतर लोकांच्या अपेक्षा वा मतांच्या आधारावर नव्हे.

५. चिकाटी - आवश्यकतेपेक्षाही थोडं जास्तच करणारी आणि ते सातत्यानं करत राहणारी व्यक्तीच जीवनात पुढे जाते. चिकाटीला पर्याय नाही.

या सगळ्यांपेक्षा वरचं स्थान माझ्या सगळ्यात आवडत्या तत्त्वाला आहे, ते म्हणजे धैर्य. तुमच्यामागे फारसं कुणी नसतं, तेव्हाच तुमच्या धैर्याची खरी कसोटी लागते. मी अनेकवेळा त्या परिस्थितीत असत आले आहे आणि स्वत:वरचा विश्वास, तसंच व्यवसायाबद्दलची तीव्र उत्कटता, यांनी मला माझ्या श्रद्धेनुसार वागत राहण्याचं बळ दिलेलं आहे. धैर्य म्हणजे भीतीचा अभाव नव्हे, तर तिच्यावर मात होय.

माझे वडील मला नेहमी सांगायचे, जगात भिण्यासारखं काहीच नसतं, फक्त भीती वाटण्यालाच आपण भ्यायला हवं, आणि ते अगदी बरोबर आहे. पण असं असलं, तरी आपल्या सुरक्षित क्षेत्राच्या बाहेर पडून आपल्या स्वप्नांच्या मागे धावायला खूप धैर्य लागतं, यात शंकाच नाही. पण असं आपण जेव्हा करतो, तेव्हा त्याचं फळ मोठं असतं आणि त्यातून जो आत्मविश्वास आपल्याला मिळतो, तो आपल्याला आणखीन जास्त काहीतरी शोधायचं आणि साध्य करायचं बळ देतो. स्वत:ला आव्हान द्या, मोठमोठ्या गोष्टी त्यामुळे घडून येतील.